ഭദ്രം

ബാബു കിളിരൂർ

ഭദ്രം

(നോവൽ)

മാക്സ് ബുക്സ്
കോട്ടയം
2021

വില: **260** രൂപ

Bhadram
By Babu Kiliroor
Malayalam Novel

Published by:-
MAX BOOKS
Maxlive Media Solutions Pvt Ltd.
Muppathiyil Building, Muttambalom Post,
Kanjikuzhy, Kottayam 686 004
maxlivemediasolutions@gmail.com
maxbookskerala@gmail.com
Ph: 90740 98776, 73060 23373

Cover Design: Ani Varavila

Printed in India
at Penta Offset, Kottayam
Edition:
First Editon October 2021
Copies: 1000
Price: Rs. 260

ISBN: 978-93-91085-37-7

Distribution:
PUSTHAKAKADA
Thiruvananthapuram
Online Sales: www.pusthakakada.com

ഗ്രാമീണഭംഗിയുടെ വിശുദ്ധിയാണ് ഈ നോവലിനെ വായനക്കാർക്കു പ്രിയപ്പെട്ടതാക്കുന്നത്. കാർഷികജനതയുടെ സാംസ്ക്കാരികസീമകൾ മനോഹരമായി അവതരിപ്പിക്കുന്ന ഇതിൽ രാഷ്ട്രീയവും ജീവിതവും ഒരു പോലെ പ്രമേയമാകുന്നു. വ്യത്യസ്തമായ മാനുഷികഭാവങ്ങൾ അനുവാചകരിലേക്ക് എത്തിക്കുന്ന ഈ കൃതി വായനാസമക്ഷം അവതരിപ്പിക്കുന്നു.

അജീഷ് ചന്ദ്രൻ
പ്രസാധകൻ

ബാബു കിളിരൂർ

കോട്ടയത്തിനടുത്ത് കിളൂരൂരാണ് സ്വദേശം. ഹൈസ്കൂൾ പഠനകാലത്ത് ആദ്യകഥാ സമാഹാരവും നോവലും പ്രസിദ്ധീകരിച്ചു. ആനുകാലിക പ്രസിദ്ധീകരണങ്ങളിൽ നോവലുകൾ, കഥകൾ, ലേഖനങ്ങൾ എഴുതുന്നു. അമേരിക്കൻ മലയാളികളുടെ പ്രസിദ്ധീകരണമായ ജനനി മാസികയിൽ നാടകം ജീവിതം എന്ന സ്ഥിരം പംക്തി വർഷങ്ങളായി കൈകാര്യം ചെയ്തിരുന്നു. നാഷനൽ ഫിലിം ഡിവിഷൻ നിർമ്മിച്ച ഹാബേലിന്റെ വയലുകൾ എന്ന ഫീച്ചർ ഫിലിമിൽ പ്രധാന കഥാപാത്രത്തെ അവതരിപ്പിച്ചു. ആകാശവാണിയിൽ അവതരിപ്പിക്കുവാൻ നാടകങ്ങളും കഥകളും എഴുതുന്നതോടൊപ്പം നാടകങ്ങളിൽ അഭിനയിക്കുകയും ചെയ്യുന്നു. പ്രമുഖ പ്രൊഫഷണൽ നാടക സമിതികളുടെ പ്രശസ്തമായ അനേകം നാടകങ്ങളിൽ വ്യത്യസ്ത കഥാപാത്രങ്ങളെ അവതരിപ്പിച്ചു. നോവലുകളും കഥകളും അടക്കം ഇരുപത്തിയൊന്ന് പുസ്തകങ്ങൾ പ്രസിദ്ധീകരിച്ചിട്ടുണ്ട്. ഇപ്പോൾ പുസ്തക പ്രസാധനരംഗത്ത് പ്രവർത്തിക്കുന്നു.

വിലാസം:
ബാബു കിളിരൂർ, കോട്ടയം- 686 020,
ഫോൺ: 9947824176, 7356697299

ഒന്ന്

സംഭവിക്കേണ്ടതെല്ലാം അതാതു സമയങ്ങളിൽ സംഭവിച്ചേ തീരു എന്ന് അപ്പു ഉണ്ണിക്കൃഷ്ണനോട് പലപ്പോഴും ആരോ പറയുമായിരുന്നു. ചിലപ്പോൾ പുറകിൽ നിന്നുകൊണ്ടൊരാൾ അങ്ങനെ പറയുന്നതായി അപ്പുവിനു തോന്നി! തിരിഞ്ഞു നോക്കുമ്പോൾ ആരുമില്ല. പലപ്പോഴും ഇടതുവശത്തുനിന്നുകൊണ്ട്, അല്ലെങ്കിൽ വലതുവശത്തുനിന്നുകൊണ്ട് , അതുമല്ലെങ്കിൽ മനസ്സിനകത്തിരുന്നുകൊണ്ട് ആരോ അപ്പു ഉണ്ണിക്കൃഷ്ണ നോട് പലപ്പോഴും പറഞ്ഞുകൊണ്ടേയിരുന്നു. സംഭവിക്കേണ്ടതെല്ലാം അതാത് സമയങ്ങളിൽ സംഭവിച്ചേ തീരു അപ്പു ഉണ്ണിക്കൃഷ്ണാ.....

ശരി! സംഭവിച്ചുതന്നെ തീരട്ടേ.... അപ്പു ഉണ്ണിക്കൃഷ്ണൻ പിന്നെപ്പിന്നെ അതു കേൾക്കുമ്പോൾ ചിരിച്ചുകൊണ്ട് മൗനമായി പറയും. ചില സമ യത്ത് ശബ്ദം ഉയർത്തിയും പറയും. അപ്പോൾ കുറച്ച് പൂമ്പാറ്റകൾ മുകളിലേയ്ക്ക് പറന്നുയർന്ന് ആകാശത്തെ മഴവില്ലിലേയ്ക്കെത്തിച്ചേ രുന്നതായി അപ്പുവിനു തോന്നും!

സംഭവിക്കേണ്ടതെല്ലാം അതാത് സമയങ്ങളിൽ സംഭവിക്കുക തന്നെയാണ്! അതുകൊണ്ടാണ് ഇപ്പോൾ അപ്പു ഭദ്രത്തമ്പുരാട്ടിയെ ഓർക്കുന്നത്. ഒപ്പം ഭദ്രത്തമ്പുരാട്ടിയുടെ ഭർത്താവ് ജഗദീശവർമ്മയെ ഓർക്കുന്നത്!

ഭദ്രത്തമ്പുരാട്ടിയെ അപ്പു ആദരിക്കുകയും ആരാധിക്കുകയും ചെയ്തു! അവരെ കാണുമ്പോഴെല്ലാം ആകാശത്തെ മിന്നൽപ്പിണർ ജീവൻവെച്ച് ഭൂമിയിലൂടെ നടന്നുപോകുന്നുവെന്ന് അവൻ സങ്കല്പിപ്പിച്ചു.പലപ്പോഴും എല്ലാം മറന്ന് സ്വയം മറന്ന് വിസ്മയത്തോടെ ഭദ്രത്തമ്പുരാട്ടിയെ നോക്കി അപ്പു ഉണ്ണിക്കൃഷ്ണൻ നിശ്ചലനായി നിന്നു. ഭദ്രയും അതേ രീതിയിൽ അപ്പുവിനെ നോക്കുമായിരുന്നു. അപ്പോഴെല്ലാംഅവളുടെ ചുണ്ടിൽ ഒരു ഗൂഢസ്മിതം ഒളിച്ചിരുന്നു. രണ്ടുപേരുടെയും ആ നോട്ടം കണ്ടുകണ്ട്

മടുത്താണ് ജഗദീശവർമ്മ അപ്പുവിനെ അപമാനിച്ചത്! ആ അപമാനത്തിന്റെ തിളച്ച വെള്ളം വീണ് അവന്റെ മനസ്സ് പൊള്ളി! അപമാനത്തിന്റെ പാതാളക്കുഴിയിലേയ്ക്ക് ജഗദീശവർമ്മ അപ്പുവിനെ ചവിട്ടിത്താഴ്ത്തി. അതും അപ്പു പഠിച്ച ഹൈസ്കൂളിന്റെ മുന്നിൽവെച്ച്, അവന്റെ അദ്ധ്യാപകരുടെയും കൂട്ടുകാരുടെയും മുന്നിൽവെച്ച്,...

ആ അപമാനത്തിന് അപ്പു ഉണ്ണിക്കൃഷ്ണൻ പകരംവീട്ടും. അതവൻ മനസ്സിൽ നിശ്ചയിച്ചുറച്ചു.എങ്ങനെ പകരംവീട്ടും? ''ഞാൻ ഭദ്രതമ്പുരാട്ടിയെ ബലാത്സംഗം ചെയ്യും!'' അപ്പു സ്വയം പറഞ്ഞു. ''ഒരു രാത്രി മുഴുവൻ അവരെ ഞാൻ ക്രൂരമായി അനുഭവിക്കും! അങ്ങനെ ഞാൻ എനിക്കു നേരിട്ട അപമാനത്തെ മറികടക്കും.''അവൻ തീരുമാനിച്ചുറച്ചു.

അപ്പോൾ സമയം വൈകുന്നേരം നാലുമണി ആവുകയായിരുന്നു. ജഗദീശവർമ്മയോടുള്ള കടുത്ത വൈരാഗ്യംകൊണ്ടാണ് അപ്പു ഇങ്ങനെ കടുപ്പമേറിയ ഒരു സാഹസികതിരുമാനമെടുക്കുന്നത്. അപ്പു ഉണ്ണിക്കൃഷ്ണന് സ്ത്രീകളോടാദരവായിരുന്നു. അവൻ ഒരനാവശ്യവാക്കുപോലും സ്ത്രീകളോട് പറഞ്ഞിട്ടില്ല, തെറ്റായിട്ടവൻ നോക്കുകപോലുമില്ല! ഇങ്ങോട്ട് കാമവും സ്നേഹവുമായി വരുന്ന സ്ത്രീയോട് മാത്രമാണ് അവൻ ലൈംഗികമായി ഇടപെടുന്നത്. മറ്റുള്ള സ്ത്രീകളോടെല്ലാം അവൻ ആദരവിന്റെ അകലം പാലിച്ചു,

പക്ഷേ, ഇപ്പോൾ ആദ്യമായി, ജീവിതത്തിലാദ്യമായി ഒരു സ്ത്രീയെ ബലാത്സംഗം ചെയ്യുവാൻ അപ്പു തീരുമാനിച്ചിരിക്കുന്നു. സത്യമായും ഭദ്രത്തമ്പുരാട്ടിയുടെ ഭർത്താവ് ജഗദീശ വർമ്മയോടുള്ള കടുത്ത വൈരാഗ്യം കൊണ്ടാണ് അപ്പു ഇങ്ങനെ കടുപ്പമേറിയ ഒരു സാഹസികതീരുമാനമെടുക്കുന്നത്, അപ്പു ഉണ്ണിക്കൃഷ്ണൻ ഒരു തീരുമാനമെടുത്താൽ അതവൻ നടത്തിയിരിക്കും. വളരെ കൊച്ചുന്നാൾതൊട്ടുള്ള അപ്പുവിന്റെ സ്വഭാവരീതിയായിരുന്നു അത്!

വാശിക്കാരനുമായിരുന്നു അവൻ. അതുകൊണ്ടാണ് അപ്പു ഏഴാം ക്ലാസ്സ് പാസ്സായി നില്ക്കുന്ന ഒരവധിക്കാലത്ത് നാടുവിട്ടുപോയത്. അന്നവന് പതിമൂന്നു വയസ്സാണ് പ്രായം! അഞ്ചുവർഷക്കാലം നാട് ചുറ്റി പതിനെട്ടുവയസ്സാകാറായപ്പോൾ അവൻ തിരിച്ചെത്തി!

''നീ എന്തെല്ലാം കണ്ടു മകനേ?'' തിരിച്ചുവന്നപ്പോൾ ഗ്രാമം അവനോട് ചോദിച്ചു. വാത്സല്യത്തോടെ ഗ്രാമം അവനെ തലോടി. ''ഞാനൊത്തിരി ജീവിതം കണ്ടു.'' ഒരു പക്വമതിയെപ്പോലെ അപ്പു ഗ്രാമത്തോട് പറഞ്ഞു. ''പണക്കാരെയും പാവങ്ങളെയും കണ്ടു. വലിയ നഗരത്തിലും വനത്തിലെ ആദിവാസികളെപ്പോലെ ജീവിക്കുന്നവരെ കണ്ടു. വേശ്യാവൃത്തിക്ക് സ്വന്തം അമ്മയെ കൂട്ടിക്കൊടുക്കുന്ന മക്കളേപ്പോലും ഞാൻ കണ്ടു!''

അപ്പു ഇതെല്ലാം നിർവികാരമായിട്ടാണ് പറഞ്ഞത്, എല്ലാം കേട്ട് ഗ്രാമത്തിലെ പുഴയും അവന്റെ ചക്കരമാവും അത്ഭുതത്തോടെയും അമ്പരപ്പോടെയും അവനെ നോക്കി പതുക്കെ പുഞ്ചിരിച്ചു. ഒത്തിരിയൊത്തിരി പ്രത്യേകതകളുള്ള ഞങ്ങളുടെ കൊച്ചുചെറുപ്പക്കാരനാണിവൻ, ഗ്രാമം അഭിമാനത്തോടെ പറഞ്ഞു, ഞങ്ങളുടെ അപ്പു ഉണ്ണിക്കൃഷ്ണൻ. അമ്പാടിക്കണ്ണൻ, സ്ത്രീകൾ കൊതിക്കുന്നവൻ, ഞങ്ങളുടെ പ്രിയപുത്രൻ!

നാടുവിട്ടശേഷം തിരിച്ചെത്തിയ അപ്പു ഉണ്ണിക്കൃഷ്ണൻ ഒത്ത ചെറുപ്പക്കാരനായി മാറിയിരുന്നു. പതിനെട്ടു വയസ്സായ അവൻ ഒത്ത യുവാവായിത്തീർന്നു. പലരും മുഖമുയർത്തിയാണ് അവനോട് സംസാരിച്ചത്. പക്ഷേ, അവൻ എല്ലാവരുടെ മുമ്പിലും തല കുനിച്ചു നിന്നു.

ഗ്രാമത്തിലെ കവലയിലായിരുന്നു വായനശാല. കൊച്ചുന്നാൾ തൊട്ട് അവൻ വായനശാലയിൽ പോകുമായിരുന്നു. നാടുവിടുംവരെ അവൻ വായനശാലയിൽ പോയി മലയാളപത്രങ്ങളുടെ കുടെ ഇംഗ്ലിഷ്പത്രവും അവൻ കൊച്ചിലെതൊട്ടുതന്നെ, മനസ്സിലായാലും ഇല്ലെങ്കിലും വായിച്ചു. വാരികകൾ വായിച്ചു. നടുവിടുന്നതിനുമുമ്പുതന്നെ അവന് ഇംഗ്ലീഷ് മനസ്സിലാകുമായിരുന്നു.

ഏഴാംക്ലാസ്സ് പാസ്സായി നാടുവിട്ട അപ്പു ഉണ്ണിക്കൃഷ്ണൻ വർഷങ്ങൾക്കുശേഷം സ്കൂൾ തുറക്കുന്ന സമയത്തിനുമുമ്പ് തിരിച്ചെത്തി. വന്നയുടൻ അവൻ ഹൈസ്കൂളിൽ പഠിക്കാൻ ചേർന്നു.

ഗ്രാമത്തിലെ കാർത്ത്യായനിവിലാസം ഗ്രന്ഥശാല എന്നും രാവിലെ ഏഴുമണിയാകുമ്പോൾ തുറക്കുകയും രാത്രി എട്ടരമണിക്ക് അടയ്ക്കുകയും ചെയ്തു. ധാരാളം ആൾക്കാർ പത്രം വായിക്കുവാൻ രാവിലെ തൊട്ട് അവിടെ പതിവായി വരുമായിരുന്നു. അഞ്ച് മലയാളം പത്രങ്ങളും രണ്ട് ഇംഗ്ലീഷ് പത്രവും അനേകം വാരികകളും വായനശാലയിൽ വരുത്തിയിരുന്നു.

വായനശാലയുടെ അകത്തേ മുറിയിൽ പതിനായിരക്കണക്കിന് പുസ്തകങ്ങൾ ഭംഗിയായി അടുക്കിവെച്ചിരുന്നു. വൈകുന്നേരം അഞ്ചുമണി തൊട്ടായിരുന്നു പുസ്തകവിതരണം. നാട്ടുകാർ, പ്രത്യേകിച്ച് ചെറുപ്പക്കാർ വായനശാലയിൽ പുസ്തകമെടുക്കാനായി വന്നുചേർന്നു. പുസ്തകങ്ങൾ വീടുകളിലെത്തുമ്പോൾ സ്ത്രീകളും വായിച്ചു. പട്ടണമായി പരിവർത്തനം ചെയ്തുകഴിഞ്ഞിരുന്ന ആ ഗ്രാമത്തിലെ ഭൂരിപക്ഷമാൾക്കാരും ആണും പെണ്ണുമടക്കം ടി.വി.യിലെ സീരിയലുകൾ കാണാതായി. വാർത്തകൾ കേൾക്കാനും പാട്ടാസ്വദിക്കാനും നല്ല സിനിമകൾ കാണാനും മാത്രം അവർ ടി.വി. തുറന്നു. ബാക്കിയുള്ള ഒഴിവുസമയങ്ങളിലും രാത്രിവേളകളിലും പുസ്തകങ്ങളിലെ ജിവിതത്തിന്റെ അത്ഭുതപ്രപഞ്ചത്തിലേയ്ക്ക് അവരെല്ലാം നഗ്നപാദരായി നടന്നു കയറി.

നാട്ടിൽ തിരിച്ചെത്തി, ഹൈസ്കൂളിൽ ചേർന്ന് ഒരാഴ്ച കഴിഞ്ഞപ്പോൾ അപ്പു വായനശാലയിൽ അംഗത്വമെടുത്തു. വായന പെട്ടെന്ന് അവന് ലഹരിയായി മാറി. ഇംഗ്ലീഷ് പുസ്തകങ്ങൾ കുറവായിരുന്നു വായന ശാലയിൽ. ഉള്ളതിൽ നല്ലതെല്ലാം അവൻ വായിച്ചു. ദീർഘവർഷങ്ങളിലെ, അതും കൊച്ചുപ്രായത്തിലെ, അലഞ്ഞുതിരിയലിനുശേഷം നാട്ടിലെത്തിയ അപ്പു പഠിക്കാൻ ചേർന്ന ദിവസംതൊട്ട് ജീവിതത്തെ സ്വയം ക്രമീക രിച്ചു. ഇടയ്ക്കിടയ്ക്ക് അലഞ്ഞുതിരിഞ്ഞുകൊണ്ട് നടന്ന ആ ജീവിത കാലത്തെ സുഖവും പ്രത്യേകതയും അപ്പുവിനെ ഇടയ്ക്കൊക്കെ ഉലച്ചു കൊണ്ടിരുന്നു. വീണ്ടും ഒരിക്കൽക്കൂടി കേരളം വിട്ടൊരു യാത്രയ്ക്ക് അവൻ അറിയാതെ കൊതിക്കുകയും ചെയ്തു. പക്ഷേ, ആ പ്രലോഭന ത്തെ അവൻ സ്വയമടക്കി. എന്നും രാവിലെ അവൻ ഓടുവാൻ പോയി, തിരിച്ചുവന്നിട്ട് വായനശാലയിൽ കയറി പത്രങ്ങൾ വായിച്ചു. വൈകിട്ട് ജിംനാഷ്യത്തിലും കരാട്ടെ ക്ലാസ്സിലും പോയി.

ഇതൊക്കെ അപ്പു സ്വയം തോന്നി ചെയ്യുന്നതാണ്. ജീവിതത്തിലെ എല്ലാ കാര്യങ്ങളും കൊച്ചിലേതന്നെ അവൻ സ്വയം തീരുമാനിക്കുകയും സ്വയം നടപ്പിലാക്കുകയും ചെയ്തു.

അതിനൊക്കെ വേണ്ടുന്ന എല്ലാ പണവും അപ്പു ഉണ്ണിക്കൃഷ്ണൻ ആവശ്യപ്പെടുന്ന സമയത്ത് അവന്റെ അച്ഛനമ്മമാർ കൊടുക്കണമാ യിരുന്നു. ഒരു മണിക്കൂർ പോലും തെറ്റുവാൻ പാടില്ല.

നാടുവിട്ടു പോകുന്നതിനുമുമ്പും തിരിച്ചുവന്നതിനുശേഷവും അവന്റെ സ്വഭാവത്തിന് മാറ്റമേ ഉണ്ടായില്ല.

അവനെന്താവശ്യം വന്നാലും അതുടൻതന്നെ സാധിച്ചുകിട്ടണം. അറിയാതെങ്ങാനും സാധിക്കാതെ വന്നാൽ അപ്പുവിന്റെ സ്വഭാവം മാറു മായിരുന്നു. ചിന്തിക്കാൻപോലും വയ്യാത്ത രീതിയിൽ അവൻ എല്ലാം തകിടം മറിച്ചു കളയും.

അതുകൊണ്ടുതന്നെ അവന്റെ ആവശ്യങ്ങൾക്കുള്ള പണമെല്ലാം പറയുന്ന സമയത്തുതന്നെ അച്ഛനും അമ്മയുംകൂടി ഉണ്ടാക്കികൊടുത്തു. അവരങ്ങനെ ചെയ്യുന്നതു കാണുമ്പോൾ പാവങ്ങൾ എന്ന് ദൈവം പതുക്കെ പറഞ്ഞത് ആരും കേട്ടതുമില്ല.

ഗ്രാമത്തിലെ വായനശാലയുടെ എതിർവശത്ത് വളരെ വൃത്തിയുള്ള ഒരു ചായക്കടയുണ്ടായിരുന്നു. വായനശാലയുടെ ക്രമമനുസരിച്ച് ചായക്കട തുറക്കുകയും അടയ്ക്കുകയും ചെയ്തു.

നാട്ടിൽനിന്നും ഒരു പ്രണയപരാജയത്തെത്തുടർന്ന് നാടുവിട്ട രാമൻ കുറച്ചു വർഷങ്ങൾക്കുശേഷം തിരിച്ചെത്തി തുടങ്ങിയതാണ് ചായക്കട.

ചായക്കടയുടെ പുറകിലുള്ള വീട്ടിൽ അവർ താമസിച്ചു. രാമന്റെ സ്വന്തം വീടായിരുന്നു അത്.

രാമൻ നാടുവിട്ടുപോകുമ്പോൾ അവന്റെ അമ്മ വീട്ടിലുണ്ടായിരുന്നു. വീടിനു മുമ്പിൽ അമ്മ നടത്തിയിരുന്ന മുറുക്കാൻ കടയാണ് രാമൻ ചായക്കടയാക്കിയത്.

രാമനെ കാത്തിരിക്കയായിരുന്നു അമ്മ. മകൻ വന്ന് ഒരു മാസത്തിനകം അമ്മ മരിച്ചു.

''നീ ആ മുറുക്കാൻകട മാറ്റി അവിടെ ചായക്കട നടത്തണം.'' മരിക്കും മുമ്പ് അമ്മ പറഞ്ഞു.

''നടത്താം അമ്മാ.'' മകൻ വാക്കു നല്കുകയും പാലിക്കുകയും ചെയ്തു. അങ്ങനെ ചായക്കട തുടങ്ങി.

രാമൻ നാട്ടിൽ തിരിച്ചെത്തിയത് ഒറ്റയ്ക്കായിരുന്നില്ല. ഒരു പെണ്ണുമായിട്ടാണ് വന്നത്. വെറും പെണ്ണല്ല. രാമന്റെ ഭാര്യയായിരുന്നു അത്.

അതിസുന്ദരിയായ ഉത്തരേന്ത്യൻ യുവതി. അവളെ കണ്ടയുടനെ തീക്കോയികണാരൻ ചോദിച്ചു, ''എന്താ പേര്?''

ക്യാ?' അവൾ ചിരിച്ചു.

''കുന്തം!' തീക്കോയികണാരൻ അവളെ നിശ്ശബ്ദനായി തെല്ലുനേരം നോക്കിനിന്നു. പിന്നെ ചിരിച്ചു. പിന്നെ പറഞ്ഞു,''നിങ്ങടെ പേര് സീത.''അങ്ങനെ അവൾ സീതയായി, നാട്ടുകാർക്കെല്ലാം അവൾ സീതയായി മാറി.

രാമനും സീതയും!

രാമൻ അവളെ 'മുന്നി' എന്നാണ് വിളിച്ചിരുന്നത്. നാട്ടുകാർ സീത എന്നു വിളി തുടങ്ങിയപ്പോൾ അയാളും അവളെ സീതയാക്കി.

''സീഥാ!'' അവളെ നാട്ടുകാർ സീതേ എന്ന് വിളിക്കുമ്പോൾ ആദ്യമാദ്യം ആ പേര് സ്വയം പറഞ്ഞ് അവൾ ചിരിക്കുമായിരുന്നു. 'സീഥാ!'

''ഠീക്കേ! ലേക്കിൻ രാവണൻ വരില്ലല്ലോ'' അവൾ ഭർത്താവിനോടു പോദിച്ചു.

''നഹീ'' രാമൻ പറഞ്ഞു. ''വരില്ല! വന്നാൽ തന്നെ നമുക്കവനെ കൊല്ലാം.!''

''അച്ചാ!'' അവസാനം അവളും സമ്മതിച്ചു. ''മേം സീഥാ ഹും!''

കട തുറന്നാൽ അടയ്ക്കുംവരെ സീതയാണ് 'ക്യാഷിൽ' ഇരുന്നത്. അവൾ കടുംനിറത്തിലുള്ള ടൈറ്റ് ടീ ഷർട്ടും ജീൻസും എന്നും ധരിച്ചു. ജിൻസിന്റെയും ടൈറ്റ് ടീഷർട്ടിന്റെയും ഉള്ളിൽ അവളുടെ യൗവനം തുള്ളിത്തുളുമ്പി. അവൾ നടക്കുമ്പോൾ നിതംബവും മാറിടവും കാബറെ കളിച്ചു. ചായക്കടയിൽനിന്നും എപ്പോഴും നല്ല സ്വാദുള്ള ഭക്ഷണം ലഭിച്ചുപോന്നു. ചൂടുദോശ, നല്ല ചട്ണി, ഏത്തയ്ക്കാപ്പം. പരിപ്പുവട, അല്ലെങ്കിൽ നെയ്യപ്പവും ഉഴുന്നുവടയും. അതുമല്ലെങ്കിൽ ഉള്ളിവടയും സുഖിയനും, അങ്ങനെ...

ഈ പലഹാരങ്ങളെല്ലാം എപ്പോഴും ചൂടോടെ കഴിക്കാൻ കിട്ടിയിരുന്നു. അതെല്ലാവർക്കും ഒരത്ഭുതവുമായിരുന്നു.

''ആ വടക്കൻപ്പെണ്ണിന്റെ യൗവനത്തിന്റെ ചൂടുകൊണ്ടാ എപ്പോഴും പലഹാരങ്ങൾക്കും ചൂട് കിട്ടുന്നത്!'' സ്വാമി ഹരിഹരൻപിള്ള എപ്പോഴും ഇങ്ങനെ പറഞ്ഞു നടന്ന് മറ്റുള്ളവരെ ചിരിപ്പിക്കുകയും ചിന്തിപ്പിക്കുകയും ചെയ്തു. സീത പണം മേടിക്കാൻ കസേരയിലിരിക്കുമ്പോൾ മാറിടത്തിന്റെ വിടവ് കാണാമായിരുന്നു. കവിഞ്ഞൊഴുകുന്ന സൗന്ദര്യമായിരുന്നു അവളുടെ മുഖത്തിന്.

കടയിൽ ഭക്ഷണം കഴിക്കുവാൻ വരുന്നവരെല്ലാം അവളുടെ പരിചയക്കാരായിമാറി. വൃദ്ധന്മാർതൊട്ട് പയ്യന്മാർവരെ അവളെ കണ്ണുകൾകൊണ്ട് ഭക്ഷിച്ചു, കാപ്പിയുടെയും പലഹാരത്തിന്റെയും ഒപ്പം അതും...

തുറിച്ചുനോട്ടക്കാർക്ക് ശരിക്കും കാണുവാനായി ചിലപ്പോഴവൾ 'അഡ്ജസ്റ്റ്മെന്റ്' ചെയ്ത് ഇരിക്കുകയും ചെയ്തു. എന്നും ഒത്തിരി ആൾക്കാർ വന്നുകൊള്ളട്ടെ, എല്ലാവരും കാണട്ടെ, എല്ലാവരും കാപ്പിയും പലഹാരവും കഴിക്കട്ടെ, ധാരാളം പണവും തരട്ടെ! ഹം കോ ക്യാ ഹോത്താ?

അവൾ എല്ലാവരോടും ചിരിച്ചുകുഴഞ്ഞു. അപ്പോൾ അവളുടെ മുഖത്തെ പൗർണമിപ്പൂനിലാവ് കൂടുതൽ തെളിഞ്ഞു. മഞ്ഞണിപ്പുനിലാവ് അവളുടെ ഉടലിൽ മഞ്ഞളരച്ചുവെച്ച് പിന്നെ തുടരെത്തുടരെ നീരാടുകയും ചെയ്തു.

സീതയുടെ ഭർത്താവ് രാമനായിരുന്നു കടയിലെ സപ്ലേയർ. ചായയും കാപ്പിയും തയ്യാറാക്കിയിരുന്നത് ഖാദറുകാക്കയായിരുന്നു. ആറുമുഖൻ നായർ എന്ന ഒരറുപതുകാരൻ കന്യാകുമാരിക്കാരൻ പാചകം ചെയ്തു. സ്പെഷ്യൽ പലഹാരക്കാരനായിരുന്നു അയാൾ. നാട്ടുകാരായ രണ്ടു സ്ത്രീകൾ അടുക്കളയിലെ സഹായികളുമായി. എല്ലാം ഭദ്രം!

കടയിൽ വാഴയുടെ തളിരിലയിലാണ് പലഹാരങ്ങൾ വിളമ്പിയിരുന്നത്. നല്ല വൃത്തിയും വളരെ രുചിയുമുള്ള ഭക്ഷണം. അയൽപക്കത്തുള്ള ചെറിയ പട്ടണങ്ങളിൽ നിന്നും തൊണ്ണൂറാം പാടശേഖരത്തിന്റെ അക്കരെ നിന്നുമൊക്കെ ആൾക്കാർ ഭക്ഷണം കഴിക്കാനെത്തി.

ഭക്ഷണവും സീതയും ഒരേപോലെ എല്ലാവരേയും ആകർഷിച്ചു. അവരെല്ലാവരും സീതയുടെ മാറിടത്തിന്റെ വിടവിലേയ്ക്ക് നോക്കി കൊതിയടക്കി. പുറമേയുള്ള കാഴ്ചയ്ക്ക് ഇത്രയും ഭംഗിയെങ്കിൽ ഇവളുടെ നഗ്നശരീരം എങ്ങനെയുണ്ടാകും, ഇവളുടെ ശരീരവടിവുകൾ എങ്ങനെയായിരിക്കും എന്നെല്ലാമോർത്ത് അവർക്കെല്ലാം ശ്വാസംമുട്ടി.! സീതയുടെ ഉടലും മുഖവും ഒരു നിമിഷാർദ്ധനേരത്തേയ്ക്കുപോലും ശ്രദ്ധിക്കാത്ത ഒരേയൊരു ചെറുപ്പക്കാരനായിരുന്നു അപ്പുണ്ണി.

ആ ഒരൊറ്റ കാരണംകൊണ്ട് സീതയ്ക്ക് ആ കൊച്ചു ചെറുപ്പക്കാരനോ

ട് ഇഷ്ടം തോന്നി. അവളുടെ ഒരു പ്രത്യേകതയായിരുന്നു അത്. തന്നെ ശ്രദ്ധിക്കാത്തവരെ അവൾ ശ്രദ്ധിച്ചു. അവരെ സ്നേഹിക്കുകയും ചെയ്തു. അങ്ങനെയാണ് രാമനെ സീത ശ്രദ്ധിച്ചതും സ്നേഹിച്ചതും വിവാഹം കഴിച്ചതും!

സീതയ്ക്ക് അപ്പുവിനോട് ഇപ്പോൾ വെറും ഇഷ്ടമല്ല സ്നേഹമാണ്! വെറും സ്നേഹമല്ല പ്രേമമാണ്. മനസ്സിൽ മലരായി വിരിഞ്ഞ മാദകസ്നേഹം അപ്പുവിനോട് പ്രകടിപ്പിക്കാൻ അവൾ ആവുന്നത്ര ശ്രമിച്ചു. അവനെ ആകർഷിക്കുവാനുള്ള എല്ലാ അടവുകളും അവൾ പയറ്റി. പക്ഷേ, അപ്പു സീതയെ ശ്രദ്ധിച്ചതേയില്ല. കൊച്ചിലേ നടത്തിയ യാത്രകളിലൊന്നും ഒരു കൊച്ചു ചെറുപ്പക്കാരിയെപ്പോലും അവൻ വേറൊരു രീതിയിൽ നോക്കിയിട്ടില്ല. പ്രകൃതിയും ഭക്ഷണവും ഗുരുനാഥന്മാരുമൊക്കെയായി ആ യാത്രകൾ അവനെ സംതൃപ്തനാക്കി. അപ്പു ഉണ്ണിക്കൃഷ്ണൻ ഇപ്പോൾ തിരിച്ചുവന്നിട്ട് ഒരു വർഷം കഴിഞ്ഞു. ഒരു ക്ലാസ്സിലെ പഠിത്തം അവസാനിച്ചു. അവനിനി ഒൻപതിലേയ്ക്കാണ്. ഒരൊത്ത പുരുഷൻ ഒമ്പതിൽ പഠിക്കാൻ പോകുന്നു. സീതയ്ക്ക് അപ്പുവിനോട് കാമം വർദ്ധിക്കുകയാണ്. രാമനെ അവൾക്കിഷ്ടമാണ്. ബഹുമാനവുമാണ്. പക്ഷേ, അപ്പു...

പെട്ടെന്ന് അപ്പുവിന്റെ ജീവിതത്തിൽ ഒരു വഴി പ്രത്യേക മലയിലേയ്ക്ക് കയറിപ്പോയി. ആ പ്രത്യേക മലയിൽ ഒരു സ്ത്രീ ഉണ്ടായിരുന്നു. അവന്റെ മനസ്സിൽ അവന്റെ ഇന്ദ്രിയങ്ങളിൽ ആ സ്ത്രി തീജ്വാലകൾ കൊളുത്തി. അവൻ ആദ്യമായി സ്ത്രീയെ അറിയുവാൻ തുടങ്ങി,അപ്പു ഉണ്ണിക്കൃഷ്ണാ ആരായിരുന്നു ആ സ്ത്രീ?

രണ്ട്

ഓമനഛുഞ്ഞമ്മയായിരുന്നു അത്. ഓമനക്കുഞ്ഞമ്മ അപ്പുവിന്റെ അയൽപക്കത്തെ രണ്ടുനില മാളികയിൽ താമസിച്ചു. വളരെ വർഷങ്ങൾക്കു മുമ്പ് പണിതീർത്ത വീടാണ്. പക്ഷേ, ഏതുകാലത്തും നൂതനമായ അവസ്ഥയിൽ നിലനില്ക്കുന്ന രീതിയിലായിരുന്നു ആ വീടിന്റെ നിർമാണഘടന. അവരിപ്പോൾ സ്വന്തം വീട്ടിൽ അച്ഛനോടും അമ്മയോടും ഒപ്പം താമസിച്ചുവരുന്നു. ഒന്നര വർഷമായി!

ഓമനക്കുഞ്ഞമ്മ വിവാഹിതയാണ്. ഇരുപതാമത്തെ വയസ്സിൽ അവരുടെ വിവാഹം നടന്നു. കോളേജ് പഠിത്തം തീരുന്നതിനു മുമ്പുതന്നെ അവരുടെ വിവാഹം നടത്തേണ്ടിവന്നു. മിലിട്ടറിയിലെ ഉയർന്ന ഉദ്യോഗസ്ഥനായിരുന്നു വരൻ. ഭർത്താവുമൊത്ത് എട്ടുവർഷക്കാലത്തോളം അവർ വടക്കേയിന്ത്യയിൽ പല സ്ഥലത്തും താമസിച്ചു. അതിനു ശേഷമാണ് അവർ സന്തം വീട്ടിലേയ്ക്ക് വന്നത്. ഇപ്പോൾ ഭർത്താവ്

കാശ്മീരിലാണ്. രാജീവ് മേനോക്കിയാണ് അവരുടെ ഭർത്താവ്. പട്ടാമ്പിക്കാരൻ. ഭർത്താവിന്റെ സ്വന്തക്കാരാരും പട്ടാമ്പിയിലില്ലാത്തതിനാലാണ് ഓമനക്കുഞ്ഞമ്മ സ്വന്തം വീട്ടിലേയ്ക്ക് പോന്നത്. വിവാഹം കഴിഞ്ഞ് പതിനൊന്നുവർഷം ആകാറായിട്ടും ഓമനക്കുഞ്ഞമ്മ ഗർഭിണിയായില്ല. എന്നാൽ ഓരോ വർഷം കഴിയുന്തോറും അവരുടെ സൗന്ദര്യവും ഐശ്വര്യവും വർദ്ധിച്ചുവന്നു.

പഠിച്ചുകൊണ്ടിരിക്കുമ്പോൾ ഹൈസ്കൂൾ പഠനത്തിലേക്ക് പ്രവേശിക്കുന്ന കാലത്തുതന്നെ അവർ പല പ്രേമബന്ധങ്ങളിലും അകപ്പെട്ടിരുന്നു. കോളജിൽ എത്തിയപ്പോഴേക്കും അത് തീവ്രമായി. സമ്പന്നയും അതിസുന്ദരിയുമായ ഓമനക്കുഞ്ഞമ്മയ്ക്ക് ഒരേ സമയം മൂന്ന് കാമുകന്മാർവരെ ഉണ്ടായിരുന്നുവെന്നുള്ളത് കോളജിൽ മാത്രമല്ല നാട്ടിലും പാട്ടായിട്ടൊഴുകിത്തുടങ്ങി. കാമുകന്മാരോടൊത്ത് കുമരകം ടൂറിസ്റ്റ് കേന്ദ്രത്തിലും സിനിമാതിയേറ്ററുകളിലുമൊക്കെ അവൾ കറങ്ങിനടന്നു. പത്താംക്ലാസ്സിൽവെച്ചുതന്നെ അവൾ ലൈംഗികബന്ധത്തിലേർപ്പെട്ടു. സ്കൂളിൽ പുതിയതായി നിയമനം ലഭിച്ചുവന്ന ഇംഗ്ലീഷ് അദ്ധ്യാപകനുമായിട്ടായിരുന്നു ആ അടുപ്പവും ബന്ധപ്പെടലും!

ഈ രീതിയിൽ ഇരുപതുവയസ്സുവരെ പഠിത്തത്തിനിടയിൽ പല ബന്ധങ്ങളിലും അകപ്പെട്ടതിനാലാണ് പഠിത്തം അവസാനിക്കുന്നതിനുമുമ്പുതന്നെ ഓമനക്കുഞ്ഞമ്മയുടെ വിവാഹം നടന്നത്. പക്ഷേ, മകളുടെ സ്വഭാവവൈകല്യം അവളുടെ അച്ഛനും അമ്മയും ഒരിക്കലും വിശ്വസിച്ചതേയില്ല. ആൾക്കാർ വെറുതേ പറഞ്ഞുപരത്തുന്നതാണെന്ന് അവർ തീർത്തും വിശ്വസിക്കുകയും ചെയ്തു. മകൾ ഒരു ചെറിയ തെറ്റുപോലും ജീവിതത്തിൽ ചെയ്യില്ലാ എന്ന് അവർക്ക് ഉറപ്പുണ്ടായിരുന്നു. അവളുടെ ഭർത്താവ് രാജീവ് മേനോക്കി ദീർഘകായനും സുന്ദരനുമായിരുന്നു. രണ്ടുപേരും തമ്മിൽ നല്ല ചേർച്ചയുമായിരുന്നു.

രാജീവ് മേനോക്കി ഭാര്യയുമായി ഹൈദ്രാബാദിലാണെത്തിയത്. മേനോക്കിയുടെ പുതിയ പോസ്റ്റിങ് അവിടെയായിരുന്നു. ഹൈദ്രാബാദിനോട് തൊട്ടുകിടക്കുന്ന ഇരട്ടനഗരമായ സെക്കന്ദരാബാദിലായിരുന്നു ക്യാമ്പ്. അവരുടെ ക്വാർട്ടേഴ്സ് ലാൽബജാർ എന്ന സ്ഥലത്താണ്.

അവിടെച്ചെന്ന് ഒരാഴ്ച കഴിഞ്ഞപ്പോൾ രാജീവ് മേനോക്കി തന്റെ മേലധികാരിയും ചെറുപ്പക്കാരനുമായ സുരേന്ദ്രയാദവിനെ ഭാര്യയ്ക്ക് പരിചയപ്പെടുത്തിക്കൊടുത്തു. ഒറ്റനോട്ടത്തിൽതന്നെ അവരിരുവരും പ്രേമബദ്ധരായിമാറി. സുരേന്ദ്രയാദവിന്റെ ഭാര്യ അമേരിക്കയിലാണ്.

പരിചയപ്പെട്ട് ഒരാഴ്ച കഴിഞ്ഞപ്പോൾ മനോഹരമായ വെളുത്ത കൂർത്തയും പൈജാമയും ധരിച്ച് ഒരു മദ്ധ്യാഹ്നമയക്കസമയത്ത് ബൈക്കിൽ യാദവെത്തി. അയാൾ വീട്ടിൽ കയറിവന്നയുടൻ ഒരക്ഷരം

പോലും സംസാരിക്കാതെ ഓമനക്കുഞ്ഞമ്മ അയാളുടെ മാറിലേക്ക് കുഴഞ്ഞുവീണു.

ഒരിക്കലും ശമിക്കാത്ത കാമത്തിന്റെ ഹിസ്റ്റീരിയാ ബാധിച്ച ആ സുന്ദരിയുമായി ആഴ്ചയിൽ മൂന്നുംനാലും ദിവസങ്ങൾ ആർക്കും സംശയം ഉണ്ടാകാത്ത രീതിയിൽ യാദവ് കാമകേളികളിൽ ഏർപ്പെട്ടു. അയാൾ കാമകലയിൽ വിശാരദനായിരുന്നു. വാത്സ്യായനമഹർഷിയുടെ കാമസൂത്രങ്ങളിൽ പറയുന്ന എല്ലാ അടവുകളും സ്വായത്തമാക്കിയ യാദവ് ഓമനക്കുഞ്ഞമ്മയെ ലൈംഗികതയുടെ ആനന്ദസാഗരത്തിലേയ്ക്ക് ഒഴുക്കിവിട്ടു. വ്യത്യസ്തമായ കാമലീലകൾ യാദവ് ഓമനയെ പഠിപ്പിച്ചു കൊടുത്തു. ദീർഘസുരതം നടത്താനുള്ള കഴിവ് സുരേന്ദ്രയാദവിൽ നിന്നും ഓമനക്കുഞ്ഞമ്മ സ്വായത്തമാക്കി. പൊട്ടിത്തെറിക്കുന്ന ലൈംഗിക സുഖത്തിന്റെ പരകോടിയിൽ അവൾ അമർത്തിയ ശബ്ദത്തിൽ പൊട്ടി ക്കരഞ്ഞു.

രണ്ടുവർഷം കഴിഞ്ഞ് രാജീവ് മേനോക്കിക്ക് സ്ഥലമാറ്റം ലഭിച്ചു. ഭോപ്പാലിലേക്കായിരുന്നു സ്ഥലമാറ്റം. ഭോപ്പാലിലെ ബരാഗാഡിലാ യിരുന്നു സൈനികക്യാമ്പ്. റ്റി.ബി.ഹോസ്പിറ്റൽ ജംഗ്ഷനടുത്തുള്ള ഈ.എം.ഈ.സെന്ററിനപ്പുറത്തായി സ്ഥിതി ചെയ്യുന്ന ഒരൊറ്റ ബംഗ്ലാ വായിരുന്നു രാജിവ് മേനോക്കിക്കനുവദിച്ചിരുന്ന താമസസ്ഥാനം. ബംഗ്ലാ വിന്റെ പുറകിൽ കുന്നായിരുന്നു. കുന്നുകൾ നിരന്നുനിരന്നു കിടന്നു. കുന്നുകൾക്കപ്പുറം കാടാരംഭിച്ചു. കാട്ടിൽനിന്നും മയിലുകൾ രാജീവ് മേനോക്കിയുടെ മുറ്റത്തേക്ക് ചിലപ്പോഴൊക്കെ പറന്നെത്തി.

ഭോപ്പാലിലേയ്ക്ക് പോകുന്നതിന്റെ തലേന്ന് പകലിൽ നഗ്നരായി ആലിംഗനബദ്ധരായി കിടക്കവേ സങ്കടസാഗരം ആർത്തിരമ്പുന്ന മന സ്സോടെ ഓമനക്കുഞ്ഞമ്മ ചോദിച്ചു, ''യാദവി, മേം കൈസാ ജാനാ? അങ്ങയെ കാണാതെ ഞാനെങ്ങനെ ജീവിയ്ക്കും?''

സുരേന്ദയാദവിനെ അവൾ യാദവി എന്നാണ് വിളിച്ചിരുന്നത്. അയാൾ അവളെ തഴുകിക്കൊണ്ടുപറഞ്ഞു. ''ബേബി തും ന രോത്താ! പ്ലീസ്... എന്റെ കഴിവുകൾ നിനക്കറിയില്ലേ? നിങ്ങൾ അവിടെയെത്തി രണ്ടാഴ്ചക്കകം ട്രാൻസ്ഫർ വാങ്ങി ഞാനും അവിടെയെത്തും. അതെ! ഒന്നും പറ്റിയില്ലെങ്കിൽ ഞാൻ പ്രതിരോധമന്ത്രിയെക്കൊണ്ടതു സാധിക്കും. ബിൽക്കുൽ! ദേഖോ ബേബി, അതാണു ഞാൻ! സുരേന്ദ്രയാദവ്''

അങ്ങനെത്തന്നെ നടന്നു. രണ്ടാഴ്ച്ചക്കകം സുരേന്ദ്രയാദവ് ഭോപ്പാ ലിലേക്ക് ട്രാൻസ്ഫറായി. അദ്ദേഹത്തെ കണ്ട് രാജീവ് മേനോക്കി ആദ്യം സല്യൂട്ടടിച്ചു. പിന്നെ അത്ഭുതാഹ്ലാദത്തോടെ ആരും കാണാതെ യാദവിനെ മേനോക്കി ആലിംഗനം ചെയ്തു. അപ്പോൾ സുരേന്ദ്രയാദവ്

മനസ്സിൽ പറഞ്ഞു, പാവം! പിന്നെ അയാൾ മനസ്സിൽ ചിരിച്ചു. ആ ചിരിക്ക് ഒത്തിരി അർത്ഥമുണ്ടായിരുന്നു.

പിറ്റേന്നു മുതൽ സുരേന്ദ്രയാദവ് ഓമനക്കുഞ്ഞമ്മയുടെ അരികിലെത്തി. വീണ്ടും രണ്ടു സാഗരങ്ങൾ സംഗമം തുടങ്ങി. സംഗരവും തുടങ്ങി.

മേനോക്കിയും ഓമനക്കുഞ്ഞമ്മയും എങ്ങോട്ട് പോസ്റ്റിംഗുകിട്ടി പോകുന്നുവോ അങ്ങോട്ടെല്ലാം യാദവും എത്തി. മേനോക്കിക്കും മറ്റുള്ളവർക്കും ഒരു ചെറിയ സംശയം പോലും ഉണ്ടാകാത്ത രീതിയിൽ അവരുടെ കാമോത്സവം നിർബാധം തുടർന്നുകൊണ്ടേയിരുന്നു.

വർഷങ്ങൾ കഴിയുന്നു.

''യാദവി, നീ എനിക്കൊരു കുഞ്ഞിനെ താ... യാദവി നിന്നേപ്പോലെ മിടുക്കനായ ഒരാൺകുട്ടിയെ എനിക്കു താ നിന്റെ മുക്കും കണ്ണുകളും അവനുണ്ടാകട്ടെ! നിന്റെ ദീർഘശരീരം അവനു കിട്ടട്ടേ... എനിക്കൊരു കുഞ്ഞിനെ താ യാദവി, പ്ലീസ്...''

അവൻ യാദവ് അതിനൊരു മറുപടിയും പറഞ്ഞില്ല. അവൾ ഊഷര ഭൂമിയാണെന്ന് യാദവിന് മനസ്സിലായിരുന്നു. പാറപ്പുറത്തു വിത്തിട്ടാൽ മുളയ്ക്കുമോ? എങ്കിലും ഓരോ സംഗമവേളയിലും ഒരു കുഞ്ഞിനുവേണ്ടി അവൾ യാദവിനോട് യാചിച്ചുകൊണ്ടിരുന്നു.

പക്ഷേ, ഭർത്താവിനോട് ഒരിക്കലും ഓമനക്കുഞ്ഞമ്മ ഇങ്ങനെയൊന്നും പറഞ്ഞില്ല. അമ്മയാകുന്നില്ല എന്ന ദു:ഖംപോലും അവൾ ഭർത്താവിനെ അറിയിച്ചതില്ല. അവളയാളെ വളരെയധികം ആത്മാർത്ഥമായി സ്നേഹിക്കുകയും ബഹുമാനിക്കുകയും ചെയ്തു. അയാൾക്ക് ഏറ്റവും നല്ല ആഹാരം അവൾ എപ്പോഴും ഉണ്ടാക്കിക്കൊടുത്തു. രാത്രിയിൽ അയാൾക്കാവശ്യമുള്ളപ്പോഴെല്ലാം അവൾ വഴങ്ങിക്കൊടുത്തു. രാവിലെ എഴുന്നേല്ക്കുമ്പോൾ ഭർത്താവിന്റെ കാലിൽ തൊട്ടവൾ തൊഴുതു. ക്ഷമിക്കണേ ചേട്ടാ! അവൾ മനസ്സിൽ പ്രാർത്ഥിച്ചു. ഭാര്യ കാലിൽ തെട്ടുതൊഴുമ്പോൾ മേനോക്കി മനസ്സിൽ ആനന്ദിച്ചു. മനസ്സിൽ അഭിമാനിച്ചു. ഇങ്ങനെ വേണം ഭാര്യമാർ. കാലം മുന്നോട്ടു പൊയ്ക്കൊണ്ടിരുന്നു. അവൾ അതൊന്നും അറിഞ്ഞില്ല. മഴയും മഞ്ഞും ചൂടും മാറിമാറി വരുന്നതുപോലും അവൾ ശ്രദ്ധിച്ചില്ല.

നല്ല ഭക്ഷണവും സുന്ദരന്മാരായ രണ്ടാണുങ്ങൾ നല്കുന്ന ലൈംഗിക സുഖവും അവളെ തൃപ്തയാക്കി. അവളുടെ സൗന്ദര്യം കൂടിക്കൂടി വന്നു. സൗന്ദര്യം കൊണ്ടവൾ ജ്വലിച്ചു. അവൾ ധാരാളം ഇംഗ്ലീഷ് നോവലുകളും ഹിന്ദി നോവലുകളും വായിച്ചു.

അങ്ങനെ പുഴയൊഴുകുമ്പോൾ ഒരു കരിമ്പാറയിൽ തട്ടി പുഴയുടെ ഒഴുക്ക് നിന്നുപോയി. ആ കരിമ്പാറ സുരേന്ദ്രയാദവിന്റെ ഭാര്യയായിരുന്നു. ഇന്ദ്രാണി യാദവ്. അവൾ അമേരിക്കയിൽ നിന്നും തിരിച്ചുവരുന്നു.

ഓ! വിവരം അറിഞ്ഞ് ഓമനക്കുഞ്ഞമ്മയുടെ ശ്വാസം നിലച്ചുപോയി.

"നീ എന്തിന് വിഷമിക്കണം മേരിജാൻ? അവൾ വന്നാലും നിന്റെയരികിൽ ഇപ്പോൾ വരുന്നതുപോലെ അപ്പോഴും ഞാൻ വരും. വോ മേരാ കസം!"

ഇതെന്റെ സത്യം.....

പക്ഷേ, ആ സത്യം മാഞ്ഞുപോയി. അമേരിക്കയിൽനിന്നും വന്ന ഭാര്യയെ എയർപോർട്ടിൽനിന്നും തിരിച്ചുകൊണ്ടുവരുംവഴി ഒരു കൂറ്റൻ ട്രക്കുമായി കാർ കൂട്ടിയിടിച്ചു.

തീർന്നു! ഡ്രൈവർ ആദ്യം തീർന്നു! പുറകേ ഹോസ്പിറ്റലിലേയ്ക്കു കൊണ്ടുപോകുംവഴി ഇന്ദ്രാണി തീർന്നു.

ഹോസ്പിറ്റലിൽ എത്തിക്കുമ്പോഴും യാദവിന് ബോധമുണ്ടായിരുന്നു. ഡോക്ടർമാരുടെ വലയത്തിൽ കിടക്കയിൽ അയാൾ കിടക്കുന്നു. മിന്നൽ വേഗത്തിൽ ട്രീറ്റ്മെന്റുകൾ ആരംഭിച്ചു. പെട്ടെന്ന് യാദവ് കണ്ണുകൾ തുറന്നു. അയാളുടെ മുഖം ഇപ്പോൾ ശാന്തമായിരുന്നു. വേദനയുടെ ഒരംശംപോലും യാദവിന്റെ മുഖത്ത് കാണുവാനുണ്ടായിരുന്നില്ല. ചുറ്റും നില്ക്കുന്ന ഡോക്ടർമാരുടെ മുഖങ്ങളിലേയ്ക്ക് അയാൾ മാറിമാറി നോക്കി. പെട്ടെന്ന് ഒരു ലേഡിഡോക്ടറുടെ മുഖത്തയാളുടെ കണ്ണുകൾ ഉടക്കി നിന്നു. "യേയ് ബേബി..." ലേഡിഡോക്ടറായിരുന്നില്ല അവിടെ നിന്നിരുന്നത്. അയാൾക്ക് അത് ഓമനക്കുഞ്ഞമ്മയായിരുന്നു. അവരെ നോക്കി അയാൾ പതുക്കെ പറഞ്ഞു, "യേയ് ബേബി, വോ മേരാ കസം."

അതോടെ സുരേന്ദ്രയാദവും തീർന്നു. നില്ക്കുന്ന ഇടംപോലും ശേഷിപ്പിക്കാതെ പുല്ല് മറഞ്ഞുപോകുന്നു. മനുഷ്യനോ?

യാദവ് മരിക്കുമ്പോൾ മാനസികനില തെറ്റിയ ഒരാളെ ഹോസ്പിറ്റലിൽ വരാന്തയിലേയ്ക്ക് വാനിൽ നിന്നിറക്കി. അയാളപ്പോൾ വലിയ ശബ്ദത്തിൽ വളരെ പുരാതനമായ ഒരു സിനിമാഗാനത്തിന്റെ ആദ്യ വരികൾ പാടി.

"മേരാ സാമ്നേ വാലി കിടുക്കീ മേം
ഏക് ചാന്ദ്കി തുക്ക്ടാ രഹ്ത്താ ഹേ!"

എന്റെ അടുത്തുള്ള ജനാലക്കരികിൽ ചന്ദ്രന്റെ ഒരു കീറ് പ്രത്യക്ഷമായിരിക്കുന്നു.

യാദവ് മരിച്ചതറിഞ്ഞ നിമിഷം ഓമനക്കുഞ്ഞമ്മ കുറേനേരത്തേയ്ക്ക് അനക്കമറ്റിരുന്നുപോയി. പിന്നെ സാവധാനം അവളുടെ മനസ്സ് നേരെയായി. പെട്ടെന്നവൾക്കൊരു സമാധാനം വന്നതുപോലനുഭവപ്പെട്ടു.

യുദ്ധവും പിന്നെ സമാധാനവും അനുഭവിച്ച ഒരു രാജ്യംപോലെയായി ത്തീർന്നു അവളുടെ മനസ്സ്. യാദവിന്റെ മരണം അവൾക്കാശ്വാസമായി തോന്നി. തന്നിൽനിന്നും ഒരു ഭാരമെടുത്തുമാറ്റിയതുപോലെ അവൾ ദീർഘമായി ശ്വാസംവിട്ടുകൊണ്ടിരുന്നു. അങ്ങനെ കുറേനേരം അവ

ളിരുന്നു. പിന്നെ പെട്ടെന്നെഴുന്നേറ്റ് ബാത്ത്റൂമിൽ പോയി വലിയ കണ്ണാടിയിൽ മുഖം നോക്കി. എന്നും രാവിലെ കുളിച്ചശേഷം അവൾ മംഗല്യതിലകമണിയുമായിരുന്നു. ഇന്നു രാവിലെയും പതിവുപോലെ നെറ്റിയിലും സീമന്തരേഖയിലും സിന്ദൂരതിലകം ചുവപ്പിന്റെ സൗന്ദര്യ മായും പാതിവ്രത്യത്തിന്റെ അടയാളമായും അവൾ ചാർത്തിയിരുന്നു.

യാദവുമായി ബന്ധത്തിലേർപ്പെടുമ്പോഴെല്ലാം മംഗല്യതിലകം മാഞ്ഞുപോയിരുന്നു. കുളികഴിഞ്ഞു വസ്ത്രം മാറി വരുമ്പോഴെല്ലാം യാദവ് അവളെ വീണ്ടും സിന്ദൂരംകൊണ്ട് മംഗല്യതിലകമണിയിച്ചു. അതൊരു പതിവായിത്തീർന്നു.

പെട്ടെന്നവൾ പൈപ്പിൽ നിന്നും വെള്ളമെടുത്ത് മുഖം കഴുകി തിലകം മായ്ച്ചുകളഞ്ഞു. അപ്പോൾ യാദവിനെ പോസ്റ്റുമോർട്ടം ചെയ്യുകയായി രുന്നു.

പിന്നെ കുളിച്ച് പുതിയ വസ്ത്രങ്ങളുമണിഞ്ഞ് വീണ്ടും നെറ്റിയിലും സീമന്തരേഖയിലും അവൾ കുങ്കുമം തൊട്ടു. പിന്നെ ഒരു ബ്രൂ കോഫി കുടിച്ചുകൊണ്ട് സെറ്റിയിലിരുന്ന് ടി.വി.ഓൺ ചെയ്തു. എച്ച്.ബി.ഒ. യിൽ ഒരിംഗ്ലീഷ് പടം ആരംഭിക്കുകയായിരുന്നു. അന്നാ കരെനീനയായിരുന്നു പടം.

അവൾ പടം തീരുംവരെ കണ്ടുകൊണ്ടേയിരുന്നു. അപ്പോഴേയ്ക്കും യാദവ് അവളുടെ മനസ്സിൽനിന്നും ചിതയിലേയ്ക്ക് പോയ്ക്കഴിഞ്ഞിരുന്നു.

വിവാഹത്തിനുമുമ്പ് ഒത്തിരിയൊത്തിരി കാമുകന്മാരുണ്ടായിരുന്നവ രെ മറന്നതുപോലെ യാദവിനെയും അവൾ മറന്നു. പിന്നെ കുറേ മാസങ്ങൾക്കു ശേഷം രാജീവ് മേനോക്കിക്ക് കാശ്മീർ ഭാഗത്തേയ്ക്ക് പോസ്റ്റി ങ്ങായപ്പോൾ ഓമനക്കുഞ്ഞമ്മ കേരളത്തിലേയ്ക്കു പോന്നു. അച്ഛനോടും അമ്മയോടും ഒപ്പം താമസമാരംഭിച്ചു.

അപ്പോഴാണ് അവൻ, അപ്പു ഉണ്ണിക്കൃഷ്ണൻ ഓമനക്കുഞ്ഞമ്മയുടെ മുമ്പിലേയ്ക്ക് പ്രവേശിച്ചത്!

മൂന്ന്

ഓമനക്കുഞ്ഞമ്മയുടെ അച്ഛൻ റിട്ടയേർഡ് പ്രഫസർ പുരുഷോത്തമൻ മേനോക്കിയും അമ്മ ശ്രീദേവി റിട്ടയേർഡ് ടീച്ചറുമായിരുന്നു.അവ രുടെ മുത്തമകൻ ഭാര്യയും മക്കളുമൊത്ത് തിരുവനന്തപുരത്താണ് താമസം. മകനേയും മരുമകളേയും പേരക്കുട്ടികളെയും കാണുവാൻ പുരുഷോത്തമൻ മേനോക്കിയും ശ്രീദേവിക്കുഞ്ഞമ്മയും പോകുമ്പോൾ ഓമനക്കുഞ്ഞമ്മ വീട്ടിൽ ഏകയായി. അച്ഛനും അമ്മയും നാലും അഞ്ചും ദിവസങ്ങൾ കഴിഞ്ഞാണ് തിരിച്ചുവരുന്നത്. വീട്ടിൽ മദ്ധ്യവയസ്കകളായ രണ്ട് സുന്ദരിമാർ വേലക്കാരായിട്ടുണ്ടായിരുന്നു. അവർ വേലക്കാർക്കുള്ള

മുറിയിൽ രാത്രികളിൽ താമസിച്ചു. കൂറ്റനൊരു നായയുമുണ്ടായിരുന്നു. എങ്കിലും അച്ഛനും അമ്മയും ഇല്ലാത്ത രാത്രികളിൽ വീട്ടിൽ നാട്ടിലുള്ള ഒരു പയ്യൻ കൂട്ടിനുണ്ടാവുന്നത് നല്ലതാണെന്ന ഒരഭിപ്രായം എല്ലാവർക്കും ഉണ്ടായി.

ഓമനക്കുഞ്ഞമ്മയുടെ വല്യേട്ടനായിരുന്നു തിരുവനന്തപുരത്ത് താമസിച്ചിരുന്നത്. അദ്ദേഹം ഇങ്ങോട്ടുവരികയോ ഓമനക്കുഞ്ഞമ്മ അങ്ങോട്ട് പോവുകയോ ചെയ്തിരുന്നില്ല. വർഷങ്ങൾക്കു മുമ്പുണ്ടായ ഒരു വലിയ വഴക്കോടെ ചേട്ടനും അനിയത്തിയും രണ്ടു ഭൂഖണ്ഡങ്ങളിൽ താമസിക്കുന്നതുപോലെ ആയിപ്പോയി. അകന്നുപോയി.

''നമ്മൾ തിരുവനന്തപുരത്തു പോകുമ്പോൾ ഇവിടെ കൂട്ടിനു കിടക്കാൻ പറ്റിയ ഒരാൺകുട്ടിയുണ്ട്.'' ഓമനക്കുഞ്ഞമ്മയുടെ അച്ഛൻ പറഞ്ഞു. ''എട്ടിലോ ഒമ്പതിലോ മറ്റോ പഠിക്കുകയാണെന്നു തോന്നുന്നു.''

''അതാരാണച്ഛാ?'' ഓമനക്കുഞ്ഞമ്മ ചോദിച്ചു.

''നീ അവനെ അറിയും ശ്രീദേവി.''

പുരുഷോത്തമൻ മേനോക്കി പറഞ്ഞു. പക്ഷേ, മകൾക്ക് അറിയാൻ സാധിക്കില്ലായെന്നും ആ അച്ഛൻ പറഞ്ഞു. സ്വന്തം ഗ്രാമത്തിലെ ആൾക്കാരെയാരെയും അവൾ പരിചയപ്പെട്ടിട്ടില്ല. അദ്ദേഹം ചുളിഞ്ഞ മുഖത്തോടെയും മങ്ങിയ മനസ്സോടെയും ഒരു നിമിഷം മകളുടെ നേരെ നോക്കിയിരുന്നു.

ധാരാളം ഇംഗ്ലീഷ് നോവലുകളും ഹിന്ദിയിലുള്ള അപസർപ്പകനോവലുകളും അവൾ വായിക്കുന്നുണ്ട്. എന്നാൽ മലയാളത്തിലുള്ള ഒരു നോവലോ കവിതയോ അവൾ വായിച്ചിട്ടില്ല.

ചേതൻ ഭഗത്തിനെ അറിയുന്ന മകൾ മലയാളത്തിലെ തകഴിയേയോ, എം.ടി.യേയോ, ആനന്ദിനേയോ, എം. മുകുന്ദനെയോ കേട്ടിട്ടുപോലുമില്ലെന്നു പറയുമ്പോൾ ദേഷ്യവും സങ്കടവും തോന്നുന്നു.

പി. കുഞ്ഞിരാമൻ നായരേയും സുഗതകുമാരിയേയും ഒ.എൻ.വി.യേയും അവൾ അറിയുകയേ ഇല്ലെന്നു പറയുന്നു.

സ്വന്തം നാട്ടിലൂടെ ഒഴുകുന്ന പുഴ ഏതെന്ന് അവൾക്കറിയില്ല. വീടിന്റെ പടിഞ്ഞാറെ പറമ്പിൽ നില്ക്കുന്ന. ധാരാളം ചക്കകൾ വിളയുന്ന രണ്ടു പ്ലാവുകൾ വരിക്കയെന്നോ കുഴയെന്നോ അവൾ മനസ്സിലാക്കിയിട്ടില്ല. തെക്കേമുറ്റത്തിന്റെ അതിരിൽ വളർന്നു നില്ക്കുന്ന ധാരാളം മധുരമാമ്പഴം നല്കുന്ന മാവ് ഏതിനത്തിൽ പെട്ടതാണെന്ന് അവൾ ചോദിച്ചിട്ടേയില്ല.

മാവിന്റെ ശാഖികളിൽ വന്നിരുന്ന് സംഗീതമാലപിക്കുന്ന പക്ഷിസംഘങ്ങളേയും അവൾ ശ്രദ്ധിച്ചിട്ടില്ല. പിന്നെയെന്ത് ഇംഗ്ലീഷ് പുസ്തകവായന? എന്ത് ഹിന്ദിപുസ്തകവായന?

''എന്താണ് ആലോചിക്കുന്നത്?'' ഭർത്താവിനോട് ശ്രീദേവിക്കുഞ്ഞമ്മ ചോദിച്ചു. പുറകേ മകളും ചോദിച്ചു. ''അച്ഛനെന്തുപറ്റി പെട്ടെന്ന്?''

ആ ചോദ്യത്തിൽ പുരുഷോത്തമൻ മേനോക്കിയുടെ മനസ്സിലെ അസ്വസ്ഥത അകന്നുപോയി.

''ഒന്നുമില്ല മക്കളേ.'' അയാൾ ഒരു നിമിഷം കണ്ണുകളടച്ചിരുന്നു. പിന്നെ പുഞ്ചിരിയോടെ ഭാര്യയേയും മകളേയും മാറിമാറി നോക്കി.

''ശ്രീദേവി.'' അദ്ദേഹം ഭാര്യയോട് പറഞ്ഞു. ''നമ്മുടെ തൊട്ടയൽ പക്കത്തുള്ള പയ്യന്റെ കാര്യമാ ഞാൻ പറഞ്ഞത്. അപ്പു. അപ്പു ഉണ്ണിക്കൃഷ്ണൻ.''

ഓ! അവർ അവനെ ഓർത്തെടുത്തു. ''അയൽപക്കത്തായിട്ടും അവനെ കണ്ടിട്ടെത്രനാളായി''

''അതെ. സ്വന്തം വീട്ടിലുള്ളവരേപ്പോലും നമ്മൾ കാണാറില്ല. പരസ്പരം സംസാരിക്കാറില്ല. പിന്നെയല്ലേ അയൽപക്കങ്ങൾ, നാട്ടുകാർ'' പുരുഷോത്തമൻ മേനോക്കി ഒരു ദീർഘനിശ്വാസംവിട്ടുകൊണ്ട് ഒന്നു രണ്ട് നിമിഷ നേരം കണ്ണുകളടച്ചിരുന്നുപോയി. അതദ്ദേഹത്തിന്റെ ശീലമാണ്. പിന്നെ ശ്രീദേവിയെ നോക്കി പുഞ്ചിരിച്ചുകൊണ്ട് തുടർന്നു.

''അപ്പുവിനെ ഞാൻ കണ്ടിട്ടും വളരെ നാളുകളായി. പക്ഷേ, അവന്റെ മുഖത്തെ ഐശ്വര്യവും നിഷ്കളങ്കതയും ഞാനിപ്പോഴും ഓർക്കുന്നു. നമുക്കവനെ വിളിക്കാം.''

ഓമനക്കുഞ്ഞമ്മ എല്ലാം കേട്ടുകൊണ്ട് നിശ്ശബ്ദയായിട്ടിരുന്നു.''അവനെ വിളിച്ചാൽ മതി'' ശ്രീദേവിക്കുഞ്ഞമ്മയും സമ്മതിച്ചു. ''അവന്റെ അച്ഛനെ എല്ലാവരും വിളിക്കുന്നത് കേശുവേട്ടനെന്നല്ലേ? അമ്മയെ യശോദിയെന്നും. ''

''അതെയതെ. നീ ഓർക്കുന്നുണ്ടല്ലോ അല്ലേ?'' അദ്ദേഹം ചോദിച്ചു.

''ഓ! ഓർത്തോർത്തുവരുമ്പോൾ എല്ലാം മനസ്സിൽ തെളിഞ്ഞുവരുന്നു. അപ്പുവിനേയും അവന്റെ അച്ഛനേയും അമ്മയേയും നല്ലതു പോലെ ഓർക്കുന്നുണ്ട്. നമ്മൾ തൃശൂരിലായതുകൊണ്ടാണ് അവരെയൊന്നും കാണാൻ സാധിക്കാഞ്ഞത്.''

ദീർഘകാലം അവർ തൃശൂരിലെ കോളജിലും ഹൈസ്കൂളിലുമാണ് പഠിപ്പിച്ചുകൊണ്ടിരുന്നത്. മാസത്തിൽ ഒന്നോരണ്ടോ തവണവീതം അവർ നാട്ടിലുള്ള വീട്ടിലേയ്ക്ക് വരുമായിരുന്നു. ഒന്നോരണ്ടോ ദിവസം താമസിച്ചിട്ട് മടങ്ങുകയും ചെയ്തു. പെൻഷനായതിനുശേഷമാണ് ഇപ്പോൾ അവർ നാട്ടിലെ വീട്ടിൽ സ്ഥിരമായി താമസിക്കുവാൻ തുടങ്ങിയത്.

''കേശുവേട്ടനും യശോദിയും.'' ഓമനക്കുഞ്ഞമ്മ രണ്ടുമൂന്നുതവണ ആ പേര് വെറുതേ ഉരുവിട്ടു.

നാട്ടിലെല്ലാവരും പ്രായവ്യത്യാസം മറന്ന് അപ്പുവിന്റെ അച്ഛനെയും അമ്മയേയും അങ്ങനെത്തന്നെ വിളിച്ചുപോന്നു. എല്ലാവരും വിളിക്കുന്നതു കേട്ട് അപ്പുവും അവരെ ആ രീതിയിൽതന്നെ വിളിച്ചുതുടങ്ങി.

ഒരിക്കലെങ്കിലും മകൻ തങ്ങളെ അച്ഛനെന്നും അമ്മയെന്നും വിളിയ്ക്കുന്നതു കേൾക്കാൻ അവർ കൊതിച്ചു.

ഒന്ന് വിളിക്കു മകനേ... അവർ മനസ്സുകൊണ്ടവനോട് യാചിച്ചു. നീ ഞങ്ങളുടെ ഉയിരല്ലേ ഉണ്ണീ. നിന്റെ നാവുകൊണ്ട് അച്ഛനെന്നും അമ്മയെന്നും ഒന്നു വിളിക്കൂ മകനേ. പക്ഷേ, ഒരിക്കലും അപ്പു അങ്ങനെ വിളിച്ചില്ല. കേശുവേട്ടനെന്നും യശോദിയെന്നും മാത്രം വിളിച്ചു. എന്നാൽ, പിന്നീട് അവനൊരു ദിവസം അവരെ അച്ഛനെന്നും അമ്മായെന്നും വിളിച്ചു. പിന്നെ അങ്ങനെതന്നെ വിളിക്കാനും തുടങ്ങി. അതെന്തായിരുന്നു?

രണ്ടാൺമക്കൾ പിറന്ന് രണ്ടുംമൂന്നും വയസ്സിനിടയിൽ മരിച്ചുപോയ തീരാസങ്കടത്തിനിടയിൽ അവർക്ക് ജനിച്ചതാണവൻ. രണ്ടാൺമക്കളുടെയും പേരുകൾ ഒന്നായിച്ചേർത്തവർ അവന് പേരിട്ടു. അപ്പു ഉണ്ണിക്കൃഷ്ണൻ.

കാക്കയും പരുന്തും തട്ടിക്കൊണ്ടു പോകാതെ അവരവനെ നെഞ്ചോട് ചേർത്തുപിടിച്ചു വളർത്തി. അവനെന്താവശ്യപ്പെട്ടാലും അവരത് അവന് നല്കിക്കൊണ്ടിരുന്നു. അവസാനം അപ്പുവിനതൊരു വാശിയായി. എന്തു ചോദിച്ചാലും അതവന് ഉടൻതന്നെ ലഭിക്കണമായിരുന്നു. അങ്ങനെ അവന്റെ ഒരാഗ്രഹം സാധിക്കാതെ വന്നപ്പോൾ പതിമൂന്നാം വയസ്സിൽ അവനൊരു ക്രൂരത കാണിച്ചു. അവൻ നാട് വിട്ടുകളഞ്ഞു. അവൻ ''അബ്സ്കാണ്ട്'' ചെയ്തു! അതവന് വളരെ ഏറെ ഗുണം ചെയ്യുകയും ചെയ്തു.

''ഇന്നു വൈകുന്നേരം ഞാൻ അവന്റെ വീട്ടിലോട്ടൊന്നു പോയി വരാം. അപ്പുവിനേയും അവന്റെ അച്ഛനേയും അമ്മയേയും എല്ലാം ഒന്നു കണ്ട് വിവരം പറയേം ചെയ്യാം. എന്താ?''

''ശരി.''

പുരുഷോത്തമൻ മേനോക്കി അപ്പു ഉണ്ണിക്കൃഷ്ണന്റെ വീട്ടിലേക്ക് കയറിച്ചെല്ലുമ്പോൾ മുറ്റത്തിന്റെ ഒരു കോണിൽ നിന്നുകൊണ്ട് തേങ്ങാ പൊതിയ്ക്കുകയാണ് കേശുവേട്ടൻ. യശോദി തൊട്ടപ്പുറത്ത് ചെറിയൊരു കൂനപോലെ കൂട്ടിയിട്ടിരിക്കുന്ന ഉണക്കപ്പാക്കിന്റെ തൊണ്ട് പൊളിച്ചുകൊണ്ട് തറയിൽ പടഞ്ഞിരിക്കുന്നു.

അദ്ധ്വാനത്തിന്റെ രണ്ട് ദേവവിഗ്രഹങ്ങൾ! മേനോക്കി മനസ്സിൽ മന്ത്രിച്ചു.

കേശുവേട്ടന്റെ മുറ്റത്തേയ്ക്ക് കയറിച്ചെന്നപ്പോൾതന്നെ വൃത്തിയുടേയും ഐശ്വര്യത്തിന്റേയും ഒരു പ്രകാശം തന്റെ മനസ്സിലേയ്ക്ക് അടിച്ചുകയറിയതായി മേനോക്കിയ്ക്ക് തോന്നി. കൃഷിയുടെ പരിശുദ്ധമായ ഒരു സുഗന്ധം അവിടത്തെ അന്തരീക്ഷത്തിൽ നിറഞ്ഞുനില്ക്കുന്നതായും അദ്ദേഹത്തിനനുഭവപ്പെട്ടു.

വെളിയിൽനിന്നും മുറ്റത്തേയ്ക്ക് ഒരാൾ കയറിവന്നത് കേശുവേട്ടനോ

യശോദിയോ അറിഞ്ഞില്ല. പ്രാർത്ഥനയുടെ ഏകാഗ്രതയിൽ ലയിച്ചുനില്ക്കുന്നവരെപ്പോലെ അദ്ധ്വാനത്തിൽ ലയിച്ചുനില്ക്കുകയാണ് രണ്ടുപേരും.

പുരുഷോത്തമൻ മേനോക്കി ഒരു മിനിട്ടവിടെ അവരുടെ ജോലി നോക്കി നില്ക്കുകയും വീടും പരിസരവും ശ്രദ്ധിക്കുകയും ചെയ്തു.നല്ല ഉയരവും ഭംഗിയുമുള്ള ഓലകെട്ടിയ ഒരു കൊച്ചു വീടായിരുന്നു അത്. ഓലകെട്ടിയ പുരയെന്നാണ് ആ വീട് അറിയപ്പെട്ടത്. മേൽവിലാസവും ഓലകെട്ടിയപുര എന്നാണ്. റേഷൻകാർഡിലും മറ്റെല്ലാ രേഖകളിലും വീട്ടുപേര് ഓലകെട്ടിയപുര എന്നുതന്നെയാണ്. കവിത്വമുള്ള വീട്ടുപേരു തന്നെയന്ന് പുരുഷോത്തമൻ മേനോക്കി മനസ്സിൽ പറഞ്ഞു.

നല്ല വെളുത്ത കുപ്പായമിട്ട് തലനിറയെ മുടിയുമായി ഒരു പെൺകുട്ടി നാമം ജപിച്ചുനില്ക്കുംപോലെ തോന്നുമായിരുന്നു ആ വീട് കണ്ടാൽ. ആ നാട്ടിലാകെയുള്ള ഓലകെട്ടിയ ഒരേയൊരു പുരയായിരുന്നു അത്. ചെറിയ വൃത്തിയുള്ള മുറ്റത്ത് വടക്കുകിഴക്കേ കോണിൽ ചുറ്റുമതിലുള്ള കിണർ. കിണറിനും മതിലിനും നല്ല ശുഭ്രനിറമായിരുന്നു. വെണ്മയുടെ തിളക്കം അവിടെ മുഴുവനും പരക്കുന്നതുപോലെ തോന്നി.

നിറയെ നീളമുള്ള പച്ചമുളകും പൂക്കളുമായി ഒരു മുളകുചെടി പുഷ്ടിയോടെ പുഞ്ചിരിച്ചുകൊണ്ട് വളർന്നുനിന്നിരുന്നു കിണറിനരികിൽ. വീട്ടിൽ പടിഞ്ഞാറേ കോണിൽ വൃത്തിയുള്ള പശുത്തൊഴുത്തും അദ്ദേഹം കണ്ടു. തൊഴുത്തിനകത്ത് രണ്ട് യുവതികളായ പശുക്കൾ വാശിയ്ക്ക് വയ്ക്കോലും തിന്നുകൊണ്ട് നില്ക്കുന്നു. വിവിധ പ്രായത്തിലുള്ള രണ്ടു ക്ടാങ്ങൾ തൊഴുത്തിനു വെളിയിൽ മുറ്റത്തു കിടന്നുകൊണ്ട് അയവിറക്കുകയും സ്വപ്നം കാണുകയും ചെയ്യുന്നു. പശുക്ടാങ്ങൾ സ്വപ്നം കാണുന്നത് എന്താണ്?

വിണ്ടും മേനോക്കി കേശുവേട്ടനേയും യശോദിയേയും പുഞ്ചിരിയോടെ നോക്കി. ഇല്ല. മറ്റൊരു മനുഷ്യജീവി മുറ്റത്തുവന്നു നില്ക്കുന്നത് അവരറിഞ്ഞിട്ടില്ല എന്നോർക്കവെ അദ്ദേഹത്തിന് അത്ഭുതമായി! രണ്ടു മൂന്നു നിമിഷങ്ങൾ അദ്ദേഹം കണ്ണുകളടച്ചുനിന്നു. അത് പുരുഷോത്തമൻ മേനോക്കിയുടെ പതിവുശീലം. പിന്നെ പുഞ്ചിരിയോടെ അദ്ദേഹം സമയം നോക്കി. മൂന്നരയാകുന്നു.

ഒന്നര മണിക്ക് ഉച്ചയൂണും കഴിഞ്ഞ് ഒന്നു മയങ്ങിയെഴുന്നേറ്റപ്പോൾ മണി മൂന്ന്. തിളപ്പിച്ചാറ്റിയ ചൂടുവെള്ളത്തിൽ തേൻ അഞ്ചു തുള്ളിയും ഇത്തിരി നാരങ്ങാനീരും ഒഴിച്ച് കുടിച്ച് കാലും മുഖവും കഴുകി വസ്ത്രം മാറി ഇറങ്ങിയതാണ്. ഒരു നിമിഷംകൂടി അദ്ദേഹം കേശുവേട്ടനേയും യശോദിയേയും നോക്കിനിന്നു.

അവർ ജോലിചെയ്യട്ടേ. ജോലിയെടുക്കുന്നവരെ കാരണമില്ലാതെ ശല്യപ്പെടുത്തുകയും ഉറങ്ങുന്നവരെ വെറുതെ ഉണർത്തുകയും ചെയ്യുന്നത്

പാതകമാണ്. അടുത്തുള്ള കവലവരെ നടന്നിട്ട് തിരിച്ചുവരാം എന്ന ഉദ്ദേശ്യത്തോടുകൂടി അദ്ദേഹം വെളിയിലേക്കിറങ്ങി.

മുറ്റത്ത് ഗയിറ്റുണ്ടായിരുന്നില്ല. വഴിയിൽനിന്നും മുറ്റത്തേയ്ക്ക് പെട്ടി ആട്ടോ കയറത്തക്കരീതിയിൽ മുൻവശം തുറന്നിട്ടിരിക്കുകയായിരുന്നു. അതിനിരുവശത്തും വേലികെട്ടിയിരിക്കുന്നു.

പലപല മരങ്ങളുടെ പത്തലുകൾ കൊണ്ട് നിർമ്മിച്ച വേലിയാൽ പറമ്പ് സുരക്ഷിതത്ത്വത്തിലായി. പല പത്തലുകളും ആർത്തുവളർന്ന് പച്ചവിരിച്ചു പടർന്നുനില്ക്കുന്നു.

വേലിക്കൽ നാലഞ്ച് സ്ഥലത്ത് പൂവരശിന്റെ പത്തലുകൾ വളർന്ന് മരമായി മാറിയിരിക്കുന്നു. നല്ല വിലകിട്ടുന്ന മരങ്ങളായി വളർന്നിരിക്കുന്നു. വഴിയിലിറങ്ങിനിന്നുകൊണ്ട് മേനോക്കി ആഹ്ലാദപൂർവം ആ വീടും നോക്കിനിന്നു. ഹരിതാഭയുടെ ആകാശത്തിൽ വെൺമേഘം പോലെ നില്ക്കുന്ന ഓലകെട്ടിയ പുരയുടെ ദൃശ്യം അദ്ദേഹം മൊബൈലിൽ പകർത്തി. ഫെയ്സ്ബുക്കിലൂടെ ഇതെല്ലാവർക്കും കാണുവാനായി അയക്കണമെന്ന് തീരുമാനിച്ചുറച്ചുകൊണ്ട് അദ്ദേഹം കവലയിലേയ്ക്ക് നടക്കുവാൻ തുടങ്ങി.

കേശുവേട്ടന്റെ അച്ഛന് സംഭവിച്ച ദുരന്തം നാട്ടിലെല്ലാവർക്കും അറിയാവുന്നതുപോലെ പുരുഷോത്തമൻ മേനോക്കിക്കും അറിയാമായിരുന്നു. അന്നദ്ദേഹം വളരെ ചെറുപ്പമാണ്. എങ്കിലും ഇന്നും എല്ലാവരും ഓർത്തിരിക്കുന്നതുപോലെ മേനോക്കിയും അതോർത്തിരിക്കുന്നു.

കേശുവേട്ടന്റെ അച്ഛൻ തികഞ്ഞ കമ്മ്യൂണിസ്റ്റുകാരനായിരുന്നു. സഖാവ് രാഘവൻ. അക്കാരണംകൊണ്ടുതന്നെയാണ് ഒരേക്കർ പറമ്പും മനോഹരമായ വിടും സഖാവ് രാഘവന് നഷ്ടമായത്.

കമ്യൂണിസ്റ്റുകാരന്റെ കറതീർന്ന മനുഷ്യസ്നേഹം സഖാവ് രാഘവനെ സ്വന്തം വീട്ടിൽ നിന്നും ഇറക്കിവിടീച്ചു. നാല് ആത്മമിത്രങ്ങൾക്ക് പ്ലേവുഡ് ഫാക്ടറി തുടങ്ങാൻ ആവശ്യമുള്ള പണത്തിന്റെ ഒരു ഭാഗമെന്ന നിലയിൽ സഖാവ് രാഘവന്റെ വീടും പറമ്പുംകൂടി ഈട് വെച്ചിരുന്നു.

ആ ഒരേക്കർ പറമ്പിൽ ചെയ്യാത്ത കൃഷി ഒന്നുമുണ്ടായിരുന്നില്ല. ആ മണ്ണിൽ കനകമാണ് വിളഞ്ഞിരുന്നത്. കറതീർന്ന കമ്യൂണിസ്റ്റുകാരൻ എന്നതുപോലെതന്നെ കറതീർന്ന കൃഷിക്കാരനുമായിരുന്നു സഖാവ് രാഘവൻ.

പ്ലേവുഡ് ഫാക്ടറി പ്രതീക്ഷിക്കാത്ത രീതിയിൽ നഷ്ടത്തിലേയ്ക്ക് തകർന്നു വീണതോടെ ലോണുകളുടെ തിരിച്ചടവ് സാധിക്കാതാവുകയും പലിശയും അതിന്മേൽ പലിശയും കൂട്ടുപലിശയും എല്ലാംകൂടി വൻതുകയുടെ വന്മലയാവുകയും ചെയ്തു. അവസാനം സഖാവ് രാഘവൻ ജീവിച്ചിരിക്കെ രക്തസാക്ഷിയായി.

സഖാവിന്റെ വീടും ഒരേക്കർ പറമ്പും ജപ്തിചെയ്യപ്പെട്ടു.

കഴുകൻ കുഞ്ഞുപക്ഷിയെ കൊത്തിയെടുത്ത് വിഴുങ്ങുമ്പോലെ ആ സ്ഥലം ബാങ്കുകാർ വിഴുങ്ങി. മറ്റ് രാഷ്ട്രീയപാർട്ടിയിൽ വിശ്വസിച്ചിരുന്ന ആത്മമിത്രങ്ങൾ ഗൾഫ് രാജ്യങ്ങളിലേയ്ക്ക് രക്ഷപ്പെടുകയും ചെയ്തു.

''മക്കളേ'' മകനെ കെട്ടിപ്പിടിച്ചുകൊണ്ട് സഖാവ് രാഘവൻ പൊട്ടിക്കരഞ്ഞു. ജീവിതത്തിൽ രണ്ടാമത്തെ തവണയാണ് ആ കമ്യൂണിസ്റ്റുകാരൻ പൊട്ടിക്കരയുന്നത്. ആദ്യമായി കരഞ്ഞത് ചെറുപ്പകാലത്താണ്. സഖാവ് പി.കൃഷ്ണപിള്ള മരിച്ചതറിഞ്ഞപ്പോഴായിരുന്നു.

പൊട്ടിക്കരയുന്ന അച്ഛനെ നോക്കി പകച്ചുനിന്നുപോയി അന്നത്തെ കേശവൻ. കേശവന് അന്ന് പതിനാല് വയസ്സ്.

ചില നിമിഷങ്ങൾ കഴിഞ്ഞപ്പോൾ കേശവന്റെ മനസ്സ് കുതിച്ചെഴുന്നേറ്റു. അന്നത്തെ കേശവൻ ഉറച്ച ശബ്ദത്തിൽ പറഞ്ഞു, ''കരയരുതച്ഛാ.'' അച്ഛന്റെ അരികിൽ തളർന്നിരിക്കുന്ന അമ്മയോടും പറഞ്ഞു, ''വിഷമിക്കാതെ അമ്മാ.''

സംഭവത്തിന്റെ ഗൗരവം മനസ്സിലാക്കിയ പാർട്ടിസഖാക്കൾ ഒരു ചെറിയ വീട് വാടകയ്ക്ക് തരമാക്കി സഖാവ് രാഘവനേയും കുടുംബത്തേയും അവിടെ താമസിപ്പിച്ചു. രണ്ടു മാസത്തിനകം ശങ്കരമഠത്തിലെ വലിയ സ്വാമിയുടെ വിസ്തൃതമായ ചിറയ്ക്കരികിൽ കാടും പടലവും പിടിച്ചുകിടക്കുന്ന മുപ്പത്തിയഞ്ചു സെന്റ് സ്ഥലം സഖാവ് രാഘവന്റെ പേരിൽ പാർട്ടി സഖാക്കൾ എഴുതി മേടിച്ചു. ശങ്കരമഠത്തിൽ വലിയ സ്വാമിയുടെ തന്നെ വകയായിരുന്നു സ്ഥലം.

സഖാവ് രാഘവനും അനേകം സഖാക്കളും ഒന്നായ് ചേർന്ന് കാടുപിടിച്ചുകിടന്ന ആ സ്ഥലം കന്യകയേപ്പോലെയാക്കി, മാറ്റി. ഒരാഴ്ചയ്ക്കകം ഇന്നു കാണുന്ന രീതിയിലുള്ള വീട് നിർമ്മിക്കുകയും ചെയ്തു. വീടിന് പേരുമിട്ടു. 'ഓലകെട്ടിയപുര!'

ആരാണ് ആ പേരിട്ടതെന്ന് ആർക്കുമറിയില്ല.

ഒരു വർഷത്തേയ്ക്ക് ചെലവിനു വേണ്ടുന്ന പണവും പാർട്ടിസഖാക്കൾ ആ കുടുംബത്തിന് നല്കി. പിന്നെയവർ പറഞ്ഞു, ധൈര്യത്തോടെ മുന്നോട്ടു പോകൂ സഖാവേ, മുന്നോട്ട് മുന്നോട്ട് മുന്നോട്ട്...

ആ മുപ്പത്തിയഞ്ച് സെന്റ് സ്ഥലത്തിൽ സഖാവ് രാഘവനും ഭാര്യയും മകനുംകൂടി പകൽ മുഴുവനും അദ്ധ്വാനിച്ചു. ആ അദ്ധ്വാനപ്പകലുകൾക്കിടയിൽ വിശ്രമത്തിനായെടുക്കുന്ന സമയത്ത് സഖാവ് രാഘവൻ പാർട്ടിപ്രവർത്തനത്തിനു പോയി. കൂടെ മകനേയും കൂട്ടി. അച്ഛൻ വേദിയിൽ നിന്നുകൊണ്ട് ''സഖാക്കളേ'' എന്ന് വിളിയോടെ പ്രസംഗമാരംഭിക്കുമ്പോൾ സദസ്സിലിരുന്നുകൊണ്ട് മകൻ കേശവൻ അഭിമാനത്താൽ നിറഞ്ഞു തുളുമ്പി. ആറടിയിലേറെ പൊക്കമുള്ള അച്ഛന്റെ പൊക്കം ആന്തരികമായും

ബാഹ്യമായും തനിക്കും ലഭിച്ചുതുടങ്ങിയെന്ന് കേശവനു തോന്നി.

കേശവൻ വായനശാലയിൽ അംഗത്വമെടുത്തു. ഇപ്പോൾ അപ്പു ഉണ്ണിക്കൃഷ്ണൻ സ്ഥിരമായി എന്നും രാവിലെ ചെല്ലുന്ന ആ വായനശാലയിൽ അന്നും ധാരാളം പുസ്തകങ്ങളുണ്ടായിരുന്നു. ആ പുസ്തകങ്ങൾ കേശവനോട് പറഞ്ഞു, വരൂ, യുവാവേ, നമുക്ക് സുഹൃത്തുക്കളാകാം. പകൽ സ്കൂളിൽ പോകുന്നതുവരെയും സ്കൂളിൽനിന്നും വന്നതിനുശേഷവും കേശവനും അച്ഛനോടും അമ്മയോടും ഒത്ത് പറമ്പിൽ ജോലിചെയ്തു.

സന്ധ്യ മയങ്ങുമ്പോൾ കേശവൻ കുളികഴിഞ്ഞ് വായനശാലയിലെത്തി പുസ്തകമെടുത്തു. ആ ശീലമാണ് ഇപ്പോൾ അപ്പു ഉണ്ണിക്കൃഷ്ണനും പിന്തുടരുന്നത്. അദ്ധ്വാനത്തിന്റെയും പഠിത്തത്തിന്റെയും വായനയുടെയും കാലത്തിലൂടെ കേശവൻ കടന്നുപൊയ്ക്കൊണ്ടിരുന്നു. അങ്ങനെ ജീവിതത്തിന്റെ ഹരിനാമചക്രം കറങ്ങിക്കൊണ്ടിരിക്കുമ്പോഴാണ് അത് സംഭവിച്ചത്.

അപ്പോൾ പരീക്ഷയായിരുന്നു. ക്രിസ്മസ്സ് പരീക്ഷ. ഒരു വെളുത്ത പക്ഷരാത്രി. സന്ധ്യയ്ക്കുമുമ്പായി സഖാവ് രാഘവൻ ഒറ്റയ്ക്ക് വെളിയിലേയ്ക്കിറങ്ങി. അപ്പോൾതന്നെ ഭൂമിയിൽ നിലാവ് പരന്നിരുന്നു.

''ഞാനും വരാം അച്ഛാ.''കേശവൻ പറഞ്ഞു.

''വേണ്ട മക്കളേ. പഠിച്ചോ. നാളെ പരീക്ഷയുള്ളതല്ലേ.'' മകനോട് അച്ഛൻ പറഞ്ഞു. ''നാളെയെന്താ പരീക്ഷ?'' അച്ഛൻ പുറകേ പോദിച്ചു

'കണക്ക്' മകൻ മറുപടിയും പറഞ്ഞു. ജീവിതത്തിന്റെ കണക്ക്. കേശവനപ്പോൾ പത്താംതരത്തിൽ പഠിക്കുകയാണ്.

പക്ഷേ, പിറ്റേന്നു നടന്ന കണക്കു പരീക്ഷ കേശവനെഴുതുവാൻ സാധിച്ചില്ല. ജീവിതത്തിന്റെ കണക്കുകൾ ആകെ മാറിമറിഞ്ഞുപോയി. പിന്നെ കേശവൻ സ്കൂൾ കണ്ടിട്ടില്ല.

അന്ന് സന്ധ്യാമയക്കത്തിന് വീട്ടിൽനിന്നും വെളിയിലേക്കു പോയ രാഘവൻ ഒരിക്കലും പിന്നെ തിരിച്ചുവന്നില്ല. മായ്ച്ചുകളഞ്ഞതുപോലെ രാഘവൻ അപ്രത്യക്ഷനായി. എങ്ങോട്ട്?

വർഷങ്ങൾ ഒത്തിരിയൊത്തിരി കഴിഞ്ഞുപോയി. സഖാവ് രാഘവൻ തിരിച്ചുവന്നതേയില്ല. നാട് മുഴുവനും പൊലീസും കമ്യൂണിസ്റ്റ്പാർട്ടിയും അരിച്ചുപെറുക്കിയിട്ടും സഖാവ് രാഘവന്റെ നിഴൽപോലും കണ്ടില്ല, ഭർത്താവ് അപ്രത്യക്ഷനായി രണ്ട് വർഷങ്ങൾ കഴിഞ്ഞപ്പോൾ ഭാര്യയും മരിച്ചു. കേശവൻ ഏകനായി. അയാൾ ഒറ്റയ്ക്കാഹാരം ഉണ്ടാക്കിക്കഴിച്ചു. പറമ്പിൽ പകൽ മുഴുവനും ജോലിചെയ്തു. വളരെനേരം വായനശാലയിലെ പുസ്തകങ്ങൾ വായിച്ചുകൊണ്ടിരിക്കുന്ന രാത്രിയിലെ ഏതെങ്കിലും ഒരു യാമത്തിൽ ''മക്കളേ'' എന്നു വിളിച്ചുകൊണ്ട് അച്ഛൻ കയറിവരും എന്ന് കേശവൻ ഉറച്ചു വിശ്വസിച്ചു. പക്ഷേ, സഖാവ് രാഘവൻ വന്നതേയില്ല.

ഒരുച്ച മയങ്ങിയ നേരത്ത് ഭിത്തിയിലെ കാറൽ മാർക്സിന്റെ ഫോട്ടോയിലേക്കു നോക്കി യുവാവായ കേശവൻ നെഞ്ചത്തടിച്ചു കൊണ്ട് വിങ്ങിപ്പൊട്ടി ചോദിച്ചു. ''പറയു കോമ്രേഡ്. എന്റെ അച്ഛൻ ജീവിച്ചിരിക്കുന്നോ അതോ മരിച്ചുപോയോ? എന്റെ അച്ഛന് എന്താ സംഭവിച്ചത്? പറയൂ ദൈവമേ. എന്റെ അച്ഛനെ ആരെങ്കിലും കൊന്നുവോ?''

കേശവൻ പിന്നെ മുഖം പൊത്തിക്കൊണ്ട് തറയിലേക്കിരുന്നു. അതു കേട്ടുകൊണ്ട് സഖാവ് രാഘവന്റെ ഉറ്റമിത്രമായ സഖാവ് പത്മനാഭൻ മുറ്റത്ത് നില്പുണ്ടായിരുന്നു. അയാളിപ്പോൾ ലോക്കൽ സെക്രട്ടറിയാണ്. കൂട്ടുകാരന്റെ മകനെ കാണുവാൻ എത്തിയതാണ് സഖാവ്. അപ്പോഴാണ് കേശവന്റെ നെഞ്ചുപൊട്ടിയുള്ള ഈ ചോദ്യം അയാൾ കേൾക്കുന്നത്. സഖാവ് പത്മനാഭന്റെ കണ്ണുകൾ നിറഞ്ഞു. അയാൾ കേശവനെ കാണാതെ തിരിച്ചുപോയി.

അതിനുശേഷം ഒരു മാസം കഴിയുന്നതിനുമുമ്പേ കേശവൻ വിവാഹിതനായി. സഖാവ് പത്മനാഭന്റെ മകൾ യശോധരയായിരുന്നു വധു. യശോധര വീട്ടുകാരുടെ യശോദി ആയിരുന്നു. അതോടെ പതുക്കെ പതുക്കെ നാട്ടിൽ എല്ലാവർക്കും അവർ യശോദിയായി. കേശവൻ കേശുവേട്ടനുമായി.

കവലയിൽ ചെന്ന പുരുഷോത്തമൻ മേനോക്കിക്ക് ചായയും പലഹാരവും കഴിക്കുവാൻ തോന്നി. അയാൾ കവലയുടെ ഓരത്ത് ചില നിമിഷങ്ങൾ വെറുതേ നിന്നു.

അങ്ങനെ നില്ക്കെ, ഇത് പണ്ടത്തെ കവലയല്ലിപ്പോൾ എന്നു തോന്നി. പട്ടണത്തിന്റെ തിരക്കാണ്. നിരനിരയായി കടകളും ബ്യൂട്ടിപാർലറുകളും ഐസ്ക്രീം പാർലറുകളും ഷോപ്പിങ്ങ് കോംപ്ലക്സുകളും. നിരത്തിൽ നിറയെ വണ്ടികളും. കടകളും ജനങ്ങളും പെരുകുമ്പോൾ ഗ്രാമം പട്ടണമാകുന്നു. പട്ടണം നഗരങ്ങളുമാകുന്നു.

മേനോക്കി ഹോട്ടലുകൾ നോക്കിക്കണ്ടു. ഒരുതരം ആഡംബര ഹോട്ടലുകളാണ് എല്ലാം. ഇടയിൽ ഒരു സാധാരണ ചായക്കട പതുങ്ങി നില്ക്കുന്നു. അദ്ദേഹം ആ കടയിലേക്ക് കയറിച്ചെന്നു.

കടയ്ക്കുള്ളിൽ നല്ല വൃത്തി. വൃത്തിയായി വേഷം ധരിച്ച നാലഞ്ചാൾക്കാർ ഇരുന്ന് എണ്ണപ്പലഹാരവും ചായയും കഴിക്കുന്നു.

''എന്തുവേണം സാർ?'' കടക്കാരൻ അടുത്തുവന്നു.

വിനയാദരവോടെയുള്ള കടക്കാരന്റെ ചോദ്യം കേട്ട് മേനോക്കി ഒരു നിമിഷം കണ്ണുകളടച്ചിരുന്നു. പിന്നെ കടക്കാരന്റെ മുഖത്തേയ്ക്ക് പുഞ്ചിരിയോടെ നോക്കിക്കൊണ്ട് ചോദിച്ചു. ''പൊറോട്ടയും ബീഫുമുണ്ടോ?''

''ഇല്ല സാർ. ഇത് രണ്ടും ഒരിക്കലും ഇവിടെ വിറ്റിട്ടില്ല.''

''വെരിഗുഡ്.'' മേനോക്കിക്ക് ആഹ്ലാദമായി.

''പറയൂ വേറെ എന്തുണ്ട് കഴിക്കാൻ?''

ഒരുനിമിഷം മടിച്ചുനിന്നിട്ട് കടക്കാരൻ പറഞ്ഞു.

''നല്ല മരച്ചീനിയും ശീമച്ചേമ്പും ആവിയിൽ പുഴുങ്ങിയെടുത്തതുണ്ട്. ചൂടാണ്. നല്ല പുട്ടുപോലെ വെന്തത്''

''കൊണ്ടുവാ. രണ്ടു കഷണം ചേമ്പും രണ്ടു കഷണം മരച്ചീനിയും.''

''ശരി സാർ.''

നിമിഷങ്ങൾക്കകം വെണ്ണനെയ്യുടെ നിറമുള്ള കപ്പ പുഴുങ്ങിയതും ലേശം തവിട്ടുനിറമുള്ള പുഴുങ്ങിയ ചേമ്പും നല്ലൊരു വാഴയിലക്കീറിൽ കൊണ്ടുവന്നുവെച്ചു.

''ഇതിനെന്തു കൂട്ടാൻ?'' മേനോക്കി ചോദിച്ചു. ''മീൻകറിയുണ്ടോ?''

പൊറോട്ടയും ബീഫും ഉണ്ടോ എന്നു ചോദിച്ചതുപോലെ വെറുതേ ചോദിച്ചതാണ്.

''ഇല്ല സാർ.'' കടക്കാരൻ പറഞ്ഞു. ''ഇവിടെ മീനും ഇറച്ചിയും ഉണ്ടാക്കുന്നില്ല. മുട്ടപോലും ഇല്ല സാർ.''

അത് കേട്ടപ്പോൾ വീണ്ടും ആഹ്ലാദമായിപ്പോയി മേനോക്കിക്ക്.

''പച്ചമുളകും ഉള്ളിയും ചതച്ചതുണ്ട്. നല്ല വെളിച്ചെണ്ണയും ഒഴിച്ച്.'' കടക്കാരൻ പറഞ്ഞു.

തൊട്ടാൽ പൊടിയുന്ന മരച്ചീനിയും ചേമ്പും എരിവുള്ള മുളകു ചട്ണിയിൽ മുക്കിക്കഴിച്ചു തുടങ്ങി മേനോക്കി. കഴിച്ചുകഴിഞ്ഞപ്പോൾ മധുരം കൂടുതൽ ചേർത്ത ചൂടുള്ള കടുംകാപ്പിയും മേടിച്ചുകുടിച്ചു.

മേനോക്കിക്ക് അതിഷ്ടമാണ്. എരിവുള്ള പ്രഭാതഭക്ഷണവും സായാഹ്നഭക്ഷണവും കഴിച്ചുകഴിയുമ്പോൾ ചൂടുള്ള കടുംകാപ്പി കുടിക്കുന്നത് ഒരു പ്രത്യേക സുഖമാണ്.

കപ്പയും ചേമ്പും വീട്ടിലേയ്ക്കുംകൂടി മേടിച്ചുകൊണ്ടുപോയാലോ എന്നുമാലോചിച്ചു, മേനോക്കി. പക്ഷേ, അവിടെ എത്തുമ്പോഴേയ്ക്കും അതാറിപ്പോകും. ചൂടോടെ കഴിക്കേണ്ടതാണ്.

പണം കടക്കാരന് കൊടുക്കുമ്പോൾ വിചാരിച്ചതിലും കുറവ്.

''ഈ കപ്പയും ചേമ്പും എവിടന്നു മേടിച്ചതാണു സാർ.'' മേനോക്കി ചോദിച്ചു. ഇപ്പോൾ കടക്കാരൻ അദ്ദേഹത്തിന് ബഹുമാന്യനായി മാറി യിരിക്കുന്നു.

''കുറച്ചപ്പുറത്തുനിന്നും. ഒരു വീട്ടിൽ കൃഷിചെയ്യുന്നതാണ് സാർ.''കടക്കാരൻ ചിരിച്ചു.

''ഏതു വീട്?''

''കേശുവേട്ടന്റെ വീട്.''

''ഓ!'' അപ്പോഴും മേനോക്കിക്ക് സന്തോഷം അനുഭവപ്പെട്ടു.

ഇപ്പോൾ കേശുവേട്ടന്റെ വീട്ടിൽ കപ്പയും ചേമ്പും ഉണ്ടെങ്കിൽ കുറച്ചു വാങ്ങണമെന്നും അദ്ദേഹം തീരുമാനിച്ചുറച്ചു. പണം വാങ്ങുമെങ്കിൽ മാത്രം.

പുരുഷോത്തമൻ മേനോക്കി കേശുവേട്ടന്റെ മുറ്റത്തേയ്ക്കു കയറിയപ്പോൾ ആദ്യം നോക്കിയത് പൊതിച്ചുകൂട്ടിയിട്ടിരിക്കുന്ന തേങ്ങയുടെ ചെറിയ കുനയിലേക്കാണ്. കുറച്ചപ്പുറത്ത് കൊട്ടപ്പാക്കും ചാക്കിൽ കൂട്ടിയിട്ടിരിക്കുന്നു. തേങ്ങായുടെ തൊണ്ടോ പാക്കിന്റെ ഉണക്കച്ചവറോ അവിടെങ്ങും ഉണ്ടായിരുന്നില്ല.

കേശുവേട്ടനും യശോദിയും എവിടെയെന്ന് മേനോക്കി നോക്കി. പെട്ടെന്നദ്ദേഹം അത്ഭുതത്തോടെ അനക്കമറ്റ് ചില നിമിഷങ്ങൾ നിന്നുപോയി.

നാല്

കരിപോലെ കറുത്ത് തിളങ്ങുന്ന വീടിന്റെ ഉമ്മറത്തിരുന്ന് കേശുവേട്ടനും യശോദിയും കൂടി ബീഡി തെറുക്കുന്നു.

എന്റെ ദൈവമേ ഇവർക്ക് ഒരു നിമിഷം പോലും വിശ്രമമില്ലേയെന്ന് അറിയാതെ ചോദിച്ചുപോയി പുരുഷോത്തമൻ മേനോക്കി. അദ്ദേഹം പതുക്കെ അവരുടെ അടുത്തേയ്ക്ക് നടന്നുകൊണ്ട് സ്നേഹവും ആദരവും നിറഞ്ഞ സ്വരത്തിൽ വിളിച്ചു "കേശുവേട്ടാ."

വിളിക്കുന്ന ശബ്ദംകേട്ട് തലയുയർത്തിയ കേശുവേട്ടന് ഒറ്റനോട്ടത്തിൽ ആളെ മനസ്സിലായില്ല. രണ്ടാമത്തെ നോട്ടത്തിൽ ആളെ മനസ്സിലാക്കിയ കേശുവേട്ടൻ മടിയിലിരുന്ന മുറം താഴെവെച്ചിട്ട് ചാടിയെഴുന്നേറ്റു. പിന്നെ, സ്നേഹക്കടൽ അലതല്ലുന്ന ശബ്ദത്തിൽ വിളിച്ചു. "പുരുഷോത്തമാ."

യശോദിയും എഴുന്നേറ്റ് ആദരവോടെ മേനോക്കിയെ നോക്കി ചിരിയോടെ നിന്നു.

പുരുഷോത്തമൻ മേനോക്കി കേശുവേട്ടനും യശോദിയും എത്ര നിർബന്ധിച്ചിട്ടും കസേരയിലിരിക്കാതെ വരാന്തയിലിരുന്നു. തിളങ്ങുന്ന തറയ്ക്ക് മാർബിളിനേക്കാൾ തണുപ്പുണ്ടായിരുന്നു. ചുറ്റുമുള്ള മരങ്ങളെയും ചെടികളെയും പൂക്കളെയും തഴുകിവരുന്ന കാറ്റിന് ഫാൻ തരുന്ന കാറ്റിനേക്കാൾ കുളിർമയുമുണ്ടായിരുന്നു.

അവർ കുറേയേറെ സംസാരിച്ചു. ചായ കൊടുത്തത് കുടിച്ചു, അദ്ദേഹം! കഴിക്കാനെന്തൊക്കെയോ കൊടുത്തതെല്ലാം സ്നേഹപൂർവം നിരസിച്ചിട്ട് കുറച്ചുമുമ്പ് ചായക്കടയിൽനിന്നും കഴിച്ച കപ്പയുടെയും ചേമ്പിന്റെയും കാര്യം പറഞ്ഞു. ഇവിടെ നിന്നും കിട്ടുമെന്നു വിവരം കടയിൽ നിന്നുമറിഞ്ഞതും കൂട്ടത്തിൽ പറയുകയും ചെയ്തു.

"നാലഞ്ച് ചുവടുംകുടിയുണ്ട്." കേശുവേട്ടൻ ചിരിച്ചു, "ഒരുപക്ഷേ,

പുരുഷോത്തമനുവേണ്ടിയാവും ഞങ്ങളത് പറിക്കാതെ നിർത്തിയിരുന്നത്! ഓരോന്നും ഓരോരുത്തർക്കുവേണ്ടി നമ്മൾ സൂക്ഷിപ്പുവെയ്ക്കുന്നു.''

''സത്യം! ജീവിതവും അങ്ങനെതന്നെയാണ്.'' പുരുഷോത്തമൻ മേനോക്കിയും ചിരിച്ചു. ''പക്ഷേ, ഇതിനുള്ള വിലതരാതെ ഞാനിത് കൊണ്ടുപോകില്ല കേശുവേട്ടാ....''

''അതൊക്കെ നമുക്കാലോചിക്കാം.'' കേശുവേട്ടൻ തലകുലുക്കി. പിന്നീടും അവർ സംസാരിച്ചുകൊണ്ടിരുന്നു. അതിനിടയിൽ ഇങ്ങോട്ടിപ്പോൾ വരുവതിനുണ്ടായ കാരണംകൂടി പുരുഷോത്തമൻ മേനോക്കി അവരെ അറിയിച്ചു.

''അതിനെന്താ?'' കേശുവേട്ടനും യശോദിയും ഒന്നിച്ച് സമ്മതിച്ചു. ''സ്വന്തം കൂടപ്പിറപ്പുകൾ പോലെയല്ലേ നമ്മളെല്ലാവരും പരസ്പരം കരുതിപ്പോരുന്നത്. അപ്പു നിങ്ങൾ പറയുന്ന സമയത്തുതന്നെ അവിടെ കൂട്ടുകിടക്കാൻ വരും.''

''സന്തോഷം കേശുവേട്ടാ...'' പുരുഷോത്തമൻ മേനോക്കിക്ക് തൃപ്തിയായി. അയാൾ തിരക്കി .''എന്നിട്ടെവിടെ നമ്മുടെ കഥാപുരുഷൻ''

അപ്പു?''

''അവനീ സമയത്ത് നമ്മുടെ പറമ്പിന്റെ അതിരിലുള്ള മാവിന്റെ ചുവട്ടിലൊരിരുപ്പുണ്ട്. അവിടെ നിന്നെഴുന്നേറ്റ് പിന്നെ ജിമ്മിൽ പോകും. ഗരാട്ടെ പഠിക്കുന്നുണ്ടത്രെ!'' കേശുവേട്ടൻ പറഞ്ഞു. അദ്ദേഹത്തിന്റെ സ്വരത്തിൽ അഭിമാനവും അതോടൊപ്പം വല്ലാത്തൊരു ക്ഷീണഭാവവും അലയടിക്കുന്നതായി പുരുഷോത്തമൻ മേനോക്കിക്കു തോന്നി.

''അവനിപ്പോൾ എന്തു പഠിക്കുന്നു?'' പുരുഷോത്തമൻ മേനോക്കിയുടെ ചോദ്യം ഇപ്പോൾ ഒരദ്ധ്യാപകന്റേതായി മാറി.

''ഫിഫ്ത്ത് ഫോമിൽ! ഒമ്പതിൽ''

വാട്ട്?'' മേനോക്കി അത്ഭുതപ്പെട്ടു. ''അവന്റെ പ്രായം വെച്ച് ഇപ്പോൾ കോളേജിൽ പോകേണ്ടതല്ലേ?''

''അതേ.'' കേശുവേട്ടൻ സ്വല്പം വിഷമത്തോടെ ചിരിച്ചു.

''അവൻ നാലഞ്ചു വർഷം പഠിച്ചില്ല.''

സത്യത്തിൽ മേനോക്കിക്ക് അപ്പുവിന്റെ പ്രായം അറിയുമായിരുന്നില്ല. അറിഞ്ഞിരുന്നെങ്കിൽ കുടുതൽ അമ്പരന്നുപോയേനെ!

''പഠിച്ചില്ലേ?'' അത്ഭുതത്തോടെ മേനോക്കി ചോദിച്ചു. ''എന്നതാ അവന് വല്ല അസുഖോം ആയിരുന്നോ?''

''ഓ! അങ്ങനൊന്നുമില്ലല്ലോ...'' തന്റെ ചോദ്യത്തിൽനിന്നും കേശുവേട്ടൻ വഴുതിമാറുവാൻ ശ്രമിക്കുന്നുവെന്ന് മേനോക്കിക്കു തോന്നി.

പിന്നെ തുടർന്നദ്ദേഹം ഒന്നും ചോദിച്ചതുമില്ല.

പക്ഷേ, ആ ചോദ്യത്തിനുത്തരം അവന്റെ കൂട്ടുകാരായ

ഞങ്ങൾക്കൊക്കെ അറിയാമല്ലോ. ഏഴാം ക്ലാസ്സിൽ ജയിച്ച് എട്ടിലിരിയ്ക്കുവാൻ കാത്തിരിക്കുമ്പോഴാണ് അവൻ നാടുവിടുന്നത്.

എന്തിനായിരുന്നു അപ്പു ഉണ്ണിക്കൃഷ്ണാ ആ നാടുവിടൽ? ചോദ്യത്തിനുത്തരം അപ്പു പറഞ്ഞു തരാതെ ഞങ്ങൾ അറിയിക്കാം. ഞങ്ങൾക്കെല്ലാവർക്കും അതറിയാം!

മൂന്നാം ക്ലാസ്സിൽ പഠിച്ചുകൊണ്ടിരുന്നപ്പോൾ മുതല്ക്കാണ് അപ്പുവിന് ഓരോരോ ആവശ്യങ്ങൾ ഉണ്ടായിത്തുടങ്ങിയത്. ആ ആവശ്യങ്ങളും ആഗ്രഹങ്ങളും എല്ലാം അവൻ അച്ഛനോടും അമ്മയോടും പറയുവാൻ തുടങ്ങി.

'കേശുവേട്ടാ, എനിക്ക് ഷൂസ് വേണം.'

ശരി മക്കളേ.' പിറ്റേദിവസം ഷൂസ് റെഡി.

'യശോദി, എനിക്ക് നാളെ ഒരു ബ്ലൂ ഷർട്ട് വേണം.'

'വാങ്ങാം മക്കളേ.' അന്നുതന്നെ ബ്ലൂ ഷർട്ടും റെഡി.

ഞങ്ങളുടെ അപ്പു ഓരോ വർഷം കഴിയുന്തോറും വളരെയധികം മാറിക്കൊണ്ടിരുന്നു. അവൻ ഒത്തിരിയൊത്തിരി പണം വേണ്ടുന്ന ധാരാളം ആവശ്യങ്ങൾ, അതിൽ മിക്കതും അനാവശ്യമായ കാര്യങ്ങളായിരുന്നു, കേശുവേട്ടന്റെയും യശോദിയുടെയും മുന്നിൽ അവതരിപ്പിച്ചുതുടങ്ങി. അതെല്ലാം അവർ സാധിച്ചു കൊടുക്കുകയും ചെയ്തുപോന്നു. പക്ഷേ, അവരിരുവരും തളരുകയായിരുന്നു. മുപ്പത്തിയഞ്ചുസെന്റ് സ്ഥലത്തുനിന്നും കൃഷിചെയ്തുണ്ടാക്കുന്ന പണവും പശുക്കറവയിൽ നിന്നുകിട്ടുന്ന ആദായവും ചേർത്തുവെച്ച് അവർ മകന്റെ ആവശ്യങ്ങളും ആഗ്രഹങ്ങളുമെല്ലാം ഒരുവിധം ഒപ്പിച്ചുകൊടുത്തു. പക്ഷേ... അപ്പോഴാണ് സ്കൂൾ തുറക്കുവാൻ ഒരാഴ്ച ബാക്കിയുള്ളപ്പോൾ അപ്പു ഒരാവശ്യം മുന്നോട്ടുവച്ചത്.

''എന്താ മകനെ വേണ്ടത്?''

''എനിക്കൊരു പുതിയ സൈക്കിൾ വാങ്ങണം.'' അപ്പു കർക്കശശബ്ദത്തിൽ പറഞ്ഞു. അപ്പോൾ കേശുവേട്ടനും യശോദിയും അതുകേട്ട് നിശ്ശബ്ദരായിട്ടിരുന്നുപോയി.

''പുതിയ റാലി സൈക്കിൾ വേണം.'' അപ്പു തുടർന്നു പറഞ്ഞു.

അവർ കേശുവേട്ടനും യശോദിയും സ്തംഭിച്ചിരുന്നുപോയി. അവർ, തളർന്നുപോയി.

''ഒരു മണിക്കൂറിനകം മേടിച്ചു തരണം.'' വീണ്ടും അപ്പു പറഞ്ഞു,

നിർദയമായ രീതിയിൽ അവൻ അവരെ സൂക്ഷിച്ചു നോക്കിനിന്നു.

''മക്കളേ, രണ്ടു ദിവസത്തിനകം മേടിച്ചു തരാം.'' അവർ താഴ്മയോടെ പറഞ്ഞു.

''പറ്റില്ല. എനിക്ക് ഒരു മണിക്കൂറിനകം സൈക്കിൾ മേടിച്ചുതന്നേ പറ്റൂ. ആ സൈക്കിളിൽ എനിക്ക് കോട്ടയത്തുപോകണം.''

''എങ്കിൽ മക്കളേ, നാളെ മേടിച്ചു തരാം. തീർച്ചയായിട്ടും മേടിച്ചു തരാം.''

അച്ഛനും അമ്മയും താഴ്മയോടെ പറഞ്ഞു. ''സത്യം മക്കളേ.''

അതുകേട്ടപ്പോൾ അവൻ അവരെ നോക്കി ആട്ടുകയാണ് ചെയ്തത്. പിറ്റേന്നു രാവിലെ അച്ഛനോടും അമ്മയോടും ഉള്ള ദേഷ്യം തിളച്ചുമറിയുന്ന മനസ്സോടെ അപ്പു ഉണ്ണിക്കൃഷ്ണൻ വീടുവിട്ടു. നാടുവിട്ടു.

ദൈവമേ, എന്നു വിളിച്ചുകൊണ്ട് പകുതിമരിച്ച മനസ്സോടെയും പകുതി ഭ്രാന്തുപിടിച്ച മനസ്സോടെയും കേശുവേട്ടനും യശോദിയും മകൻ തിരിച്ചുവരുന്നതും കാത്ത് കണ്ണിലെണ്ണയും ഒഴിച്ച ജീവിച്ചു. മകൻ പുറപ്പെട്ടുപോയതോടെ അകന്നുപോയ ഉറക്കത്തെ തോല്പിക്കാൻ പകലും രാത്രിയും അവർ പറമ്പിൽ ജോലിചെയ്തു. പിന്നെ രാത്രിയുടെ ബാക്കി സമയത്ത് വെളുപ്പിനെ അറിയാതെ മയങ്ങിപ്പോകും വരെ ബീഡി തെറുത്തു. അവസാനം വർഷങ്ങൾക്കുശേഷം ഒന്നും സംഭവിക്കാത്തതുപോലെ മിടുമിടുക്കനായി അവൻ തിരിച്ചുവന്നപ്പോൾ സന്തോഷത്തിന്റെ തിരത്തള്ളൽ സഹിക്കവയ്യാതെ അവരിരുവരും മോഹാത്സ്യപ്പെട്ട് വീണുപോയി.

ആ അഞ്ചുവർഷക്കാലം അവനെവിടെയായിരുന്നുവെന്ന് ഞങ്ങൾ പിന്നീടറിഞ്ഞു. അവനത് വ്യക്തമായും വള്ളിപുള്ളി വിടാതെ ഞങ്ങളോട് പറഞ്ഞു കേൾപ്പിച്ചു. അവൻ തിരിച്ചുവന്നപ്പോൾ നല്ലതുപോലെ ഉയരംവെച്ചിരുന്നു. സൗന്ദര്യവും നിറവും കൂടിയിരുന്നു. ചുണ്ടുകൾക്കു മുകളിൽ നനുനനുത്ത മീശ പൊടിച്ചു വരുന്നുണ്ടായിരുന്നു. അവൻ മീനച്ചിലാറൊഴുകുംപോലെ ഇംഗ്ലീഷ് സംസാരിച്ച് ഞങ്ങളെ കൊന്നുകളഞ്ഞു. ഹൈസ്കൂളിലെ ഇംഗ്ലീഷ് അദ്ധ്യാപകനായ മേനോൻസാറിനോട് ഇംഗ്ലീഷ് മണിമണിയായി സംസാരിച്ച് അവൻ എല്ലാവരേയും അമ്പരപ്പിച്ചു. അദ്ദേഹം അപ്പു ഉണ്ണിക്കൃഷ്ണൻ കൈ കൊടുത്തിട്ടു പറഞ്ഞു വെരിഗുഡ്, ഐ ആം പ്രൗഡ് ഓഫ് യു,

കേശുവേട്ടന്റെ പറമ്പിന്റെ അതിർത്തിയിൽ വിസ്തൃതമായി കിടക്കുന്ന ഒരു ചിറയാണുണ്ടായിരുന്നത്. ആ ചിറയിലേയ്ക്കും നോക്കിയാണ് അപ്പു അവന്റെ സുഹൃത്തായ ചക്കരമാവിന്റെ ചുവട്ടിൽ മിക്ക വൈകുന്നേരങ്ങളിലും ചിന്തിച്ചുകൊണ്ടിരുന്നിരുന്നത്. ആ ചിറയിലാണ് അപ്പു ഉണ്ണിക്കൃഷ്ണനും ഞങ്ങളും കൊച്ചുന്നാൾതൊട്ട് നടന്നത്. കളിച്ചത്!

എന്തെല്ലാം കളികൾ! കള്ളനും പൊലീസും. തലപ്പന്ത്, കിളിത്തട്ട്, കുട്ടീംകോലും, വളർന്നുകഴിഞ്ഞപ്പോൾ ക്രിക്കറ്റ്.

കുട്ടീംകോലും കളിയിൽ ''കുട്ടി'' അടിച്ച് തെറുപ്പിച്ചിട്ട് കോലുകൊണ്ട് അപ്പു ''പണം'' എണ്ണുന്നതിന്റെ ഈണം ഇപ്പോഴും ഞങ്ങൾ കൗതുകത്തോടെ ഓർക്കാറുണ്ട്.

''ഏക്കു, ചാത്തി, മുറി, നായി, അയറ്റി, ആറാങ്കി, പണം ഒന്ന്

ഏക്കുചാത്തി, മുറി...''

കളിയെല്ലാം കഴിഞ്ഞ് സന്ധ്യ വരുന്നതിനുമുമ്പ് എല്ലാവരും പിരിയാറാകുമ്പോൾ അപ്പു ഞങ്ങളോട് പറയും, ഞാനീ ചിറ വിലയ്ക്കുവാങ്ങും. നോക്കിക്കോ.

ശങ്കരമഠത്തിൽ വലിയ സ്വാമിയുടെ വകയാണ് ഏഴരയേക്കർ വിസ്തീർണ്ണമുള്ള ആ ചിറ! മഴക്കാലത്ത് വെള്ളം കയറി കായൽപോലെയും അല്ലാത്തപ്പോൾ മൈതാനം പോലെയും ആ ചിറ ചിരിച്ചും ചിന്തിച്ചും അങ്ങനെ വിസ്തീർണമായി നിലകൊണ്ടു. ആ ചിറ വിലയ്ക്കു വാങ്ങുന്നത് സ്വപ്നം കണ്ടും വിലയ്ക്കു വാങ്ങുമെന്ന് മനസ്സിൽ കൂടെക്കൂടെ പ്രതിജ്ഞചെയ്തും അപ്പു പറമ്പിന്റെ അതിർത്തിയിലുള്ള അവന്റെ മറ്റൊരാത്മമിത്രമായ ചക്കരമാവിന്റെ ചുവട്ടിൽ വൈകുന്നേരങ്ങളിൽ ഇരുന്നു.

''നീ ആ ചിറ വാങ്ങിച്ചെട്ടെന്തുചെയ്യും?'' ഞങ്ങൾ അത്ഭുതത്തോടെ ചോദിക്കും!

''കൃഷി ചെയ്യും.'' ദൃഢസ്വരത്തിൽ അവൻ പറയുമായിരുന്നു. എന്നു ഒരേ ഉത്തരം. ചിറയുടെ നാലുചുറ്റിനും നല്ല തെങ്ങിൻതയ്യ് വെയ്ക്കും ചിറയുടെ നടുവിൽ വീതിയും പൊക്കവുമുള്ള വലിയ വരമ്പുപിടിച്ച് അവിടെ ഏത്തവാഴയും പൂവൻ വാഴയും റോബസ്റ്റായും വെയ്ക്കും. ഇടയ്ക്കിടയ്ക്ക് മരച്ചീനി, ചേമ്പ്, ചേന..... പിന്നെ ബാക്കി ഒത്തിരി സ്ഥലത്ത് നെല്ല് വിതയ്ക്കും.''

ഇത്ര കൊച്ചിലെ അപ്പു ഈ രീതിയിൽ സംസാരിക്കുന്നുവല്ലോ എന്നോർത്ത് ഞങ്ങൾ അവിശ്വാസത്തോടെ അവന്റെ മുഖത്തേയ്ക്കു നോക്കി ഇരിക്കുമായിരുന്നു.

ശങ്കരമഠത്തിൽ വലിയ സ്വാമിയുടെ വകയായിരുന്നു ഇപ്പോൾ അപ്പു താമസിക്കുന്ന മുപ്പത്തിയഞ്ച് സെന്റ് സ്ഥലം. സ്വാമിയോ മറ്റാൾക്കാരോ തിരിഞ്ഞു നോക്കാതെ കാടുപിടിച്ച് കിടന്നിരുന്ന ആ സ്ഥലം കമ്മ്യൂണിസ്റ്റുകാരാണ് കേശുവേട്ടന്റെ അച്ഛന് വാങ്ങിക്കൊടുത്തത്. ആ വിവരം അപ്പു വളരെ കൊച്ചിലേതന്നെ മനസ്സിലാക്കിയിരുന്നു. ആ സ്ഥലത്തുകൂടി മാത്രമേ സ്വാമിയുടെ ചിറയിലേയ്ക്ക് കയറുവാൻ സാധിക്കുമായിരുന്നൊള്ളു. സ്ഥലം വിറ്റപ്പോൾ സ്വാമി അതത്രയ്ക്കു ശ്രദ്ധിച്ചതുമില്ല. സന്തോഷം...

''നമുക്കവൻ ഇരിക്കുന്നിടത്തേക്കു പോകാം.'' പുരുഷോത്തമൻ മേനോക്കി പറഞ്ഞു.

പറമ്പിന്റെ അതിർത്തിയിലുള്ള ചക്കരമാവിന്റെ ചുവട്ടിൽ അപ്പു ഉണ്ണിക്കൃഷ്ണൻ ആലോചിച്ചിരിക്കുന്നതെന്താണെന്നും ഞങ്ങൾക്കറിയാം. അവനത് കൊച്ചിലേതൊട്ട് ഞങ്ങളോട് പറഞ്ഞിട്ടുണ്ട്. ഇത്ര

കൊച്ചിലേ ഇങ്ങനെയൊക്കെ ചിന്തിക്കാൻ അവന് കഴിഞ്ഞതെങ്ങനേ യെന്ന് വളർന്നുവരുന്ന വഴി ഞങ്ങളാലോചിച്ച് അത്ഭുതപ്പെട്ടിട്ടുമുണ്ട്.

കേശുവേട്ടൻ മുപ്പത്തിയഞ്ചുസെന്റ് സ്ഥലത്ത് ചെയ്തുവച്ചിരിക്കുന്ന കൃഷിയുടെ വൈവിധ്യം കണ്ട് അത്ഭുതപ്പെട്ടുകൊണ്ടാണ് പുരുഷോത്തമൻ മേനോക്കി അപ്പു ഉണ്ണിക്കൃഷ്ണൻ ഇരുന്നിടത്തോട്ട് നടന്നു ചെന്നത്.

''എവിടെ അപ്പു?'' പുരുഷോത്തമൻ മേനോക്കി ചോദിച്ചു.

''ദാ!'' കേശുവേട്ടൻ വിരൽ ചൂണ്ടിയിടത്തേയ്ക്കു നോക്കിയപ്പോൾ പുരുഷോത്തമൻ മേനോക്കി അന്തിച്ചുപോയി. ഒരൊത്ത സുഭഗനായ യുവാവ് മാവിൽ ചാരി ദൂരേയ്ക്ക് നീണ്ടു കിടക്കുന്ന ചിറയിലേയ്ക്കും നോക്കി ചിന്താഗ്രസ്തനായി നില്ക്കുന്നു.

ചിരപുരാതനയായ കടലിലേയ്ക്കും നോക്കി ധീരനായ ഒരു മുക്കുവൻ തീരത്തു നില്ക്കും പോലെയുണ്ടല്ലോ എന്നാണ് അപ്പുവിന്റെ നില്പു കണ്ടപ്പോൾ മേനോക്കിക്ക് തോന്നിയത്.

കേശുവേട്ടൻ മേനോക്കിയെ അപ്പുവിന് പരിചയപ്പെടുത്തിക്കൊടുത്തു. മേനോക്കി തൃശൂരിലെ കോളജിൽ ഇംഗ്ലീഷ് പ്രഫസറായിരുന്നുവെന്നും അദ്ദേഹം ഇപ്പോൾ നിന്നെ കാണുവാൻ വന്നത് ഇങ്ങനെ ചെറിയൊരു കാര്യത്തിനാണെന്നു പറയുകയും ചെയ്തു.

അതു കേട്ടപ്പോൾ അപ്പു ഉണ്ണിക്കൃഷ്ണൻ പുഞ്ചിരിച്ചു. അവന്റെ പുഞ്ചിരി മനോഹരമാണല്ലോ എന്ന് മേനോക്കി ഓർത്തു പോയി അറിയാതെ.

''എന്നെ ഗൂർഖയാക്കുകയാണോ സാർ. സെക്യൂരിറ്റി ഏജൻസിയിൽ അറിയിച്ചോ?'' നല്ല പരിശുദ്ധമായ ഇംഗ്ലീഷിൽ അപ്പു തിരക്കി. തമാശയ്ക്കായിട്ടുള്ള ഒരു ചോദ്യം, പക്ഷേ, തന്റെ സ്റ്റുഡന്റ്സുപോലും ഇത്ര ഭംഗിയായ ഉച്ചാരണശുദ്ധിയോടെ ഇംഗ്ലീഷ് സംസാരിച്ചിട്ടില്ലല്ലോ എന്ന് മേനോക്കി പെട്ടെന്ന് അത്ഭുതപ്പെട്ടു.

''ഗൂർഖയായിട്ടോ, ശിപായിയായിട്ടോ ഒന്നുമല്ല, എന്റെ മകന്റെ സ്ഥാനം നല്കിയാണ് ഞാൻ വിളിച്ചത്. ഞാനും ഭാര്യയും സ്ഥലത്തില്ലാത്തപ്പോൾ വിശ്വസ്തനായ ഒരാൾ വീട്ടിലുണ്ടാവണം. രണ്ടു സേർവന്റ്സുണ്ട്. എനിക്കും എന്റെ ഭാര്യക്കും മകൾക്കും അവരെ വേണ്ടത്ര വിശ്വാസമില്ല. രണ്ടും സ്ത്രീകളാണ്.''മേനോക്കിയും ഇംഗ്ലീഷിൽ പറഞ്ഞു.

''അപ്പോൾ നിങ്ങളില്ലാത്തപ്പോൾ ഞാനെപ്പോ വരണം?''

''ഞാനറിയിക്കാം. ഞാനും ഭാര്യയും മാത്രമേ പോകു. മകൾ വീട്ടിലുണ്ടാവും. അപ്പു ഉണ്ണിക്കൃഷ്ണന് വിരോധമില്ലെങ്കിൽ...''

''ഒരു വിരോധവുമില്ല അങ്കിൾ!'' അപ്പു പറഞ്ഞു. അവൻ പിന്നെ അതിനേപ്പറ്റി ഒന്നും ചോദിച്ചില്ല.

''അപ്പു എന്താ കുറച്ചു വർഷം പഠിക്കാതിരുന്നത്?'' മേനോക്കി

അപ്പുവിനോട് തുറന്നു ചോദിച്ചു.

''ഞാൻ അഞ്ചുവർഷം നാട് ചുറ്റാൻ പോയി സാർ.'' അവനും തുറന്നു പറഞ്ഞു.

''വെരിഗുഡ്. പത്തുപന്ത്രണ്ടു വയസ്സിൽ നാട് ചുറ്റുക! മനസ്സിന് ഒരു ഭീതിയും തോന്നിയില്ല അല്ലേ?''

''ഇല്ല സാർ. എനിക്ക് അതിലും ചെറുപ്പത്തിൽ തന്നെ നാടുചുറ്റാൻ പോകണമെന്നുണ്ടായിരുന്നു.'' അപ്പു ഉണ്ണിക്കൃഷ്ണൻ ചിരിയോടെ പറഞ്ഞു. അവൻ മേനോക്കിയെ സാർ എന്നും അങ്കിളെന്നും മാറിമാറിവിളിച്ചു. ഒഴുക്കോടെയാണ് അവൻ ഇംഗ്ലീഷ് സംസാരിച്ചത്. നല്ല അമേരിക്കൻ ആക്സന്റ് !

''അങ്ങനെ നാടുചുറ്റിക്കാണാനായി പൊയ്ക്കൊള്ളുവാൻ അച്ഛനും അമ്മയും അപ്പുവിനെ സമ്മതിച്ചോ?''

''ഹേയ്!'' ഒരു തികഞ്ഞ യുവാവിനെപ്പോലെ അപ്പു സംസാരിച്ചു.

''ഒരു ദിവസം എനിക്കൊരാഗ്രഹം ഉണ്ടായി. ഒരു മണിക്കൂറിനകം അത് നടപ്പാക്കിത്തരണമെന്ന് ഞാനവരോട് പറഞ്ഞു. അത് സാധിക്കാതെ വന്നപ്പോൾ അക്കാര്യത്തിൽ പിണങ്ങി ഞാൻ നാടുവിട്ടു.''

''എവിടേയ്ക്കാണ് പോയത്?'' അത്യാധികം താത്പര്യത്തോടെ മേനോക്കി ചോദിച്ചു.

''പല സ്ഥലത്തും പോയി അങ്കിൾ. തോന്നിയ സ്ഥലത്തൊക്കെ പോയി. ഭോപ്പാലിൽ ചെന്നു. പിന്നെ രാജസ്ഥാനിൽ. ഞാൻ താർമരുഭൂമിയുടെ തീരത്തു ചെന്നു നിന്നിട്ടുണ്ട്. അങ്കിൾ.''

അപ്പു ഉണ്ണിക്കൃഷ്ണൻ പറയുന്നത് നിറഞ്ഞ മനസ്സോടെ മേനോക്കി കേട്ടുകൊണ്ടിരുന്നു.

''മരുഭൂമിയിലെ സൂര്യാസ്തമയവും നിലാവ് നിറഞ്ഞ രാത്രികളും കണ്ടു ഞാൻ പൊട്ടിക്കരഞ്ഞിട്ടുണ്ട് അങ്കിൾ.'' അന്നത്തെ ആ മനോഹരക്കാഴ്ചകൾ കൺമുമ്പിൽ വീണ്ടും കണ്ടുകൊണ്ട് പറയുമ്പോലെ അപ്പു പറഞ്ഞു. അവന്റെ കണ്ണുകളിൽ വിസ്മയത്തിന്റെ കടൽ തിരതള്ളുന്നത് മേനോക്കി കണ്ടുനിന്നു.

''അപ്പു ഇവിടെയൊക്കെ പോകുവാൻ എങ്ങനെ പണം കണ്ടെത്തി?''

അത്ഭുതത്തോടെ അല്ലെങ്കിൽ ആദരവോടെ അദ്ദേഹം ചോദിച്ചു, ''അതും വളരെ ചെറിയ പ്രായത്തിൽ?''

''ഞാൻ ജോലി ചെയ്യുമായിരുന്നു അങ്കിൾ!'' ഉത്സാഹത്തള്ളിച്ചയോടെ അപ്പു പറഞ്ഞു. ''എനിക്ക് പതിനെട്ടോ പത്തമ്പതോ ഇരുപതോ ഒക്കെ പ്രായമുണ്ടെന്നാണ് എല്ലാവരും കരുതിയത്.''

ചില നിമിഷങ്ങൾ നേരിയ പുഞ്ചിരിയോടെ താടിയ്ക്കു കയ്യും കൊടുത്തു മേനോക്കി അപ്പു ഉണ്ണിക്കൃഷ്ണനെ നോക്കി മൗനമായി നിന്നു.

പിന്നെ പതുക്കെ തിരക്കി. ‘‘നീ എന്തെല്ലാം ജോലി ചെയ്യുമായിരുന്നു മകനേ?’’

‘‘ഹോട്ടലിൽ സപ്ലേയർ, പഴക്കടയിൽ വില്പനക്കാരന്റെ സഹായി, ക്ലീനിങ്ങ് അങ്ങനെയങ്ങനെ ഒത്തിരി ജോലികൾ.’’

‘‘നീ എവിടെയൊക്കെ പോയി? ഏതെല്ലാം സ്ഥലങ്ങളിൽ?’’

മേനോക്കി വീണ്ടും അറിയാതെ ചോദിച്ചുപോവുകയാണ്. ആ ചോദ്യങ്ങൾക്കൊക്കെ അപ്പു ഉണ്ണിക്കൃഷ്ണൻ അറിയാതെ മറുപടി പറയുകയുമാണ്.

‘‘ഭോപ്പാൽ, രാജസ്ഥാൻ, ആഗ്ര, ബിലാസ്പ്പൂർ, ഹൈദ്രാബാദ് അവസാനം ചെന്നൈ...’’ അപ്പു ഒരു നിമിഷം കണ്ണുകളടച്ചു പിടിച്ചു. പിന്നെ ഒരു പ്രത്യേകസ്വരത്തിൽ, പറഞ്ഞു. ‘‘ചെന്നൈയിൽ ചെന്നതിനുശേഷം പിന്നെ ഞാനൊരിടത്തേയ്ക്കും പോയില്ല. തിരിച്ചിങ്ങുപോന്നു.’’

അവൻ ചെന്നൈ നഗരത്തെപ്പറ്റി അപ്പോളോർത്തുനിന്നു. ഹൈദ്രാബാദിൽ ചാർമിനാറിനരികിലുള്ള ഒരു പഴക്കടയിൽ സെയിൽസ്മാനായി ജോലി ചെയ്യുന്ന കാലം. പഴക്കടയുടെ ഉടമസ്ഥൻ റഹിം റാവുത്തർ തികഞ്ഞ മുസ്ലീം വിശ്വാസിയായിരുന്നു. അയാൾ നാലുനേരം നിസ്കരിക്കുകയും ഖുർ ആൻ കഥകൾ പറഞ്ഞു കേൾപ്പിക്കുകയും ഒക്കെ ചെയ്യുമെങ്കിലും ശ്രീകൃഷ്ണനെ രഹസ്യമായി അദ്ദേഹം ആരാധിച്ചിരുന്നു. റഹിം റാവുത്തർ ഈ പ്രാർത്ഥന സന്ധ്യാവേളകളിൽ ചൊല്ലുമായിരുന്നു. ‘‘ശുക്ലാംബരധരം വിഷ്ണും ശശിവർണം ചതുർഭുജം പ്രസന്നവദനം ധ്യായേത് സർവവിഘ്നോപശാന്തയേ....’’

ആ പ്രാർത്ഥനയും ജപവും കണ്ട് അപ്പു അന്തിച്ചുനിന്നു പോയിട്ടുണ്ട്. അവന്റെ നില്പും അവന്റെ കണ്ണുകളിലെ അത്ഭുതഭാവവും കണ്ടിട്ട് റഹിം റാവുത്തർ അവനോട് പതുക്കെ പറഞ്ഞു. ‘‘ബേട്ടാ! ഞാൻ കൃഷ്ണഭക്തനാണ്. എന്റെ പൂർവികന്മാർ ഹിന്ദുക്കളായിരുന്നു.’’

അപ്പു ഒഴിവുദിവസങ്ങളിലും വിശ്രമവേളകളിലും എവിടെ പോകുന്നതിനും റഹിം റാവുത്തർക്ക് വിരോധമില്ലായിരുന്നു. അവൻ കോട്ട കാണുവാൻ പോയി, സെക്കന്തരാബാദിലെ അയ്യപ്പക്ഷേത്രത്തിൽ പോയി, മേദിപ്പട്ടണത്തിൽ പോയി, ഹുസൈൻ സാഗർ അണക്കെട്ടിന്റെ തീരത്ത് സായാഹ്നങ്ങളിൽ കാറ്റുകൊള്ളുവാനും പോയി. പക്ഷ. ഒരു സ്ഥലത്തേയ്ക്കു പോകുവാൻ മാത്രം അവന് അനുവാദമില്ലായിരുന്നു. ചാർമിനാറിന്റെ ഇടതുവശത്തുള്ള റോഡിലൂടെ പോകുവാനാണ് അവന് അനുവാദമില്ലായിരുന്നത്.

‘‘അതെന്തു കൊണ്ടാ ബാബാ?’’ അവൻ പലപ്പോഴായി തിരക്കി.

‘‘ഒന്നുകൊണ്ടുമല്ലാ!’’ റഹിം റാവുത്തർ ചിരിച്ചു. പിന്നെ അവന്റെ കണ്ണുകളിലേയ്ക്ക് സൂക്ഷിച്ചുനോക്കിക്കൊണ്ടു പറഞ്ഞു. ‘‘നിനക്ക് വളരെ

ചെറുപ്പമാണ്. നീ ബാലനാണ്. പക്ഷേ, നിന്റെ ശരീരം യുവാവിന്റേതുമാണ്. അതുകൊണ്ടുതന്നെ നീ അതിലേ പോകേണ്ട...''

അതെന്തുകൊണ്ടാണെന്ന് ഇപ്പോഴും അപ്പു ഉണ്ണിക്കൃഷ്ണന് മനസ്സിലായിട്ടില്ല. എന്തുകൊണ്ടാണെന്ന് എപ്പോഴായാലും മനസ്സിലാക്കണമെന്ന് അവൻ നിശ്ചയിച്ചിട്ടുണ്ട്.

അപ്പോഴാണ്, റഹിം റാവുത്തറുടെ പഴക്കടയിൽ ജോലി ചെയ്തുകൊണ്ടിരിക്കുന്ന കാലത്താണ്, മാർഗരറ്റ് ആന്റിയും സാംസൺ അങ്കിളും കൂടി അപ്പു ഉണ്ണിക്കൃഷ്ണനെ ചെന്നൈയിലേയ്ക്കു കൂട്ടിക്കൊണ്ടുപോകുന്നത്. ഒരു വർഷമാണ് അവൻ അവരുടെ കൂടെ നിന്നത്. അവിടെ താമസിക്കുമ്പോഴാണ് അവൻ ഇംഗ്ലീഷ് പച്ചവെള്ളംപോലെ സംസാരിക്കാൻ പഠിച്ചത്. അവിടെ താമസിക്കുമ്പോഴാണ് അവൻ ജിമ്മിൽ പോകുവാനും ഗരാട്ടെ പഠിക്കുവാനും തുടങ്ങിയത്. ആ സമയത്താണ് വ്യത്യസ്തമായ ഭക്ഷണപാനീയങ്ങൾ അവൻ കഴിച്ചത്. ആ കാലയളവിലാണ് ഒരു സ്ത്രീയുടെ നഗ്നശരീരത്തിന്റെ വടിവുകളും വളവുകളും ചുഴിവുകളും സൗന്ദര്യവും അവൻ കണ്ടത്. ഒന്നും തോന്നാതെ അതൊക്കെ കണ്ടുനിന്നത്.

മേനോക്കി തിരിച്ചു പോകുവാനൊരുങ്ങുന്നു!

''അപ്പു ഈ ചിറയിലേയ്ക്കും നോക്കി എന്താണ് ആലോചിച്ചു നില്ക്കുന്നത്?'' മേനോക്കി പെട്ടെന്ന് ചോദിച്ചു.

''എനിക്കീ ചിറ സ്വന്തമാക്കണം അങ്കിൾ.'' ഉറച്ച സ്വരത്തിൽ അപ്പു പറഞ്ഞു.

മേനോക്കി കണ്ണുകളെടുക്കാതെ അപ്പുവിനെ നോക്കി അങ്ങനെ നിന്നു. മഹാഭാരതത്തിലെ അഭിമന്യുവാണ് ഇവനെന്ന് അദ്ദേഹത്തിന് പെട്ടെന്ന് തോന്നി. ഇവൻ യോദ്ധാവാണ്. ഇവൻ വീരനും ധീരനുമാണ്. ഇവനെനിക്ക് സ്വന്തം മകനേപ്പോലെ പ്രിയനായിരിക്കുന്നു.

''ചിറ വാങ്ങിയിട്ട് മണ്ണടിച്ച് പൊക്കി ഫ്ളാറ്റ് പണിയാനാണോ?'' മേനോക്കി ചോദിച്ചു.

അല്ല.'' ചിറ വാങ്ങിയശേഷം ചെയ്യാനുദ്ദേശിക്കുന്ന കൃഷിയെപ്പറ്റി വിശദമായി അപ്പു സംസാരിച്ചു. അത് മുഴുവനും കേട്ടപ്പോൾ അപ്പുവിന് ഹസ്തദാനം നല്കിക്കൊണ്ട് മേനോക്കി പറഞ്ഞു. ''ഐ ആം പ്രൗഡ് ഓഫ് മൈ ഡിയർ ബോയി.''

ഇപ്പോൾ രണ്ടാമത്തെ ആളാണ് ഇങ്ങനെ പറയുന്നതെന്ന് അപ്പു മനസ്സിലോർത്തു. ആദ്യത്തെ ആൾ മേനോൻ സാർ. ഇപ്പോൾ ദാ മേനോക്കി സാറും. ഒരർത്ഥത്തിൽ രണ്ടും മേനോന്മാർതന്നെ.

''ഓക്കേ അപ്പു. ഞാൻ വിളിക്കുമ്പോൾ വരണം.''

''തീർച്ചയായും അങ്കിൾ.''

മേനോക്കി യാത്ര പറഞ്ഞു പോകുമ്പോൾ കേശുവേട്ടൻ കൊടുത്ത ശീമച്ചേമ്പും കപ്പയും കടച്ചക്കയും പച്ചമുളകും നിറഞ്ഞ സഞ്ചിയും അദ്ദേഹത്തിന്റെ കയ്യിലുണ്ടായിരുന്നു. നൂറ് രൂപ കേശുവേട്ടനെക്കൊണ്ട് നിർബന്ധിച്ച് മേടിപ്പിച്ചിട്ടാണ് മേനോക്കി സാധനങ്ങളുമായി പോയത് .

അപ്പു ജിംനാഷ്യത്തിലേയ്ക്കും യാത്രയായി.

ആറുമാസം കഴിഞ്ഞാണ് മേനോക്കിയും ഭാര്യയും തിരുവനന്തപുരത്തിനു പോയത്. അദ്ദേഹത്തിന്റെ മകൻ ദുബായിലേയ്ക്ക് ഓഫീസ് ടൂർ പോയതുകൊണ്ടാണ് അങ്ങനെ സംഭവിച്ചത്.

അവസാനം ഒരു ഞായറാഴ്ച രാവിലെ മേനോക്കി കേശുവേട്ടന്റെ വീട്ടിൽ വീണ്ടും വന്നു. അവർ പതിനൊന്നരയുടെ ട്രയിനിന് തിരുവനന്തപുരത്തിനു പോകുന്നു. വൈകുന്നേരം അപ്പു വരണം. അതിനുമുമ്പ് അപ്പു ഇപ്പോൾ കൂടെ ചെല്ലണം.

ശരി. അപ്പു സമ്മതിച്ചു. മേനോക്കിയുടെ പുറകേ ഒരു മകനേപ്പോലെ അപ്പു പുറപ്പെട്ടു. മലയിലേയ്ക്ക് ഒരു വഴി തുറക്കുന്നു.

അഞ്ച്

‘‘എനിക്കൊരു മെമ്പർഷിപ്പ് വേണം.’’ അപ്പു ഉണ്ണിക്കൃഷ്ണൻ വായനശാലയിൽ ചെന്ന് ലൈബ്രേറിയനോട് പറഞ്ഞത് നാട്ടിൽ തിരിച്ചെത്തി സ്കൂളിൽ ചേർന്നതിനുശേഷമാണ്.

അപ്പു വായനശാലയിൽവന്ന് മെമ്പർഷിപ്പെടുത്ത കാര്യം ഓർക്കുകയായിരുന്നു, ലൈബ്രേറിയനായ ജോൺ ഏബ്രഹാം.

ഒരു റിട്ടയേർഡ് പൊലീസ് ഇൻസ്പെക്ടറായിരുന്നു ലൈബ്രേറിയൻ. പഠിക്കുന്ന കാലത്തും ജോലി ചെയ്യുന്ന കാലത്തും ഭക്ഷണം കഴിച്ചില്ലെങ്കിലും പുസ്തകങ്ങൾ വായിക്കുന്ന ആളായിരുന്നു ജോൺ ഏബ്രഹാം. ജോൺ ഏബ്രഹാം ധാരാളം ക്രൈം നോവലുകൾ വായിച്ചു. ഇന്ത്യൻ ഭാഷകളിലെ വിവർത്തനകൃതികളും അദ്ദേഹം വായിച്ചുകൊണ്ടിരുന്നു. മലയാളത്തിലെ ഒട്ടുമിക്ക കൃതികളും ആനുകാലികങ്ങളും അദ്ദേഹം വായിക്കുകയും ചെയ്യുന്നു. ജോലിയിൽ നിന്നും വിരമിച്ചശേഷം പുസ്തകങ്ങളോടുള്ള സ്നേഹം നിമിത്തമാണ് അദ്ദേഹം ലൈബ്രേറിയനായി ജോലി ചെയ്യുന്നത്.

‘‘നാട്ടിലെത്തി രണ്ടു ദിവസം കഴിഞ്ഞപ്പോൾ അപ്പു മെമ്പർഷിപ്പെടുക്കാത്തതെന്തുകൊണ്ട് എന്നു ചോദിക്കാൻ ഞാൻ പലവട്ടം നാക്കെടുത്തതാണ്.’’ ജോൺ എബ്രഹാം പറഞ്ഞു. ‘‘പക്ഷേ, അപ്പു പുസ്തകങ്ങളെടുത്തു തുടങ്ങും എന്നെനിക്കറിയാമായിരുന്നു.’’

‘‘കൊച്ചുകുട്ടികൾ മധുരപലഹാരം കണ്ട് കൊതിക്കുന്നതുപോലെ ഞാനീ പുസ്തകങ്ങൾ കണ്ട് കൊതിക്കുമായിരുന്നു കൊച്ചിലേ’’ അപ്പു

പറഞ്ഞു. ''ഇപ്പോൾ കൊതി മാറ്റാനുള്ള സമയം വന്നിരിക്കുന്നു.''

അപ്പുവിന്റെ സംസാരം കേട്ട് നിശ്ശബ്ദനായിനിന്നുപോയി ജോൺഏബ്രഹാം. വളരെ ചെറുപ്പത്തിൽതന്നെ അദ്ദേഹം അവനെ ശ്രദ്ധിക്കുമായിരുന്നു. അവന്റെ സംസാരം, അവൻ നാടുവിട്ടുപോയിട്ട് തിരിച്ചുവന്നത്, അവന്റെ ശരീരവും വ്യായാമമുറകളും...

അദ്ദേഹം മനസ്സിലോർത്തു, ഇപ്പോൾ അപ്പുവിന് പതിനെട്ട് വയസ്സാകുന്നതേയുള്ളു. പക്ഷേ, അരോഗദൃഢഗാത്രനായ ഒരു മുപ്പതുകാരന്റെ ശരീരമാണ് ഇവനുള്ളത്. ഏകദേശം ആറടി കവിയുന്ന ദീർഘശരീരം. അമ്പതുവയസ്സുകാരന്റെ പക്വതയും ചിന്തയും. എന്നാൽ,കൊച്ചുകുട്ടികളുടെ നിഷ്കളങ്കഭാവം.

''നിനക്ക് പൊലീസ് ആഫീസറാകാം അപ്പു. പഠിത്തം കഴിഞ്ഞു ശ്രദ്ധിച്ചാൽ... ശ്രമിച്ചാൽ...'' അപ്പുവിനോട് ജോൺ ഏബ്രഹാം പറഞ്ഞു.

''എനിക്ക് പൊലീസിൽ ചേരേണ്ട സാർ. കാണുന്നവരെയെല്ലാം സല്യൂട്ട് ചെയ്യുവാൻ എനിക്ക് പറ്റില്ല.'' ഉടൻതന്നെ അപ്പു പ്രതികരിക്കുകയും ചെയ്തു.

''അപ്പു, നിനക്ക് ഏതു ക്ലാസ്സിൽ ചേരണം?'' ജോൺ ഏബ്രഹാം വായനശാലയിലെ ചെമന്ന ബയന്റിട്ട വലിയ രജിസ്റ്റർ തുറന്നുകൊണ്ടു ചോദിച്ചു. ''എ.ബി.സി. മൂന്നു ക്ലാസ്സുകളുണ്ട്.''

''സി-ക്ലാസ്സിൽ ചേർന്നാൽ ദിവസം ഒരു പുസ്തകം. ജോൺ ഏബ്രഹാം ചിരിച്ചു. ''ബി-യിൽ ചേർന്നാൽ മുന്ന് പുസ്തകം. എ-യിൽ ചേർന്നാൽ നാല് പുസ്തകവും വാരികകളും.''

''എനിക്ക് സി മതി.'' അപ്പു തീർച്ചപ്പെടുത്തി. ''എന്നും ഓരോ പുസ്തകം മാറിയെടുക്കാമല്ലോ. രൂപയും ലാഭം.''

''ശരി.'' ജോൺ ഏബ്രഹാം അംഗത്വഫോമെടുത്ത് പൂരിപ്പിച്ചു.

പേര്.

വിലാസം.

വയസ്സ് : പതിനെട്ട്

പ്രായമെഴുതിയപ്പോൾ ജോൺ തലയുയർത്തി അപ്പു ഉണ്ണിക്കൃഷ്ണനെ പുഞ്ചിരിയോടെ നോക്കി. അപ്പുവിന്റെ ദീർഘകായത്വം പാരമ്പര്യമായി ലഭിച്ചതാണെന്ന് ജോൺ ഏബ്രഹാമിന് അറിയാമായിരുന്നു. അവന്റെ അച്ഛന്റെ അച്ഛൻ ആറടിരണ്ടിഞ്ചുകാരനായിരുന്നു. സഖാവായിരുന്നു. ഒരു രാത്രിയിൽ പെട്ടെന്നപ്രത്യക്ഷനായി. ജോൺ എബ്രഹാം അതെല്ലാം അറിയാതോർക്കുകയാണ്. അപ്പുവിന്റെ അച്ഛനും നല്ല തലയെടുപ്പായിരുന്നു. വളരെ ചെറുപ്പത്തിലെ അദ്ധ്വാനിച്ചദ്ധ്വാനിച്ച് മുരടിച്ചുപോയതാണ് കേശുവേട്ടൻ.

ഇപ്പോൾ ഇതാ മകൻ. പതിനെട്ട് വയസ്സ് തികഞ്ഞു വരുന്ന

പ്രായത്തിൽതന്നെ സുഭഗനും ദീർഘകായനും കാന്തശക്തിയുള്ള കണ്ണുകളും നീണ്ടമുക്കും ഒക്കെ ചേർന്ന് ഒത്ത യുവാവിനേപ്പോലെ അപ്പുഉണ്ണിക്കൃഷ്ണൻ തലയുയർത്തി നില്ക്കുന്നു.

ഇവൻ ദാവീദാണ്! ജോൺ ഏബ്രഹാം മനസ്സിൽ പറഞ്ഞു. സോളമനുമാണ്.

പുരുഷോത്തമൻ മേനോക്കി മനസ്സിൽ മൗനമായി പറഞ്ഞത് അപ്പു ഉണ്ണിക്കൃഷ്ണൻ അഭിമന്യു ആണെന്നാണ്.

കേശുവേട്ടന്റേയും യശോദിയുടേയും മകനായ അപ്പു ഉണ്ണിക്കൃഷ്ണാ, നീ അഭിമന്യുവിനെപ്പോലെ പത്മവ്യൂഹത്തിലകപ്പെടുമോ?

അംഗത്വഫോം പൂരിപ്പിച്ച് കഴിഞ്ഞപ്പോൾ ജോൺ ഏബ്രഹാം പറഞ്ഞു.''ഓക്കേ അപ്പു. എങ്കിൽ പുസ്തകം തിരഞ്ഞെടുത്തോളു.''

ഏത് പുസ്തകം എടുക്കണം?

അപ്പു, പുസ്തകങ്ങൾ നിരന്നുനിരന്ന് ഇരിക്കുന്ന ഷെൽഫുകളിലേയ്ക്ക് നോക്കി അന്തിച്ചുനിന്നു.

വളരെവളരെ ഇഷ്ടപ്പെടുന്ന പുവുകൾപോലെ, വളരെവളരെ ഇഷ്ടപ്പെടുന്ന മധുരപലഹാരങ്ങൾ പോലെ, ഒത്തിരിയൊത്തിരി പുസ്തകങ്ങൾ. പുസ്തകങ്ങളുടെ മഹാസാഗരം. അപ്പു കൈ നീട്ടി ഒരു പുസ്തകമെടുത്തു. വായനശാലയിൽ നിന്നുമെടുത്ത ആദ്യപുസ്തകം. ഉമ്മാച്ചു. വായനശാലയിലെ ആദ്യപുസ്തകം.

''ഞാനാദ്യം വായിച്ച മലയാളപുസ്തകം ഉമ്മാച്ചുവാണ്.'' അപ്പു തന്റെ പറമ്പിന്റെ അതിർത്തിയിൽ നില്ക്കുന്ന ചക്കരമാവിനോട് പറഞ്ഞു. ചക്കരമാവായിരുന്നു അവന്റെ ഏറ്റവും വലിയ സുഹൃത്ത്.

''ഞാൻ ഇംഗ്ലീഷ് പുസ്തകങ്ങൾ വായിച്ചു. സംസ്കൃതവും വായിച്ചു. പക്ഷേ, ആദ്യം വായിച്ച മലയാളപുസ്തകം ഉമ്മാച്ചുവാണ്.''

''അറിയാം അപ്പു.'' ചക്കരമാവ് ആഹ്ലാദത്തോടെ പറഞ്ഞ് ചില്ലകളിളക്കി കാറ്റിലാടി.

''ആ പുസ്തകം ഒറ്റയിരുപ്പിനു ഞാൻ വായിച്ചു തീർത്തു'' അവൻ വീണ്ടും മാവിനോട് പറഞ്ഞു. ''ഒറ്റ രാത്രികൊണ്ട് വായിച്ചുതിർത്തു.''

''അതും അറിയാമെടാ.'' മാവ് ചിരിച്ചു.

''ആദ്യപുസ്തകം വായിച്ച് ഒരു വർഷം കഴിയുന്ന രാത്രിയിൽ ഞാനാദ്യമായി പെണ്ണിനേയും അനുഭവിച്ചു. അങ്ങനെ ഞാൻ പുരുഷനായി.''

പുരുഷോത്തമൻ മേനോക്കിയോടൊപ്പം വീട്ടിലേയ്ക്ക് കയറിവരുന്ന അപ്പുവിനെ കണ്ടപ്പോൾ ശ്രീദേവിക്കുഞ്ഞമ്മയ്ക്ക് ആശ്ചര്യമായി. പതിനാറോ പതിനേഴോ വയസ്സുള്ള ഒരാൺകുട്ടിയാണ് അപ്പുവെന്ന് അവർക്കറിയാമായിരുന്നു. കൊച്ചിലേ കണ്ടിട്ടുള്ളതുമാണ്. പിന്നീട് തൊട്ടയല് പക്കമായിട്ടും പലപല സാഹചര്യങ്ങളാൽ കാണുവാൻ സാധിച്ചിട്ടുമില്ല.

ശ്രീദേവിക്കുഞ്ഞമ്മ അപ്പുവിനെത്തന്നെ ചില നിമിഷങ്ങൾ ഉറ്റുനോക്കിയിരുന്നു. ഒരു തികഞ്ഞ യുവാവായിരിക്കുന്നുവല്ലോ ഇവൻ എന്നവർ സ്വയം പറഞ്ഞു. മുഖത്ത് കുട്ടിത്തമുണ്ടെന്നുമാത്രം.

അപ്പുവും മേനോക്കിയും ശ്രീദേവിയും സംസാരിച്ചുകൊണ്ടിരുന്നു

''ഞാൻ കുടിക്കാനെന്തെങ്കിലും എടുക്കാം അപ്പു.'' ശ്രിദേവിക്കുഞ്ഞമ്മ പതുക്കെ എഴുന്നേല്ക്കാനൊരുങ്ങിയപ്പോൾ അപ്പു പറഞ്ഞു

''വേണ്ടാന്റി. എനിക്ക് കോട്ടയത്തു പോകുവാൻ സമയം വൈകി.''

അവൻ എഴുന്നേറ്റു.

അപ്പോഴാണ് വെളിയിലത്തെ സംസാരം കേട്ടുകൊണ്ട് ഓമനക്കുഞ്ഞമ്മ അങ്ങോട്ടേയ്ക്കു വന്നത്. രാത്രിയിൽ തുണയ്ക്കുവേണ്ടി, വീടിന്റെയൊരു ഭീതിയില്ലായ്മയ്ക്കുവേണ്ടി അച്ഛൻ കൊണ്ടുവന്ന പയ്യനാവും സംസാരിക്കുന്നതെന്നവൾക്കറിയാമായിരുന്നു. അവൾ വെളിയിലേക്കിറങ്ങിയപ്പോൾ അപ്പു എഴുന്നേല്ക്കുകയായിരുന്നു.

അപ്പുവിനെ കണ്ട് ഓമനക്കുഞ്ഞമ്മയ്ക്ക് ശ്വാസം നിലച്ചതുപോലായി. പഴയ യാദവി മുമ്പിൽ നില്ക്കുന്നതായിട്ടവൾക്കുതോന്നി. ഇതാണോ പതിനാറു വയസ്സാകുന്ന ആൺകുട്ടി?

പെട്ടെന്ന് ഓമനക്കുഞ്ഞമ്മയുടേയും അപ്പു ഉണ്ണിക്കൃഷ്ണന്റേയും നോട്ടങ്ങൾ കൂട്ടിമുട്ടി. അവന്റെ കുട്ടിത്തം മാറാത്ത മുഖമാണ് അവൾ ആദ്യം ശ്രദ്ധിച്ചത്. പിന്നെ ആ കണ്ണുകൾ. കത്തുന്നുവോ ആ കണ്ണുകൾ?

അപ്പു പോയി. ഒരു തികഞ്ഞ യുവാവിനേപ്പോലെ നീണ്ടുനിവർന്ന് കൈ വീശി നടന്നുപോകുന്ന അപ്പുവിനെ നോക്കി നിന്നപ്പോൾ ഓമനക്കുഞ്ഞമ്മയുടെ മനസ്സിൽ ഒരു ചെറിയ നെരിപ്പോട് ജലിക്കുവാൻ തുടങ്ങി.

അവൾ എന്നോ മറന്നുകളഞ്ഞ യാദവിയെ പെട്ടെന്നോർത്തുപോയി. പകലുകളിൽ യാദവി നല്കിയ പരമാനന്ദസുഖത്തേപ്പറ്റി അവളുടെ ഇന്ദ്രിയങ്ങൾ ആർത്തിയോടെ സ്മരിച്ചുതുടങ്ങി. അവൾക്ക് യാദവിയുമായി രമിക്കാൻ തോന്നി. യാദവിക്കു പകരം അവൾ അപ്പുവിനെ ഓർക്കാൻ തുടങ്ങി.

അന്ന് പുരുഷോത്തമൻ മേനോക്കിയും ശ്രീദേവിക്കുഞ്ഞമ്മയും പത്രിനൊന്നരയുടെ ട്രെയിനിന് തിരുവനന്തപുരത്തേയ്ക്ക് യാത്രയായി. ജിമ്മിൽ പോയി എക്സർസൈസും കരാട്ടേ പരിശീലനവും കഴിഞ്ഞ് അപ്പു ഉണ്ണിക്കൃഷ്ണൻ വീട്ടിലെത്തി. പിന്നെ അവൻ വീടിന്റെ വടക്കുവശത്ത് ക്കിഴക്കുപടിഞ്ഞാറായിട്ടൊഴുകുന്ന പുഴയിൽ പോയി മുങ്ങിക്കുളിച്ചുവന്നപ്പോൾ ഊണ് റെഡി.

അടുക്കളയിൽ കൊരണ്ടിപ്പലകയിലിരുന്ന് അവൻ ഊണ് കഴിച്ചു. എന്നും ഊണിന് അവനിഷ്ടപ്പെട്ട കറികൾ യശോദി ഉണ്ടാക്കും. ചൂടുറ

ചാറ്, ഇഷ്ടപ്പെട്ട കൂട്ടാനും കൂട്ടി അവൻ കഴിക്കുന്നത് കാണുന്നതാണ് ഒരു ദിവസാന്ത്യത്തിൽ അവർക്ക് ഇരുവർക്കും കിട്ടുന്ന ഏറ്റവും വലിയ സംതൃപ്തി. അവനൂണ് കഴിക്കുന്നതും നോക്കി കേശുവേട്ടനും യശോദിയും കഥകളി കാണുമ്പോലെ വരാന്തയിലിരിക്കും.

കേശുവേട്ടനും യശോദിക്കും കഥകളി ജീവനായിരുന്നു. പക്ഷേ, ഇപ്പോൾ ഉത്സവസ്ഥലങ്ങളിലെ കഥകളി കാണുവാൻ അവർ പോകാറേയില്ല. കഥകളി കണ്ട് ഉറക്കം കളഞ്ഞാൽ പിറ്റേന്നത്തെ പറമ്പിലെ പണി അവതാളത്തിലാകും എന്നവർക്കറിയാമായിരുന്നു. അങ്ങനെ വന്നാൽ അപ്പുവിന്റെ കാര്യങ്ങൾ അവതാളത്തിലാകും. അതു പാടില്ല. അതവർക്ക് ചിന്തിക്കാൻപോലും പറ്റുന്ന കാര്യവുമല്ല. കഥകളിയേക്കാൾ എത്രയോ എത്രയോ എത്രയോ വലിയതാണ് അവർക്ക് അപ്പു!

അപ്പു രാത്രി ഒമ്പതുമണി കഴിഞ്ഞപ്പോൾ പുരുഷോത്തമൻ മേനോക്കിയുടെ വീട്ടിലെത്തി വാതിലിൽ മുട്ടി. ഗയിറ്റ് തുറന്നു കിടന്നിരുന്നു. വേലക്കാരികളിലൊരാൾ വാതിൽ തുറന്നു. സുന്ദരികളായ രണ്ട് വേലക്കാരികളിരുന്ന് ടി.വി. കാണുകയായിരുന്നു എന്നവന് മനസ്സിലായി. ടി.വി.യിൽ ഒരു പുരാതന മലയാള ചിത്രമാണ് പ്രദർശിപ്പിച്ചിരുന്നത്.

അപ്പു ഒന്നും മിണ്ടാതെ മുറിക്കുള്ളിൽ നീണ്ടുനിവർന്നു നിന്നു.

അപ്പോൾ വേലക്കാരികളിലൊരാൾ പറഞ്ഞു. "ഇരിക്ക്."

പക്ഷേ, അവൻ ഇരുന്നില്ല. വെറുതേ ടി.വി.യിലേയ്ക്കും നോക്കി നിന്നു. ആ സമയം വേലക്കാരികളിൽ ഒരാൾ അകത്തേയ്ക്കുപോയി. മുറിയിലുണ്ടായിരുന്ന വേലക്കാരി ടി.വി.യിലേയ്ക്ക് നോക്കി ഇരുന്നു. ചിലപ്പോൾ ഏറു കണ്ണിട്ട് അപ്പുവിനെ നോക്കുകയും ചെയ്തു. എന്തൊരു പൊക്കമാ ഈ ചെറുക്കനെന്ന് അറിയാതെ മനസ്സിലോർക്കുകയും ചെയ്തു.

"വിളിയ്ക്കുന്നു." അകത്തുനിന്നും വേലക്കാരി തിരിച്ചുവന്നു പറഞ്ഞു. അവൾ കാണിച്ച വാതിലിലൂടെ അപ്പു അകത്തേയ്ക്കു പോയി.

രണ്ടു മൂന്നു മുറികൾ കഴിഞ്ഞ് ചെന്നപ്പോൾ ചെറിയൊരു ഹാളിൽ ഓമനക്കുഞ്ഞമ്മ ഇരിക്കുന്നത് അപ്പു കണ്ടു. അപ്പുവിനെ കണ്ട് അവർ ചിരിച്ചു. പിന്നെ എഴുന്നേറ്റുനിന്നുകൊണ്ടു ചോദിച്ചു,

"അത്താഴം കഴിച്ചോ?"

"കഴിച്ചു"

ഒരു നിമിഷം അപ്പുവിനെ നോക്കി ഓമനക്കുഞ്ഞമ്മ നിശ്ചലയായി നിന്നു. പെട്ടെന്ന് യാദവി ആദ്യമായി വീട്ടിൽ വന്ന നിമിഷം അയാളുടെ നെഞ്ചിലേയ്ക്ക് വീണതുപോലെ അപ്പുവിന്റെ മാറിലേയ്ക്കു വീണാലോ എന്നവൾ ആലോചിച്ചുപോയി. അറിയാതെ കൊതിച്ചുപോയി.

"അപ്പു കിടന്നോളൂ." അങ്ങനെ പറഞ്ഞശേഷം തൊട്ടപ്പുറത്തെ മുറി

യിലേയ്ക്കു കയറി ത്ധടിതിയിൽ അവൾ വാതിൽ അകത്തുനിന്നും കുറ്റിയിട്ടു. എ.സി.യുടെ തണുപ്പിൽ അടഞ്ഞ വാതിലിൽ ചാരി അവൾ ഏറെനേരം നിന്നു.

വേണ്ടാ. അപ്പു കിടന്നുറങ്ങട്ടെ. പതിനേഴോ പതിനെട്ടോ വയസ്സുള്ള അവന് തന്റെ പകുതി പ്രായം പോലുമില്ല. വേണമെങ്കിൽ മകന്റെ പ്രായം എന്നുതന്നെ പറയാം. വേണ്ടാ, ഇറങ്ങിച്ചെല്ലേണ്ട.

ഒരു സ്ലീപ്പിങ് പിൽസ് കഴിച്ചിട്ട് ഓമനക്കുഞ്ഞമ്മ കട്ടിലിൽ കിടന്നു. ഹാളിലെ കട്ടിലിൽ കിടന്നയുടൻതന്നെ അപ്പു ഉറങ്ങുകയും ചെയ്തു.

പിറ്റേന്ന് അവൻ വെളുപ്പിനെ എഴുന്നേറ്റ് വീട്ടിലേയ്ക്ക് തിരിച്ചുപോന്നു.

''പോവ്വാണ് അല്ലേ?'' വേലക്കാരികളിലൊരാൾ ചോദിച്ചു. മറ്റേ സ്ത്രീ മുറ്റം തുത്തുവാരുകയാണ്.

''അതെ.''

''ഇന്നും വരില്ലേ?''

''ഓ... വരും.''

അപ്പു വീട്ടിലെത്തി. കേശുവേട്ടനും യശോദിയുംകൂടി പാല് കറക്കുകയായിരുന്നു.

വായനശാലയ്ക്കു മുമ്പിലുള്ള രാമന്റെ കടയിലാണ് ഇപ്പോൾ പാൽ കൊടുക്കുന്നത്. ചായക്കടയിൽ സഹായിക്കാൻ നിൽക്കുന്ന സ്ത്രീ വന്ന് പാൽ വാങ്ങി കടയിലേയ്ക്ക് കൊണ്ടുപോകുന്നു.

ഒരു വലിയ ഗ്ലാസ്സ് നിറയെ കറന്നയുടനെയുള്ള പാൽ യശോദി മകന് കുടിക്കാൻ കൊടുത്തു. നേരിയ ചൂടും മധുരവുമുള്ള പാല് കുടിച്ചുതീരുമ്പോഴേയ്ക്കും രണ്ട് വാട്ടിയ കോഴിമുട്ടയും അപ്പു കഴിച്ചു. കൊച്ചിലേതൊട്ട് ഇങ്ങനെയാണ് അപ്പുവിന്റെ ദിവസം തുടങ്ങിയിരുന്നത്. ചെറുപ്പത്തിൽ ഒരു മുട്ടയായിരുന്നെങ്കിൽ ഇപ്പോൾ രണ്ടു മുട്ട. മുട്ടയും പാലും കഴിച്ചുകഴിഞ്ഞ് അപ്പു ഓടാൻ പോകുന്നു. തിരുവാതുക്കൽ കവലവരെ ഓടി പിന്നെ തിരിച്ചും ഓടിയ ശേഷം അപ്പു ചെല്ലുന്നത് വായനശാലയിലേയ്ക്കാണ്. ഇംഗ്ലീഷ് പത്രങ്ങളടക്കം അഞ്ചോ ആറോ പത്രങ്ങൾ വായിച്ചശേഷം അപ്പു എതിർവശത്തുള്ള ചായക്കടയിലേയ്ക്ക് കയറുകയാണ് പതിവ്.

സീതയെ ഇതുവരെയും ശ്രദ്ധിച്ചിട്ടില്ലാത്ത അപ്പു എന്നും മൂന്നു ചൂടുദോശയും ഒരു പഴംപൊരിയും കഴിച്ചശേഷം സ്ഥലം വിടുകയും ചെയ്യുന്നു. ആ കാപ്പികുടിയുടെ പണം എടുത്തശേഷമാണ് പാലിന്റെ പ്രതിഫലം കേശുവേട്ടൻ വാങ്ങിയിരുന്നത്. കടയിൽ വരുന്ന എല്ലാവരും കണ്ണുകൾ കൊണ്ട്, തന്നെ ഭക്ഷിക്കുമ്പോൾ ഇതുവരേയും മുഖത്തു പോലും നോക്കിയിട്ടില്ലാത്ത അപ്പുവിനോട് സീതയ്ക്ക് ആദരവാണ്. നിറഞ്ഞ സ്നേഹമാണ്. മനസ്സിൽ സ്നേഹത്തിന്റെ നദിയാണ്. മനസ്സിൽ

കാമവുമാണ്.

വീട്ടിലെത്തുന്ന അപ്പു പുഴയിൽ കുളിച്ചു. പിന്നെ സ്കൂളിലേയ്ക്കു പോയി. സ്കൂളിൽ പോകുന്നതിനു മുമ്പ് സുഭിക്ഷമായി ഊണ് കഴിക്കുമായിരുന്നു അപ്പു. കൊച്ചിലേതൊട്ടുള്ള ശീലമാണ്. പരിപ്പും പപ്പടവും നെയ്യും മെഴുക്കുപുരട്ടിയും മീൻ വറുത്തതും മീൻ കറിയും അപ്പുവിന് നിർബന്ധമാണ്. സ്കൂളില്ലാത്ത ദിവസമാണെങ്കിൽ പത്തുമണി കഴിയുമ്പോഴാണ് ഊണ്. ഒരിക്കലും അപ്പു ഉച്ചയൂണ് കഴിച്ചിട്ടേയില്ല, വൈകുന്നേരം ജിമ്മിൽ പോവുകയും കരാട്ടേ പരിശീലിക്കുകയും ചെയ്തിട്ട് തിരിച്ചു വീട്ടിലെത്തുമ്പോൾ രാത്രിയാകും.

രാത്രിയിൽ ഊണോ അല്ലെങ്കിൽ ചപ്പാത്തിയോ ആണ് പതിവ്! ചപ്പാത്തിയുണ്ടെങ്കിൽ ഞാൻ രണ്ടു ഡസൻ ചപ്പാത്തി കഴിക്കുമെന്ന് അപ്പു ഞങ്ങളോട് പറയുമായിരുന്നു. ചപ്പാത്തിയുടെ കൂടെ നല്ല വെജിറ്റബിൾ കറി കാണും. ബദാംപരിപ്പും ഈന്തപ്പഴവും കുടെക്കാണും. ഇതെല്ലാം വേണമെന്നുള്ളത് അപ്പുവിന് നിർബന്ധമാണ്.

ഇങ്ങനെയൊക്കെ അപ്പുവിന് കൊടുക്കണമെന്നുള്ളത് കേശുവേട്ടനും യശോദിക്കും വാശിയുമാണ്. അപ്പുവിനെ ഒരു രാജകുമാരനേപ്പോലെയാണ് അവർ വളർത്തിക്കൊണ്ടുവന്നത്. സൂര്യന്റെ തേജസ്സോടെ അവൻ വളർന്നുവരികയും ചെയ്തു. അങ്ങനെ വളരാനും വളർത്താനും വെളുപ്പിനേതൊട്ട് അർദ്ധരാത്രിവരെ യശോദിയും കേശുവേട്ടനും ജോലിചെയ്തു.

''ദൈവമേ'' ചില രാത്രികളിൽ ഓലകെട്ടിയ പുരയുടെ തിണ്ണയിൽ ഇരുന്നുകൊണ്ട് നക്ഷത്രങ്ങൾ നിറഞ്ഞ ആകാശത്തേക്കു നോക്കി കേശുവേട്ടൻ പറയും. ഞങ്ങളെ വയ്യാതാക്കരുതേ.

ഈ ഒരുപിടി മണ്ണിൽ കൃഷിചെയ്തും പശുക്കളെ വളർത്തിയും കോഴികളെ പരിപാലിച്ചും ബീഡിതെറുത്തും ഒക്കെയാണ് ഞങ്ങൾ അപ്പുവിനെ പൊക്കിയെടുക്കുന്നത്. ഞങ്ങളുടെ കരളിന്റെ കാതലാണവൻ. ഞങ്ങളുടെ ഏക മകൻ! അവനെ വളർത്താൻ വേണ്ടി ഞങ്ങളെ കാത്തുകൊള്ളണമേ കുന്നിൻപുറത്തമ്മേ.

ഒരു മാസം കഴിഞ്ഞപ്പോൾ വീണ്ടും പുരുഷോത്തമൻ മേനോക്കിയും ഭാര്യയുംകൂടി തിരുവനന്തപുരത്തിനുപോയി. അപ്പോഴും അപ്പു രാത്രിയിൽ കൂട്ടിനു ചെന്നു. അപ്പോഴും അപ്പു ചെറിയ ഹാളിലെ കട്ടിലിൽ കിടന്നുറങ്ങി. അപ്പോഴും ഓമനക്കുഞ്ഞമ്മ സ്ലീപ്പിങ്ങ് പിൽസ് കഴിച്ച് രാത്രിയെ പറഞ്ഞുവിട്ടു. പക്ഷേ, ഇത്തവണ അവൾ വാതിൽ അകത്തുനിന്നും അടച്ചെങ്കിലും കുറ്റിയിട്ടിരുന്നില്ല.

പുരുഷോത്തമൻ മേനോക്കിയും ശ്രീദേവിക്കുഞ്ഞമ്മയും ഒരാഴ്ച കഴിഞ്ഞാണ് തിരുവനന്തപുരത്തുനിന്നും തിരിച്ചെത്തിയത്. ആ ഒരാ

ഴ്ചക്കാലം മുഴുവനും ഓമനക്കുഞ്ഞമ്മ സ്ലീപ്പിംങ്ങ് പിൽസിൽ ഉറക്കം കണ്ടെത്തി. ഉറക്കത്തിൽ ഓമനക്കുഞ്ഞമ്മ എന്തെങ്കിലും സ്വപ്നം കണ്ടിരുന്നുവോ എന്തോ?

ആയിടയ്ക്കു അപ്പു ഉണ്ണിക്കൃഷ്ണന്റെ സ്കൂളിൽനിന്നും മലമ്പുഴ യിലേയ്ക്ക് വിനോദയാത്ര പോവുകയുണ്ടായി. വിദ്യാർത്ഥികളുടെ ലീഡർ അപ്പു ഉണ്ണിക്കൃഷ്ണനായിരുന്നു. സ്കൂളിലെ ഡ്രിൽ മാഷിനേക്കാൾ തലയെടുപ്പുണ്ടായിരുന്നു അപ്പുവിന്.

മലമ്പുഴയുടെ സൗന്ദര്യം ആസ്വദിച്ചാസ്വദിച്ച് അവസാനമാണ് അവർ യക്ഷിയുടെ മുമ്പിലെത്തിയത്. യക്ഷിയെക്കണ്ട് ആൺകുട്ടികൾക്കും പെൺകുട്ടികൾക്കും ശ്വാസംമുട്ടലുണ്ടായി. മുതിർന്ന പെൺകുട്ടികൾക്കും ആൺകുട്ടികൾക്കും യുവതികളായ അദ്ധ്യാപികമാർക്കും കാമവികാ രവുമുണ്ടായി. ചെറുപ്പക്കാരായ അദ്ധ്യാപകർക്ക് പക്ഷേ, തമാശയാണ് തോന്നിയത്. ഇതുപോലെ എത്രയെണ്ണത്തിനെ നേരിൽ കണ്ടിരിക്കുന്നു എന്ന ഭാവമായിരുന്നു അവർക്ക്.

''ഈ യക്ഷിയെ ഉണ്ടാക്കിയതാരാണെന്നറിയാമോ?'' അദ്ധ്യാപകർ ചോദിക്കേണ്ട ചോദ്യം പക്ഷേ, ചോദിച്ചത് മറ്റാരുമായിരുന്നില്ല

അപ്പുവായിരുന്നു. ഒരു നിമിഷത്തേയ്ക്കാരും ഉത്തരം പറഞ്ഞില്ല

''ആരാ ടീച്ചറേ?'' സൗദാമിനി ടീച്ചർ അരികിൽ നില്ക്കുന്ന മലയാളം അദ്ധ്യാപികയായ സുനന്ദടീച്ചറോട് വളരെ പതുക്കെ തിരക്കി

''അങ്ങോട്ട് തീർച്ചറിയില്ല ഡോക്ടറേ.'' സുനന്ദ ടീച്ചർ പറഞ്ഞു.

സൗദാമിനി ടീച്ചറെ എല്ലാവരും ഡോക്റ്ററേ എന്നാണു വിളിക്കുന്നത്. സ്കൂളിൽ അദ്ധ്യാപകർക്കോ കുട്ടികൾക്കോ എന്തെങ്കിലും ചെറിയ അസുഖമുണ്ടായാൽ അതിന് മരുന്നുകൊടുക്കുന്നതും അസുഖം മാറ്റുന്ന തും സൗദാമിനി ടീച്ചറാണ്. ഒറ്റമൂലിയാണ് കൊടുക്കുന്നത്. സൗദാമിനി ടീച്ചറുടെ അച്ഛനും മുത്തച്ഛനുമൊക്കെ പാരമ്പര്യ വൈദ്യന്മാരാണ്

''എനിക്കു തോന്നുന്നത്...'' സുനന്ദ ടിച്ചർ ചില നിമിഷങ്ങൾ എന്തോ ആലോചിച്ച് നിന്നിട്ട് സ്വരം വളരെ താഴ്ത്തി പറഞ്ഞു. ''മലയാറ്റൂർ രാമകൃഷ്ണനാണെന്നാണ്.''

അപ്പോൾ ആരോ ചിരിച്ചത് അവരാരും കേട്ടില്ല. ചിരിച്ചത് യക്ഷിപ്ര തിമയായിരുന്നു എന്ന വിവരവും ആരുമറിഞ്ഞതുമില്ല.

''ആർക്കുമറിയില്ലേ?'' അപ്പു ഉണ്ണിക്കൃഷ്ണന്റെ ശബ്ദം വിണ്ടു ഉയർന്നു. വളരെയധികം സ്നേഹവും സന്തോഷവും മനസ്സിൽ നിറഞ്ഞു കവിയുമ്പോഴാണ് അപ്പു ശബ്ദമുയർത്തി പറയുന്നത്. ദേഷ്യവും സങ്കടവും മനസ്സിൽ പടരുമ്പോൾ അപ്പുവിന്റെ ശബ്ദം വളരെ, പതുക്കെയാകുന്നു. വളരെ വളരെ സൗമ്യമാകുന്നു. പക്ഷേ, സൗമ്യമായ ആ സ്വരത്തിന് വാളിന്റെ മൂർച്ചയുണ്ടായിരുന്നു.

പെട്ടെന്ന് ആ ചോദ്യത്തിന് കുട്ടികൾ കോറസ്സായി മറുപടി പറഞ്ഞു.

''കാനായി! കാനായി കുഞ്ഞിരാമൻ.''

തങ്ങൾക്കറിയാവുന്ന കാര്യം കുട്ടികക്കൾക്കും അറിയാമല്ലോ എന്ന സന്തോഷത്തോടെ അദ്ധ്യാപകന്മാർ കയ്യടിക്കുകയും ചെയ്തു,

സമയം ഉച്ച മയങ്ങുന്നു. കുട്ടികളും അദ്ധ്യാപകരും ഹോട്ടലിലേയ്ക്ക് ഊണ് കഴിക്കുവാൻ യാത്രയായി. അപ്പു അവരുടെകൂടെ പോകാതെ യക്ഷിയേയും നോക്കി നിന്നു

അവനെ ഊണ് കഴിക്കുവാൻ ആരും ക്ഷണിച്ചതില്ല. അപ്പു ഉച്ചയ്ക്ക് ഊണ് കഴിക്കില്ലാ എന്നെല്ലാവർക്കും അറിയാവുന്ന കാര്യവുമാണ്.

യക്ഷിയുടെ ഭ്രമാത്മകത സൗന്ദര്യത്തിൽ മുഗ്ദ്ധനായി എല്ലാം മറന്ന് അപ്പു നിന്നു. യക്ഷിയുടെ നഗ്നദർശനം അപ്പുവിന്റെ മനസ്സിൽ ലൈംഗികതയുടെ വേലിയേറ്റം അറിയാതെ സൃഷ്ടിച്ചുകൊണ്ടിരുന്നു.

പെട്ടെന്നപ്പോൾ നടുക്കത്തോടെയും കുറ്റബോധത്തോടെയും അപ്പു ചെന്നൈയിലെ മൗണ്ട് റോഡിലുള്ള 21-ാം നമ്പർ വീട്ടിലെ മാർഗരറ്റ് ആന്റിയെ അറിയാതോർത്തുപോയി. നൂൽബന്ധമില്ലാതെ മലർന്നും കമഴ്ന്നും കിടക്കുന്ന മാർഗരറ്റ് ആന്റിയുടെ ശരീരം ചുടുവെള്ളത്തിൽ മുക്കിയ ടൗവൽകൊണ്ട് എല്ലാ സന്ധ്യാമയക്കങ്ങളിലും തടവിയിരുന്നത് അവന്റെ മനസ്സിൽ തെളിഞ്ഞുവന്നു. അന്ന് അപ്പുവിന് പ്രായം പതിനേഴ്. മാർഗരറ്റ് ആന്റിയ്ക്ക് നാല്പത്. സാംസൺ അങ്കിളിനോ?

മാർഗരറ്റ് ആന്റിയുടെ മനോഹരമായ കഴുത്ത്, മുലകൾ, അരക്കെട്ട്, തുടകൾ, കമഴ്ന്നുകിടക്കുമ്പോഴുള്ള പുറംവടിവ്, നിതംബം...

അന്ന് അവരുടെ നഗ്നശരീരത്തിൽ തടവുമ്പോൾ എന്തായിരുന്നു അപ്പൂ, നിന്റെ മനസ്സിലുണ്ടായിരുന്ന വികാരം. പതിനേഴുകാരന്റെ ഭീതി കലർന്ന കാമമായിരുന്നോ? അതോ അമ്പരപ്പോ?

മാർഗരറ്റ് ആന്റി അവന് ഒന്നാംതരം ഭക്ഷണം നല്കി. ഒന്നാം തരം വസ്ത്രം നല്കി. ഒന്നാംതരമായി ഇംഗ്ലീഷ് പഠിപ്പിച്ചു. പക്ഷേ, സ്കൂളിൽ ചേർക്കാൻ തോന്നിയില്ല. അവനെ വെളിയിലേയ്ക്ക് അയച്ചതുമില്ല. അപ്പു ചാടിപ്പോകുമെന്നുള്ള പേടികൊണ്ടായിരുന്നു അത്. പക്ഷേ, കുറച്ചു നാളുകൾ കഴിഞ്ഞപ്പോൾ അവൻ ചാടിപ്പോവുക തന്നെ ചെയ്തു. അവൻ നാട്ടിലെത്തുകതന്നെ ചെയ്തു.

സാംസൺ അങ്കിൾ അവന് ധാരാളം ഇംഗ്ലീഷ് പുസ്തകങ്ങൾ വായിക്കാൻ നല്കിക്കൊണ്ടിരുന്നു. പക്ഷേ, ഒരു മലയാളപുസ്തകംപോലും അവനു വായിക്കാൻ സാധിച്ചില്ല, അപ്പോഴൊന്നും. അവൻ ഇംഗ്ലീഷിൽ പ്രഗത്ഭനായി. വിശ്വസാഹിത്യത്തിലെ കനപ്പെട്ട പുസ്തകങ്ങൾപോലും അവൻ ആ കൊച്ചുപ്രായത്തിൽ വായിച്ചു തീർത്തു. ഒപ്പം സംസ്കൃത പുസ്തകങ്ങളും. സാംസൺ സ്ംസ്കൃതപണ്ഡിതനായിരുന്നു.

കാളിദാസന്റെ കൃതികളാണ് അപ്പുവിന് ഏറ്റവും പ്രിയങ്കരമായി ത്തീർന്നത്. പ്രത്യേകിച്ചും കുമാരസംഭവം.

കുമാരസംഭവത്തിലെ എട്ടു സർഗങ്ങളിലുള്ള മിക്ക ശ്ലോകങ്ങളും അവൻ കാണാതെ പഠിച്ചു. വിശേഷിച്ചും എട്ടാം സർഗം. മലമ്പുഴയിലെ യക്ഷിയെ നോക്കി നിന്നപ്പോൾ അവനിതെല്ലാം അറിയാതെ ഓർത്തു പോയി. എങ്കിലും യക്ഷി തന്നിൽ പൗരുഷം ഉണർത്തുന്നതും അവൻ അറിയുന്നുണ്ടായിരുന്നു. അവൻ പുരുഷനാവുകയാണ്. അപ്പുവിന് പ തിനെട്ട് വയസ്സ് തികയുകയാണ്.

പെട്ടെന്ന് തന്റെ തോളിനിട്ട് ആരോ തട്ടിയതായി തോന്നി അപ്പുവിന്. നോക്കിയപ്പോൾ താടിയും മുടിയും ഒക്കെ വളർത്തി കത്തുന്ന കണ്ണുക ളുമായി ഒരു വൃദ്ധൻ. കറുത്ത ജുബ്ബായും വെളുത്ത മുണ്ടും ധരിച്ചിരിക്കുന്നു അയാൾ.

''എനിക്കൊരു പത്ത് രൂപ തരു.'' പഴന്തുണി കീറുന്ന ശബ്ദത്തിൽ അയാൾ പറഞ്ഞു.

അപ്പു ഒന്നും മിണ്ടാതെ പോക്കറ്റിൽ നിന്നും പത്തുരുപായെടുത്ത് അയാൾക്കു കൊടുത്തു.

''എനിക്കൊരു പത്തു രൂപ തരൂ.'' വീണ്ടും അയാൾ പറഞ്ഞു. ഒന്നും പറയാതെ അപ്പു വീണ്ടും പത്തു രൂപാകൂടി കൊടുത്തു.

''എനിക്കൊരമ്പതു രൂപകൂടി തരു.'' പിന്നെയും അയാൾ പറയുന്നു. ''എനിക്ക് തയിരു വട കഴിക്കാനാണ്.''

ഒരക്ഷരം മറുപടി പറയാതെ അമ്പത് രൂപയും കൂടി അപ്പു കൊടുത്തു. ഇനിയും അപ്പുവിന്റെ കയ്യിൽ കുറച്ചു ചില്ലറ മാത്രമാണ് ബാക്കിയുള്ളത്.

'ശരി.' രൂപയെല്ലാംകൂടി ചുരുട്ടിക്കൂട്ടി പോക്കറ്റിലിട്ടുകൊണ്ടയാൾ പറഞ്ഞു. ''നിനക്ക് നന്മവരും. നന്മ വരുന്നത് സുന്ദരികളായ സ്ത്രീകൾ മുഖേനയായിരിക്കും. നിനക്ക്, ഇധർ ദേഖോ ചോക്രാ, നിനക്ക് ഈ യക്ഷിയെപ്പോലെ സുന്ദരികളായ യുവതികളെ രതിക്രീഡയ്ക്കു കിട്ടും.'' ഇത്രയും പറഞ്ഞിട്ട് ഒരു പൊട്ടിച്ചിരിയോടെ അയാൾ അകന്നു പോയി.

മലമ്പുഴയിൽനിന്നും വിനോദയാത്ര കഴിഞ്ഞ് അപ്പു ഉണ്ണിക്കൃഷ്ണൻ വീട്ടിൽ തിരിച്ചെത്തി രണ്ടാഴ്ച കഴിഞ്ഞപ്പോൾ പുരുഷോത്തമൻ മേനോ ക്കിയും ശ്രീദേവിക്കുഞ്ഞമ്മയുംകൂടി വീണ്ടും തിരുവനന്തപുരത്തിനു പോയി. പുരുഷോത്തമൻ മേനോക്കിയുടെ വീട്ടിൽ പിറ്റേരാത്രി അപ്പു ഉണ്ണിക്കൃഷ്ണൻ കൂട്ടുകിടക്കാൻ പോവുകയും ചെയ്തു.

അന്നുരാത്രി ഓമനക്കുഞ്ഞമ്മ സ്ലീപ്പിങ്ങ് പിൽസ് കഴിച്ചില്ല. അന്നത്തെ രാത്രി ഓമനക്കുഞ്ഞമ്മ കട്ടിലിൽ കിടന്നതേയില്ല. വെറുതേ കട്ടി ലിലിരുന്നു. വേലക്കാരികൾ ലൈറ്റണച്ച് തങ്ങളുടെ മുറിയിൽ ഉറങ്ങാൻ കിടന്നപ്പോൾ ഓമനക്കുഞ്ഞമ്മ സാവധാനം എഴുന്നേറ്റു. അവൾ വളരെ

നേർമയുള്ള സിൽക്കു തുണിയുടെ നൈറ്റിയാണ് ധരിച്ചിരുന്നത്. അഗ്നി ജ്വാലപോലുള്ള മുടി പുറകോട്ട് ഒഴുകിക്കിടന്നു.

അപ്പോൾ അവളുടെ വീടിന് ചുറ്റുമുള്ള വിസ്തൃതമായ മുറ്റത്തു കൂടി കൂട്ടിൽനിന്നും ഇറക്കിവിട്ട നായ ഓടിപ്പാഞ്ഞ് നടക്കുന്നുണ്ടായിരുന്നു. ഒരിണയ്ക്കുവേണ്ടി നായ മുറുമുറുക്കുകയും ഇടയ്ക്കിടയ്ക്ക് മുറ്റത്ത് കുത്തിയിരുന്ന് ആകശത്തേയ്ക്ക് നോക്കി ഓരിയിടുകയും ചെയ്തു.

ഓമനക്കുഞ്ഞമ്മ സാവധാനം അപ്പുവിന്റെ കട്ടിലിലിരുന്നു തികഞ്ഞ അരോഗദൃഢഗാത്രനായ യുവാവിനെപ്പോലെ അപ്പു ഉണ്ണിക്കൃഷ്ണൻ കട്ടിലിൽ നീണ്ടുനിവർന്ന് കിടന്നുറങ്ങുകയാണ്.

ഇപ്പോൾ ഓമനക്കുഞ്ഞമ്മ മലമ്പുഴയിലെ യക്ഷിയായി മാറി. അവളുടെ മുലകൾ തരിച്ചു. അടുത്തനിമിഷം അവൾ അവന്റെ മാറിലേയ്ക്ക് തല ചായ്ച്ചു. അപ്പോൾ അപ്പു ഉണ്ണിക്കൃഷ്ണൻ കണ്ണുകൾ തുറന്നു.

കാലം പതുക്കെ കടന്നുപൊയ്ക്കൊണ്ടിരുന്നു. വേനലിലൂടെ ഉഷ്ണം സഹിച്ചും മഴമാസങ്ങളിൽ തണുപ്പേറ്റും മഞ്ഞുകാലത്ത് കുളിർന്നു വിറച്ചും മാസങ്ങൾ ഓടിയകന്നു,

ഓമനക്കുഞ്ഞമ്മയുടെ അച്ഛനുമമ്മയും തിരുവനന്തപുരത്ത് പോയി വരുന്നിടംവരെയുള്ള എല്ലാ രാത്രികളിലും അപ്പു ഉണ്ണിക്കൃഷ്ണൻ വന്നു കൊണ്ടിരുന്നു. അവൻ കൂട്ടുകിടക്കാൻ വരുന്ന രാത്രികളായ രാത്രി കളിലെല്ലാം ഓമനക്കുഞ്ഞമ്മ രതിസങ്കീർത്തനം ആലപിക്കുകയും ചെ യ്തു. അവരിരുവരും അനുഭൂതികളുടെ മായാലോകത്തേക്ക് കുതിര സവാരി നടത്തിക്കൊണ്ടിരുന്നു.

യുദ്ധാനന്തരം ആലിംഗനബദ്ധരായി തളർന്നുകിടക്കുമ്പോൾ അപ്പു ഉണ്ണിക്കൃഷ്ണൻ മലമ്പുഴയിൽവെച്ച് സന്ന്യാസിയെന്നു തോന്നിയ ആ ആൾ പറഞ്ഞതോർക്കാറുണ്ട്.

എന്താണ് അയാളന്ന് പറഞ്ഞത്?

‘‘നിനക്കു നന്മ വരും. നന്മ വരുന്നത് സുന്ദരികളായ സ്ത്രീകൾ മുഖേന ആയിരിക്കും. നിനക്ക് ഈ യക്ഷിയെപ്പോലെ സുന്ദരികളായ ധാരാളം യുവതികളെ രതിക്രീഡയ്ക്കു കിട്ടും.’’

ചെവിയിലേയ്ക്ക് ആരോ മന്ത്രിച്ചതുപോലെ തോന്നിച്ച ആ സംസാ രം പിന്നെ മനസ്സിലേയ്ക്കു കുളിർമഴപോലെ പെയ്തുവീഴുന്നതായി അപ്പു ഉണ്ണിക്കൃഷ്ണന് അനുഭവപ്പെട്ടു. മിക്ക രാത്രികളിലും ഇതാ വർത്തിക്കുകയും ചെയ്തുപോന്നു. അപ്പോഴെല്ലാം അത്ഭുതത്തിന്റെയും അമ്പരപ്പിന്റെയും അറബിക്കടൽ അവന്റെ മനസ്സിലേയ്ക്ക് ശക്തിയായ വേലിയേറ്റം നടത്തി. ആ സമയം അപ്പു എന്തോ അവ്യക്തമായി സ്വയം പറയുമായിരുന്നു. തന്നോട് അപ്പു എന്തോ പറഞ്ഞതാണെന്ന ധാരണ യിൽ ഓമനക്കുഞ്ഞമ്മയും മയക്കത്തിനിടയിൽ അവ്യക്തമായിത്തന്നെ

അവനോട് അതിന് മറുപടിയും പറഞ്ഞു.

ഇപ്പോൾ അപ്പു ഉണ്ണിക്കൃഷ്ണൻ പത്താംക്ലാസ്സിലെത്തിയിരിക്കുന്നു. പത്തിലെ വാർഷികപരീക്ഷ നടക്കുവാൻ പോവുകയാണ്. പഠിക്കുവാനുള്ള അവധിക്കാലമായിരുന്നു അത്. മറ്റു ക്ലാസ്സുകളിലെ പരീക്ഷ നടക്കുകയാണ്. എല്ലാ വർഷവും റിട്ടയർമെന്റിനുശേഷം പുരുഷോത്തമൻ മേനോക്കിയും ഭാര്യയും മകന്റെ അരികിലേയ്ക്ക് മുടങ്ങാതെ പോവുകയും രണ്ടാഴ്ച കഴിഞ്ഞ് മടങ്ങി വരികയുമാണ് പതിവ്.

''അപ്പു, അച്ഛനും അമ്മയും നാളെത്തന്നെ തിരിച്ചുവരും.''

ഓമനക്കുഞ്ഞമ്മ പറഞ്ഞു. ഭാര്യാഭർത്താക്കന്മാരെപ്പോലെ കിടക്കുകയായിരുന്നു ഓമനക്കുഞ്ഞമ്മയും അപ്പു ഉണ്ണിക്കൃഷ്ണനും. അവൾ അപ്പുവിന്റെ മാറിൽ തലചേർത്തു കിടക്കുകയാണ്. ഒരു കാൽ അവന്റെ മേലേയ്ക്ക് കയറ്റിവച്ചിരിക്കുന്നു.

''അതെന്താ നാളെ തിരിച്ചുവരുന്നത്?'' അപ്പു ചോദിച്ചു. ''അവർ മിനിഞ്ഞാന്നല്ലേ പോയത്?''

''അതാണ് പറയാൻ പോകുന്നത് കുട്ടാ.'' അറിയാതെ വന്ന ഒരു ഗദ്ഗദം പതുക്കെ അടക്കിക്കൊണ്ട് ഓമനക്കുഞ്ഞമ്മ പറഞ്ഞു. ''മറ്റന്നാൾ ഹസ്ബന്റ് വരും.''

''അതിനെന്താ?'' അപ്പു വീണ്ടും ചോദിച്ചു. ''ആറുമാസം കൂടുമ്പോൾ വരുന്നതല്ലേ? രണ്ടാഴ്ച കഴിയുമ്പോൾ പോകുമല്ലോ, പിന്നെന്താ?''

അതിനു മറുപടി പറയാതെ ഓമനക്കുഞ്ഞമ്മ കുറച്ചുസമയം കിടന്നു. പിന്നെ ആവേശത്തോടെ അപ്പുവിനെ ഗാഢമായി ആലിംഗനം ചെയ്തുകൊണ്ട് പറഞ്ഞു. ''ഞാനും കൂടെപ്പോകും കുട്ടാ. ഹസ്ബന്റ് ഒറ്റ ദിവസമേ ഇവിടെ നില്ക്കുകയൊള്ളൂ. പിറ്റേന്നുതന്നെ പോകണം''

അയ്യോ എന്ന നിശ്ശബ്ദമായ ഒരു ചുഴലിക്കാറ്റ് അപ്പുവിന്റെ ഉള്ളിൽ നിന്നും രൂപംപൂണ്ടിട്ട് നിമിഷങ്ങൾക്കകം അവന്റെ നെഞ്ചിൽ തന്നെ കെട്ടടങ്ങി. അടുത്ത മിനിട്ടിൽ മനസ്സിലവന്റെ ശാന്തത നിറയുകയും ചെയ്തു. സ്വാഭാവികമായ സ്വരത്തിൽ അവൻ പതുക്കെ ചോദിച്ചു. ''പോയാലും ഒന്നോ രണ്ടോ മാസംകഴിഞ്ഞ് തിരിച്ചുവരില്ലേ?''

''ഇല്ല മോനേ! '' ഓമനക്കുഞ്ഞമ്മയുടെ ശബ്ദം ഗദ്ഗദത്തിലേയ്ക്ക് തളർന്നു വീണു. ''ഹസ്ബന്റിന് അടുത്തയാഴ്ച റിട്ടയർമെന്റാണ്. അതിനുശേഷം രണ്ടാഴ്ച കഴിയുമ്പോൾ ഞങ്ങളൊന്നിച്ച് ദുബായ്ക്കു പോകും. അവിടെയാണ് ഹസ്ബന്റിന്റെ മമ്മിയും ബ്രദറും സിസ്റ്ററും, എല്ലാവരും.''

ഓമനക്കുഞ്ഞമ്മ പറയുന്നത് കേട്ട് സ്തബ്ധനായിപ്പോയി അപ്പു ഉണ്ണിക്കൃഷണൻ. അവൻ കൂടിനീരിറക്കി നിശ്ശബ്ദനായി തേങ്ങുന്നത്, ഓമനക്കുഞ്ഞമ്മ മനസ്സുകൊണ്ട് തൊട്ടറിഞ്ഞു.

കുട്ടാ!'' ഒന്നുംകൂടി അവനെ ഇറുകെ പുണർന്നുകൊണ്ട് അവനി

ലേയ്ക്കിറങ്ങിപ്പോകുവാൻ ശ്രമിച്ചുകൊണ്ട് ഓമനക്കുഞ്ഞമ്മ പറഞ്ഞു ''എന്നാണ് ദുബായിൽ നിന്നും ഇനിയും തിരിച്ചുവരുന്നത് എന്നറിയില്ല. എന്റെ അച്ഛനും അമ്മയും ഇടയ്ക്കിടയ്ക്ക് അങ്ങോട്ടുവരും. പിന്നെ....'' അവനെ ചുംബനങ്ങൾകൊണ്ട് മൂടിക്കൊണ്ട് അവൾ പറഞ്ഞു ''ഇനി നിന്നെ കാണുവാൻ ഒരുപക്ഷേ, വർഷങ്ങൾ...''

ഓമനക്കുഞ്ഞമ്മ പിന്നെയൊന്നും ശബ്ദിച്ചില്ല. അവൾക്ക് അപ്പു ഉണ്ണിക്കൃഷ്ണൻ തന്റെ മകനാണെന്ന് പെട്ടെന്ന് തോന്നി. തന്റെ ഗർഭ പാത്രത്തിൽ കിടന്നവൻ കളിക്കുകയാണ്. തന്റെ തുടയ്ക്കിടയിലൂടെ പ തുക്കെ ഭൂമിയിലേയ്ക്കിറങ്ങിവരികയാണ്. അവൻ മുല കുടിക്കുകയാണ്. അവൾ അവനെ മകനെന്നു കരുതി ലാളിക്കാൻ തുടങ്ങി.

അപ്പോൾ രാത്രി ധനാശി പാടുകയായിരുന്നു. പടിഞ്ഞാറെ ആകാശ ച്ചെരുവിലെത്തിയ ചന്ദ്രക്കല ഉറക്കംതൂങ്ങി ക്ഷീണിച്ച് താഴേയ്ക്ക് വീഴാനൊ രുങ്ങിനിന്നു.

''കേശുവേട്ടാ, യശോദി.'' അപ്പു ഉണ്ണിക്കൃഷ്ണൻ പറഞ്ഞു. ''മുന്നു നാല് ദിവസത്തേയ്ക്ക് ഞാനെന്റെ മുറിയിൽ നിന്നും വെളിയിലിറങ്ങില്ല. ആര് അന്വേഷിച്ചുവന്നാലും ഞാനിവിടില്ലെന്നു പറയണം.''

എന്തു മകനേ, എന്നവർ തിരിച്ചു ചോദിച്ചില്ല. മൂന്നാം ക്ലാസ്സിൽ പഠി ക്കുമ്പോൾതൊട്ട് അവൻ പറയുന്നതിന് അവരെതിരു പറയാറില്ല. അവനെന്താവശ്യപ്പെട്ടാലും അവരത് യുദ്ധം ചെയ്തും, ജീവൻ വെടിഞ്ഞും നേടിയെടുക്കും. ഒരിക്കലൊരാവശ്യം അവൻ പറഞ്ഞത് സാധിച്ചുകൊ ടുക്കൻ സ്വല്പം താമസം വന്നതിനാണ് കുറച്ചു വർഷക്കാലത്തേക്കവൻ.... ദൈവമേ! അഞ്ചു വർഷം.....

മുറിയിൽനിന്നും വെളിയിലിറങ്ങാതെ അവൻ പാഠപുസ്തകം വായി ക്കുകയായിരുന്നില്ല. പിന്നെയോ? അവൻ കാളിദാസകൃതികൾ വായിച്ചു കൊണ്ടിരുന്നു. മേഘസന്ദേശം വായിച്ചു. അഭിജ്ഞാനശാകുന്തളം വായിച്ചു. ഋതുസംഹാരം വായിച്ചു. പിന്നെ കുമാരസംഭവം. കുമാരസംഭവം അവൻ ഏറെക്കുറെ മന:പാഠമായിരുന്നു. പക്ഷേ, ഇപ്പോൾ വീണ്ടും വീണ്ടും വായിച്ചുവായിച്ച് കുമാരസംഭവത്തിലെ എട്ട് സർഗങ്ങളിലെ മുഴുവൻ ശ്ലോകങ്ങളും വീടിന്റെ വടക്കുഭാഗത്തൊഴുകുന്ന മീനച്ചിലാറുപോലെ അപ്പുവിന്റെ മനസ്സിൽക്കൂടി ഒഴുകുവാൻ തുടങ്ങി.

നാല് ദിവസങ്ങൾക്കുശേഷം അപ്പു ഉണ്ണിക്കൃഷ്ണൻ മുറിക്കു വെളിയിലിറങ്ങിയത് പൂമ്പാറ്റയെപ്പോലെയാണ്. പ്യൂപ്പിൽനിന്നും പ്രപഞ്ചത്തിലേയ്ക്ക് പറന്നിറങ്ങിയ പൂമ്പാറ്റയുടെ ഉന്മേഷം അവന്റെ മന സ്സിൽ നിറഞ്ഞുനിന്നു. അവനിൽ നിന്നും ഓമനക്കുഞ്ഞമ്മയെപ്പറ്റിയുള്ള ഓർമകൾ മാഞ്ഞിരുന്നില്ലെങ്കിലും അവരെപ്പറ്റിയുള്ള ഓർമകളുടെ കഠിന

മായ വേദന ഇല്ലാതായി.

അടുത്ത തിങ്കളാഴ്ച പരീക്ഷ തുടങ്ങുകയാണ്. അവൻ പഠിത്തത്തിലേയ്ക്ക് തിരിഞ്ഞു. പരീക്ഷ ആരംഭിക്കുന്നതിന്റെ തലേന്ന് അവൻ ഒരു ബുക്കിൽ കുറിച്ചിട്ടു. എല്ലാ വിഷയത്തിനും എ പ്ലസ് വാങ്ങണം. എന്നിട്ട് പഠിത്തം നിർത്തണം. ഞാൻ യുവാവായിരിക്കുന്നു. ഇനിയും ക്ലാസ്സ് മുറികളിലിരിക്കുക വയ്യ.

അപ്പു ഉണ്ണിക്കൃഷ്ണൻ പരീക്ഷ തീരുംവരെ പഠിത്തത്തിന്റെ ജപത്തിലായിരുന്നു. അവൻ തപസ്സിരിക്കുകയായിരുന്നു. ഏകാഗ്രതയുടെ സൂചിമുനയിൽ മനസ്സിനെ തറച്ചുനിർത്തി അവൻ പഠിച്ചു. അവസാനം പതുക്കെപ്പതുക്കെ പരിക്ഷയുടെ അറബിക്കടൽ അവൻ നീന്തിക്കയറി.

പരീക്ഷതീരുന്ന ദിവസം അവൻ മറ്റൊരു നോട്ടുബുക്കിൽ കുറിച്ചിട്ടു. അപ്പു ഉണ്ണിക്കൃഷ്ണന് എല്ലാ വിഷയത്തിനും എ പ്ലസ്സ് തീർച്ച.

അന്നു രാത്രി അവൻ ദീർഘമായിട്ടുറങ്ങി. പിറ്റേന്ന് എല്ലാം പതിവുപോലെ തുടർന്നു.

സ്കൂൾ ജീവിതമവസാനിച്ചതിനാൽ അവൻ രാവിലത്തെ ഓട്ടവും വായനശാലയിലെ വായനയും കടയിലെ കാപ്പികുടിയും കഴിഞ്ഞ് വീട്ടിലെത്തി. അവൻ പറമ്പിലെ കൃഷികൾ നോക്കി ചുറ്റി നടന്നു. പിന്നെ പത്തുമണികഴിഞ്ഞ് അവൻ ഊണ് കഴിച്ചു. ശേഷം അവൻ കവലയിലേക്കു നടന്നു. വായനശാലയുടെയും ചായക്കടയുടെയും മുമ്പിലൂടെ കൈയും വീശി കവലയിലേക്ക് നടന്നു പോകുന്ന അപ്പു എന്ന ആണൊരുത്തനെ ഉറ്റുനോക്കിക്കൊണ്ട് സീത മനസ്സിൽ പറഞ്ഞു. ''എന്നെ ഒന്നു നോക്കുകയെങ്കിലും ചെയ്യെന്റെ ചേക്രാ... ചെറുക്കാ...''

പക്ഷേ...

അപ്പു ഉണ്ണിക്കൃഷ്ണൻ കവലയിലെത്തി. ആരൊക്കെയോ അവനോടെന്തോ ചോദിക്കുന്നു. എന്തൊക്കെയോ അവൻ മറുപടി പറയുന്നു. അപ്പോഴാണ് മറ്റൊരു കാര്യം സംഭവിച്ചത്. ആ സമയത്താണ് മറ്റൊരു നിയോഗത്തിന്റെ രഥചക്രം ഉരുണ്ടുവന്നത്!

ആറ്

തെങ്ങ് കയറുന്ന കൃഷ്ണനാണ് മുമ്പിലൊരു മഹാത്ഭുതം അവതരിച്ച് വരുന്നതു കണ്ട് നിയന്ത്രണംവിട്ട സ്വരത്തിൽ വിളിച്ചു പറഞ്ഞത് .''അയ്യോ! ദാ വരുന്നു ജഗദീശവർമ്മയും ഭാര്യയും.''

പെട്ടെന്ന് ചുറ്റുമുള്ളവർ വർത്തമാനം നിർത്തി കൃഷ്ണൻ വിരൽ ചൂണ്ടിയ ഭാഗത്തേയ്ക്ക് അറിയാതെ നോക്കിപ്പോയി. കൂട്ടത്തിൽ അപ്പുവും.

പുഴയുടെ അക്കരെനിന്നും പാലം കയറി അവർ കവലയിലേയ്ക്ക് വരികയായിരുന്നു. കുന്നുപുറത്തമ്പലത്തിലെ ദേവിമഹാമായയെ

തൊഴുതു മടങ്ങുകയാണ്.

അപ്പു ഉണ്ണിക്കൃഷ്ണൻ ജഗദീശവർമ്മയേയും ഭാര്യയേയും നോക്കി നിന്നു.

''ഭദ്രത്തമ്പുരാട്ടീന്നാ പേര്.'' കൃഷ്ണൻ വീണ്ടും തുടർന്നു. ഭദ്രത്തമ്പു രാട്ടിയെ കണ്ടുനിന്ന അപ്പു ഉണ്ണിക്കൃഷ്ണൻ ചില നേരങ്ങളിലേയ്ക്ക് വിസ്മയംകൊണ്ട് നിശ്ചലനായിപ്പോയി. കുന്നുപുറത്തമ്പലത്തിൽ നിന്നും ദേവി ഇറങ്ങിവരുന്നുവോ? മലമ്പുഴയിലെ യക്ഷി സ്വർണനിറം പൂണ്ട് കാഞ്ചീപുരംപട്ടുമുടുത്ത് നടന്നുവരുന്നുവോ?

പാലമിറങ്ങി നടന്നുവരും വഴി ഉത്സവയെഴുന്നള്ളത്തിൽ തലയു യർത്തിനില്ക്കുന്ന ഗജവീരനെപ്പോലെ അപ്പു ഉണ്ണിക്കൃഷ്ണൻ നില്ക്കു ന്നത് ഭദ്രത്തമ്പുരാട്ടിയും കണ്ടു. ആദ്യ നോട്ടത്തിൽതന്നെ ആ ഉയരവും ആ മുഖവും കണ്ണുകളും കണ്ട് അവരുടെ മനസ്സിൽ മയിൽപ്പീലി വിടർന്നു.

ഇതാര്? കോളജിലെ ബാസ്ക്കറ്റ്ബോൾ താരമായിരുന്ന, ഇംഗ്ലിഷ് നാടകങ്ങളിൽ അഭിനയിക്കുമായിരുന്ന ഗായകൻ വിക്ടർ ജോണോ?

ഒരിക്കൽ എന്റെ പകലുകളിലും രാത്രികളിലും സദാ മനസ്സിലും പാഠ പുസ്തകങ്ങളിലും ഭക്ഷണപാനീയങ്ങളിലും നിറഞ്ഞുനിന്നിരുന്ന വിക്ടറോ?

അവസാനം വിദ്യാർത്ഥിരാഷ്ട്രീയവൈരാഗ്യത്തിന്റെ കത്തിമുനയിൽ സ്വർഗ്ഗത്തിലേയ്ക്ക് സ്വർണച്ചിറകും വിരിച്ച് പറന്നുപോയ എന്റെ വിക്ടർ! ആ വിക്ടറോ ഇത്? ഈശ്വരാ! അതേ പൊക്കവും നോട്ടവും! റോഡിന്റെ അപ്പുറത്തെ വശത്തുകൂടിയാണ് ഭദ്രത്തമ്പുരാട്ടിയും ജഗദീശവർമ്മയും നടന്നുവന്നിരുന്നത്. അവർ കവലയിലേയ്ക്ക് അടുക്കുന്തോറും കവല തീർത്തും നിശ്ശബ്ദമായി!

അപ്പുറത്തും ഇപ്പുറത്തും എത്തുംവരെ ഭദ്രത്തമ്പുരാട്ടിയും അപ്പു ഉണ്ണിക്കൃഷ്ണനും കണ്ണുകൾ പിൻവലിക്കാതെ നോക്കിനിന്നു. ആ പരസ്പ രനോട്ടം കവല മുഴുവനുംകണ്ടു. ശ്രദ്ധിച്ചു. കവല ഒരു ദീർഘനിശ്വാസം വിടുകയും ചെയ്തു. ഭദ്രത്തമ്പുരാട്ടിയുടെയും അപ്പു ഉണ്ണിക്കൃഷ്ണന്റെയും നോട്ടം തുടക്കം തൊട്ടേ ജഗദീശവർമ്മ ശ്രദ്ധിച്ചു തുടങ്ങിയതാണ്. നോട്ടം പിൻവലിക്കാതെയുള്ള അപ്പുവിന്റെ നില്പും നോട്ടം മാറ്റാതെയുള്ള ഭദ്രമ്പുരാട്ടിയുടെ നടപ്പും ജഗദീശവർമ്മയിൽ കോപത്തിന്റെ അഗ്നിമഴ പെയ്യിച്ചു. കവലയിലെ എല്ലാ ആൾക്കാരും തങ്ങളെ ശ്രദ്ധിക്കുന്നതായി ജഗദീശവർമ്മ മനസ്സിലാക്കി.

ആദ്യ ദർശനത്തിൽ പരസ്പരം പ്രേമം അങ്കുരിക്കുന്നു എന്ന് കവല യിൽ വളർന്നു നില്ക്കുന്ന ആൽമരം പതുക്കെ പറഞ്ഞത് ഭദ്രത്തമ്പു രാട്ടിയും അപ്പു ഉണ്ണിക്കൃഷ്ണനും മാത്രം കേട്ടു.

''മത്യാഠീ.'' ജഗദീശവർമ്മ അമർത്തിയ ശബ്ദത്തിൽ പറഞ്ഞുകൊണ്ട്

ഭാര്യയുടെ കൈയിൽ നഖങ്ങൾ കൊണ്ട് മാന്തിയപ്പോൾ ഭദ്ര ഭയക്കുകയും നടുങ്ങുകയും ചെയ്തു.

പെട്ടെന്ന് ഭദ്രയുടെ മനസ്സിൽനിന്നും കളിക്കളങ്ങളും നാടകവേദിയും, (ഓ! ബ്രൂട്ടസേ നീയും) ദീർഘമുയരവും എല്ലാം മാഞ്ഞുപോയി. തീയിൽ അറിയാതെ കാൽ വെച്ചതുപോലെ അവൾ പകച്ചുപോയി. അവൾ കവലയിലേയ്ക്ക്, വഴിയിലേയ്ക്ക് തിരിച്ചുവന്നു. അടുക്കൽ ഭർത്താവ് നില്ക്കുന്നു. ''ബർത്താവ്''! അവൾ കുനിഞ്ഞ തലയുമായി ഭർത്താവി നോടൊപ്പം നിശ്ശബ്ദം നടന്നു.

കവലയിലുള്ളവരെല്ലാവരും, അത് ശ്രദ്ധിക്കുകയും ചെയ്തി രിക്കുന്നു. ഭദ്രത്തമ്പുരാട്ടിയും അപ്പു ഉണ്ണിക്കൃഷ്ണനും പരസ്പരം നോക്കി നിന്നതും പരസ്പരം നോക്കി നടന്നതും കണ്ട് കവലയു ടെ മനസ്സിൽ മഴവില്ല് ഉദിച്ചു വന്നു. ഭദ്രത്തമ്പുരാട്ടിക്ക് അനുരൂപൻ ഞങ്ങളുടെ അപ്പു ഉണ്ണിക്കൃഷ്ണനെന്ന രാജകുമാരനാണെന്ന് കവല യിലുള്ളവർ പതുക്കെ പരസ്പരം പറഞ്ഞു. പക്ഷേ, ഞങ്ങളുടെ കുട്ടിക്ക് പ്രായം കുറവാണല്ലോയെന്നും കവല വീണ്ടും പറഞ്ഞു.

ഭദ്രത്തമ്പുരാട്ടിയുടെ ഭർത്താവ് ജഗദീശവർമ്മ കോടികളുടെ ചക്ര വർത്തിയാണ്. കലക്ടറുടെയും ഡി.എസ്.പി.യുടെയും ഇളയ അനുജൻ. ഭ്രാന്ത് വന്നിട്ടുണ്ടെങ്കിലും ഇപ്പോൾ ഉള്ളിൽ മന്ദബുദ്ധിയാണെങ്കിലും അതിസുന്ദരൻ.

കുറച്ച് നടന്നു കഴിയുമ്പോൾ വഴിക്ക് വളവായി. വളവിങ്കൽ ചെന്നപ്പോൾ വീണ്ടും അറിയാതെ ഭദ്രത്തമ്പുരാട്ടി തിരിഞ്ഞുനോക്കിപ്പോയി. ആ ചെറു പ്പക്കാരൻ തന്നെത്തന്നെ നോക്കിനില്ക്കുന്നു.

അതും ജഗദീശവർമ്മ കണ്ടു. അയാൾ പല്ലുകൾ ഞെരിച്ചു. എത്ര കോപം കാന്തനു വന്നാലെന്ത് ഭദ്രത്തമ്പുരാട്ടി തിരിഞ്ഞുനോക്കുകതന്നെ ചെയ്തു. മാവ് തളിരിടുമ്പോൾ പുങ്കുയിലുകൾ പഞ്ചമം പാടാതിരിക്കു മോ? സ്നേഹത്തിന്റെ മഴ ഒരു വശത്ത് വർഷിക്കുമ്പോൾ മറുവശത്ത് അനുരാഗത്തിന്റെ സൂര്യൻ പ്രകാശിച്ചു നില്ക്കുകയാണെങ്കിൽ സ്വപ്ന ത്തിന്റെ മഴവില്ല് തെളിയാതിരിക്കുമോ?

അവർ വളവു തിരിഞ്ഞപ്രത്യക്ഷരായി.

''അപ്പു ഉണ്ണിക്കൃഷ്ണാ നീ കോളടിച്ചു.'' ആരൊക്കെയോ സംഘം ചേർന്നു പറഞ്ഞു. അതവൻ നിസ്സാരമായി ചിരിച്ചുതള്ളി. പക്ഷേ, അവ നൊരു കാര്യമോർത്തു, ഭദ്രത്തമ്പുരാട്ടിയുടെ മുമ്പിൽ ആ ഓമനക്കുഞ്ഞമ്മ ഒന്നുമല്ല. സൂര്യവെളിച്ചത്തിൽ കത്തിച്ചുവെച്ച നിലവിളക്കുമാത്രം.

തെല്ലുനേരം കഴിഞ്ഞ് കവലയിൽ നിന്നും അവൻ വീട്ടിലെത്തി. അവന്റെ യശോദിയും കേശുവേട്ടനും പശുക്കളെ കുളിപ്പിക്കുകയായിന്നു. അദ്ധ്വാനത്തിന്റെ തമ്പുരാക്കന്മാർ!

ജഗദീശവർമ്മ ഭദ്രത്തമ്പുരാട്ടിയുമൊത്ത് ശങ്കരമഠത്തിൽ വന്നുകയറിയത് കോപാവിഷ്ഠനായിട്ടായിരുന്നു. വരാന്തയിലെ ചാരുകസേരയിൽ എല്ലാവരും വലിയസ്വാമി എന്നു വിളിക്കുന്ന വിശ്വേശ്വരവർമ്മ സിംഹം പോലെ കിടക്കുന്നുണ്ടായിരുന്നു. അദ്ദേഹത്തെ ഒന്നു നോക്കുകപോലും ചെയ്യാതെ ജഗദീശവർമ്മ മഠത്തിന്റെ ഉള്ളിലേയ്ക്ക് തന്റെ മുറിയിലേയ്ക്ക് കയറിപ്പോയി.

വിദ്വാനും മഹാമനസ്കനും ഗംഭീരനുമായ 'വലിയസ്വാമി' മകന്റെ അകത്തേയ്ക്കുള്ള പോക്ക് ശ്രദ്ധിച്ചശേഷം വരാന്തയിൽ നില്ക്കുകയായിരുന്ന മരുമകളോട് അയാൾക്ക് എന്തുപറ്റിയെന്ന് കൈകൊണ്ടാംഗ്യം കാണിച്ചു ചോദിച്ചു. ഒന്നുംല്യായെന്ന് മകൾ കൈകൊണ്ട് ആംഗ്യത്തിൽ മറുപടിയും പറഞ്ഞു. അപ്പോൾ ഭദ്രത്തമ്പുരാട്ടി മനോഹരമായി ചിരിക്കുന്നുണ്ടായിരുന്നു.

ആ ചിരി കണ്ടപ്പോൾ വലിയസ്വാമിയുടെ മനസ്സ് വേദനിച്ചു. വേണ്ടായിരുന്നു. തന്റെ മകന് സത്യത്തിൽ ഒരു വിവാഹം ആവശ്യമില്ലായിരുന്നു. സുന്ദരിയും വിദ്യാസമ്പന്നയും ദരിദ്രയും ആയ ഒരു പെൺകുട്ടിയെ.... വേണ്ടായിരുന്നു. ക്ഷമിക്കണേ ഗുരുവായൂരപ്പാ...

ഭദ്രത്തമ്പുരാട്ടി അകത്തേയ്ക്കു പോയി. കിടപ്പുമുറിയിലെ ചാരുകസേരയിൽ കസേരയുടെ കൈകളിലേയ്ക്ക് കയറ്റിവെച്ച കാൽ വിറപ്പിച്ചുകൊണ്ട് കണ്ണുകളടച്ചു കിടക്കുകയാണ് ജഗദീശവർമ്മ.

ഒരു നിമിഷം എളിക്ക് രണ്ടിനും കൈകൾ ഊന്നിക്കൊണ്ട് നേരിയ ഒരു പരിഹാസച്ചിരിയോടെ ഭദ്രത്തമ്പുരാട്ടി 'ബർത്താവ് തമ്പുരാനെ'നോക്കി കുറേനേരം നിന്നു. പിണങ്ങിയിരിക്കുന്നു തമ്പുരാനെന്നവർക്ക് തീർച്ചയായി. കവലയിൽ കണ്ട ആ ചെറുപ്പക്കാരനെ തല്ലിക്കൊന്ന് കെട്ടിത്തൂക്കണമെന്ന് വരുന്നവഴി പലതവണ തമ്പുരാൻ സ്വയം പറഞ്ഞുകൊണ്ടു നടന്നത് അവരോർത്തു.

''തെണ്ടി!'' ജഗദീശവർമ്മ നിലത്തേയ്ക്ക് തുപ്പിക്കൊണ്ട് പറഞ്ഞതിങ്ങനെ, ''വായിനോക്കി, ചായക്കട പലഹാരം നോക്കി വെള്ളമിറക്കുന്ന യാചകൻ, ഭീമസേനൻ, തെണ്ടി.''

അതു കേട്ടപ്പോൾ ഭദ്രത്തമ്പുരാട്ടിക്ക് ചിരിയും ദേഷ്യവും ഒരുപോലെ വന്നുവെങ്കിലും മനസ്സിലടക്കുകയാണ് ചെയ്തത്. പക്ഷേ, മനസ്സിൽ ആ ചെറുപ്പക്കാരൻ ജ്വലിച്ചുനിന്നു. ആ ചെറുപ്പക്കാരന്റെ മുഖം മനസ്സിൽ ജ്വലനം സൃഷ്ടിച്ചു.

''തമ്പുരാനേ'' ഭദ്രത്തമ്പുരാട്ടി കുനിഞ്ഞു നിന്നുകൊണ്ട് വർമ്മയെ കുലുക്കി വിളിച്ചു. അവരുടെ മാറിൽനിന്നും സാരി താഴേക്ക് വീണു കിടന്നു. താമരമൊട്ടുകൾ പോലുള്ള മാറിടത്തിന്റെ കാഴ്ചയിലേയ്ക്കാണ് ജഗദീശവർമ്മ കണ്ണുകൾ തുറന്നത്.

''ന്താട്....''ജഗദീശവർമ്മ നടുങ്ങിപ്പോയി. വിളറിപ്പോയി.

''ഹ! പേടിച്ചുപോയല്ലോ ഭദ്രേ ഞാൻ''

അതുകേട്ട് ഭദ്രത്തമ്പുരാട്ടി മാദകഭാവത്തോടെ ചിരിച്ചു. പിന്നെ വികാരം അലതല്ലുന്ന സ്വരത്തിൽ പറഞ്ഞു. ''പേടി മാറ്റാൻ എന്നെ പതുക്കെയൊന്ന് കടിക്കുക തമ്പുരാനേ! ദാ, ഈ താമരമൊട്ടുകളെ ഒന്നുമ്മവെച്ചുണർത്തുക തമ്പുരാനേ...''ഭദ്രത്തമ്പുരാട്ടി കിതച്ചു.

''അങ്ങോട്ട് മാറിനില്ക്ക്വാ! അമ്പലത്തീന്നു വന്നിട്ട് തോന്ന്യാസം കാണിക്കുന്നോ? പറയുന്നോ? എല്ലാത്തിനും ഒരു കാലവും നേരവും ല്യേ?''

''ഉണ്ടോ?'' അവൾ എഴുന്നേറ്റുനിന്നു. പിന്നെ സാവധാനം സാരിയഴിച്ച് മടക്കി അയയിലിട്ടു.

അടിപ്പാവാടയും ബ്ലൗസും ധരിച്ചുനിന്നുകൊണ്ട് അവർ തമ്പുരാനെ നോക്കി ചുണ്ടു കടിച്ചു പിടിച്ച് ചിരിച്ചു. ഒരു സ്വർണനാഗംപോലെ അവർ ജ്വലിച്ചു. അവരുടെ മാറിടത്തിൽ താമരമൊട്ടുകൾ, കഴുത്തിൽ കടഞ്ഞെടുത്ത ശംഖ്, ചുണ്ടുകളിൽ ചെറിപ്പഴത്തിന്റെ ചെമപ്പ്, എള്ളിൻ പൂവുപോലെ മൂക്ക്, വാഴയുടെ തളിരിലപോലെയുള്ള വയറ്. ഹ!

എല്ലാം മറന്ന് തമ്പുരാൻ കസേരയിൽ നിന്നെഴുന്നേറ്റു. തമ്പുരാനേയും കിതയ്ക്കുന്നുണ്ടായിരുന്നു. കാമബാണങ്ങളെയ്യുന്ന മാറിടത്തോടെ ദീർഘനിശ്വാസം വിട്ടുകൊണ്ട് പാതിയടഞ്ഞ കണ്ണുകളുമായി ഭദ്രത്തമ്പുരാട്ടി നിന്നു.

ജഗദീശവർമ്മ സാവധാനം അവരോടടുത്തു, പിന്നെ ആർത്തിയോടെ ഭദ്രത്തമ്പുരാട്ടിയെ ആലിംഗനം ചെയ്തു. തമ്പുരാന്റെ കൈകൾ അവരെ വരിഞ്ഞുമുറുക്കി. ഭദ്രത്തമ്പുരാട്ടി ജഗദീശവർമ്മയുടെ ആലിംഗത്തിൽ അലിഞ്ഞുപോയി. തമ്പുരാട്ടി ഏന്തോ അവ്യക്തമായി മന്ത്രിക്കുന്നുണ്ടായിരുന്നു. കെട്ടുപിണഞ്ഞ നാഗങ്ങൾ അന്തരീക്ഷത്തിൽ ഉയർന്നുനിന്ന് ആടുന്നതുപോലെ അവർ ആലിംഗനബദ്ധരായി ചില നിമിഷങ്ങൾ നിന്നു.

പെട്ടെന്നാണ് തമ്പുരാൻ ഞെട്ടിവിറച്ചതും തമ്പുരാന്റെ കൈകൾ അയഞ്ഞതും. തമ്പുരാൻ സാവധാനം അകലാൻ ശ്രമിച്ചപ്പോൾ അരുത് എന്ന അമർത്തിയ ശബ്ദത്തോടെ ഭദ്രത്തമ്പൂരാട്ടി കൈകൾകൊണ്ട് ഭർത്താവിനെ ശരീരത്തോടു ചേർത്തുപിടിക്കാൻ ശ്രമിച്ചു. പക്ഷേ, ജഗദീശവർമ്മ ബലം പ്രയോഗിച്ച് ഭദ്രത്തമ്പുരാട്ടിയെ അകറ്റി മാറ്റി നിർത്തുകതന്നെ ചെയ്തു.

''ഹ! വീണ്ടും കുളിക്കണല്ലോ ഭദ്രേ...'' ഒരു വല്ലാത്ത സ്വരത്തിൽ തമ്പുരാൻ പറഞ്ഞു. ''അശുദ്ധായിരിക്ക്ണു. ഇത്ന്നാ പറഞ്ഞത് എല്ലാത്തിനും കാലോം നേരോം ഒണ്ടെന്ന്. മനസ്സിലായില്യേ?''

ദേഷ്യത്തോടെ ഭദ്രത്തമ്പുരാട്ടിയെ നോക്കി അങ്ങനെ പറഞ്ഞശേഷം ചവുട്ടിക്കുതിച്ച് മുറിയിലെ കുളിമുറിയിലേയ്ക്ക് തമ്പുരാൻ വേഗേന ന

ടന്നു പോവുകയാണ് ചെയ്തത്.

ആ പോക്കുംനോക്കി അനക്കമറ്റ് ഭദ്രത്തമ്പുരാട്ടി, തമ്പുരാൻ കുളിമുറിയിൽനിന്നും കുളികഴിഞ്ഞിറങ്ങുംവരെ ഒറ്റ നില്പങ്ങ് നിന്നു. അനങ്ങാതെ. ഇമകളനക്കാതെ. മരിച്ചതുപോലെ. വിവാഹം കഴിഞ്ഞിട്ട് മാസങ്ങൾ പലതായിട്ടും ഇതുവരെ ഒരിക്കൽപോലും... എന്റെ ദേവീ, ഈ ഭദ്ര ഇപ്പോഴും കന്യകതന്നെ.!

''വരിക ഭദ്രേ.'' തമ്പുരാൻ വിളിച്ചു. ''നേരം കുറേ ആയി. അമ്പലത്തിൽ ദർശനത്തിന് പോകകൊണ്ട് പ്രഭാതഭക്ഷണം കഴിച്ചില്ലാലോ, വരിക. ഇഡ്ഢലിയും ചട്ട്ണിയും കഴിക്കാൻ പോകാം. ഏത്തപ്പഴം പുഴുങ്ങിയതും ഒണ്ടാവും. പപ്പടം വറുത്തതും നറുംനെയ്യും ഉണ്ടാവും. കായവറുത്തതും ബ്രൂകോഫിയും കാണും. വരിക.''

''വരാം.'' ഭദ്രത്തമ്പുരാട്ടി മന്ത്രിച്ചു. ആ പറഞ്ഞത് പക്ഷേ, തമ്പുരാനോടായിരുന്നില്ല. കവലയിൽവെച്ചു കണ്ട ആ ചെറുപ്പക്കാരനോടായിരുന്നു. എന്താണ് ആ യുവാവിന്റെ പേര്?

അപ്പോൾ വരാന്തയിലിരുന്ന് യശോദി കൊടുത്ത നാരാങ്ങാവെള്ളം കുടിക്കുകയായിരുന്നു അപ്പു ഉണ്ണിക്കൃഷ്ണൻ. പെട്ടെന്ന് നാരാങ്ങാവെള്ളം കുടിക്കുന്നതു നിർത്തി അപ്പു ശ്രദ്ധിച്ചു. ആരോ പതുക്കെ ചെവിയിൽ പറയുന്നതവൻ കേട്ടു. ''വരാം''

''എന്തു മക്കളേ?'' യശോദി ചോദിച്ചു.

''ഒന്നുംല്ലാ യശോദി.''അവൻ വീണ്ടും നാരാങ്ങാവെള്ളം കുടിച്ചു. എങ്കിലും അവൻ സ്വയം ചോദിച്ചു. ആരാണ് വരാം എന്നു പറഞ്ഞത് ? ഒരു സ്ത്രീ അങ്ങനെ പറഞ്ഞത് താൻ വ്യക്തമായും കേട്ടതാണ്. ആരാണത്?

മലമ്പുഴയിലെ യക്ഷിയായിരിക്കും. അപ്പുഉണ്ണിക്കൃഷ്ണൻ തമാശയോടെ സ്വയം സമാധാനിച്ചു.

യശോദിയും കേശുവേട്ടനും കൂടി മുറ്റത്തരികിൽ നില്ക്കുന്ന ഓമൽ മരങ്ങളിലെ മൂത്തപപ്പായ അടർത്തുകയായിരുന്നു. പൊക്കം കുറഞ്ഞ ഇനമായ മരങ്ങളിൽ നിറയെ കായ്ച്ചു നില്ക്കുന്ന മൂത്ത പപ്പായകൾ അവർ താഴെ വീഴാത്ത രീതിയിൽ പറിച്ചെടുത്തു. ചെറിയൊരു ചക്കയോളം വലിപ്പമുണ്ടായിരുന്നു ആ കായ്കൾക്ക്. മൂന്നുനാലെണ്ണം കഴിക്കാൻ മാറ്റിവെച്ചിട്ട് ബാക്കി അവർ വില്ക്കുന്നു. അങ്ങാടിക്കരയിൽനിന്നും വരുന്ന അബ്ദുൾ വഹാബ് എന്ന വ്യാപാരിയാണ് മൊത്തം വിലയ്ക്കു വാങ്ങുന്നത്.

വരാന്തയിൽ വെറുതേ ഇരിക്കുകയായിരുന്നു അപ്പു ഉണ്ണിക്കൃഷ്ണൻ. അപ്പോൾ എന്തെങ്കിലും വായിക്കണമെന്നവനു തോന്നി. അവൻ തന്റെ

കൊച്ചു മുറിയിലേയ്ക്ക് ചെന്ന് മേശപ്പുറത്തിരുന്ന പുസ്തകമെടുത്ത് വായന തുടങ്ങി. സി.വി.രാമൻ പിള്ളയുടെ മാർത്താണ്ഡവർമ്മ എന്ന നോവലായിരുന്നു അത്. ആ പുസ്തകം എത്രാമത്തെ തവണയാണ് വായിക്കുന്നതെന്ന് അവനുതന്നെ നിശ്ചയമില്ലായിരുന്നു. തലേന്നു രാത്രിയിൽ വായന നിർത്തിയിടുത്തു നിന്ന് തുടർന്നു വായിച്ചത് 'അടിയൻ ലച്ചിപ്പോം'എന്ന വാചകം മുതല്ക്കാണ്. പെട്ടെന്നാണ് ഒരു സ്ത്രീ തേങ്ങിക്കരയുന്നതിന്റെ ശബ്ദം അവന്റെ ചെവികളിലേയ്ക്കൊഴുകിയെത്തിയത്. പെട്ടെന്നവൻ പുസ്തമടച്ചുവെച്ചു. രണ്ടുമൂന്നു നിമിഷങ്ങൾ കഴിഞ്ഞതോടെ സ്ത്രീ കരയുന്നു എന്ന ശബ്ദം കേൾക്കുന്നതായിട്ടുള്ള തോന്നൽ മാറുകയും ചെയ്തു.

എന്താണ് ഇങ്ങനെയൊക്കെ തോന്നുന്നതെന്ന് അപ്പു ഉണ്ണിക്കൃഷ്ണൻ ഒരു നിമിഷനേരത്തേയ്ക്ക് അസ്വസ്ഥനായി. മനസ്സിന്റെ ചില പ്രത്യേകതകൾകൊണ്ട് അശരീരിപോലെ ചിലപ്പോൾ ചിലത് കേൾക്കുവാൻ സാധിക്കും എന്ന് ഒരിക്കൽ എവിടെയോ വായിച്ചത് അപ്പു ഉണ്ണിക്കൃഷ്ണൻ പെട്ടെന്ന് ഓർത്തു. അതോടെ സമാധാനപൂർവം'ഭ്രാന്തൻ ചാന്നാന്റെ'കൂടെ അപ്പു ഉണ്ണിക്കൃഷ്ണൻ മാർത്താണ്ഡവർമ്മയിലൂടെ സഞ്ചാരമാരംഭിച്ചു.

സത്യത്തിൽ സ്ത്രീ കരയുന്നത് അപ്പു ഉണ്ണിക്കൃഷ്ണൻ കേട്ട സമയത്ത് ഭദ്രത്തമ്പുരാട്ടി കിടപ്പു മുറിയിൽ കട്ടിലിലിരുന്ന് മുഖം പൊത്തിക്കരയുകയായിരുന്നു.

പന്ത്രണ്ടിഡ്ഡലിയും അഞ്ചു ഉഴുന്നുവടയും ചട്ണിയും സമ്പാറും മുളകുപൊടിയും ചേർത്ത് കഴിച്ചതിനു പുറകേ രണ്ടേത്തപ്പഴം പുഴുങ്ങിയത്, പിന്നീട് പപ്പടവും ഏത്തപ്പഴവുംകൂടി പൊടിച്ച് നെയ്യും ചേർത്ത് ഒരു പാത്രം. അതിനു മുകളിൽ ഒരു പാത്രം നേന്ത്രക്കായ വറുത്തത്. അടുക്കളയിൽ നില്ക്കുന്ന സ്ത്രീയോട് പിന്നെ ഒരാഞ്ജയും ''ബൂകോഫി എടുക്കാ... മൂന്നു പാത്രം!''

ഇത്രയും സമയത്തിനുള്ളിൽ രണ്ടിഡ്ഡലിയും ഒരു ഉഴുന്നു വടയും ഒരു ചെറിയ കഷണം ഏത്തപ്പഴം പുഴുങ്ങിയതും ഭദ്രത്തമ്പുരാട്ടി കഴിച്ചു. ഒരു ചെറിയ സ്റ്റീൽ ഗ്ലാസ്സിൽ കോഫിയും.

''മദ്യോ അമ്മാ!'' പാട്ടി ഭദ്രയോട് ചോദിച്ചു.

''ധാരാളം.'' ഭദ്ര ചിരിച്ചു.

ഭദ്രയ്ക്ക് ഈ മഠത്തിൽ വലിയ തിരുമേനിയെന്നും വലിയ സ്വാമിയെന്നും പ്രസിദ്ധനായ അച്ഛൻ വർമ്മ കഴിഞ്ഞാൽ പിന്നെ ഏറ്റവും സ്നേഹമുള്ള സ്ത്രിയാണവർ. സുന്ദരിയായ ഒരു തമിഴ്നടിയുടെ മുഖമായിരുന്നു അവർക്ക്, ഒറ്റ മുടി നരച്ചിരുന്നില്ല. വലിയ വട്ടമുഖത്ത് പ്രസാദാത്മകത്വവും ചിരിയും. ഒറ്റച്ചേലയാണ് വസ്ത്രം. നെറ്റിയിൽ

ഒരിക്കലും മായാത്ത ഒരു സിന്ദുരപ്പൊട്ട്. അവർക്ക് എത്ര വയസ്സായെന്ന് ആരുകണ്ടാലും പറയില്ല. അവര് സ്വന്തം വയസ്സ് പറയുകയുമില്ല, അവർക്കത് അറിയാനും പാടില്ല.

മക്കളില്ലാത്ത അവരുടെ ഭർത്താവും മഠത്തിലെ വിശ്വസ്തനായ കാര്യസ്ഥനാണ്. ഉത്സവകാലത്ത് പഞ്ചവാദ്യത്തിന് പോകുന്ന ഒരാൾ. അദ്ദേഹം കൊമ്പുവാദ്യക്കാരനാണ്. അദ്ദേഹത്തിന് മരം കയറുവാനും അറിയാം. മരം കയറുവാനും നീന്തുവാനും ജഗദീശവർമ്മയെ രഹസ്യമായി പഠിപ്പിച്ചുകൊടുത്തത് അദ്ദേഹമാണ്. ആദിത്യവർമ്മ എന്നാണ് അദ്ദേഹത്തിന്റെ പേര്.

ഭദ്രത്തമ്പുരാട്ടി അന്നത്തെ ഇംഗ്ലീഷ് പത്രവും കൈയിലെടുത്ത് ഉൾമുറിയിലേയ്ക്കു ചെന്നപ്പോൾ മച്ചിൽ കെട്ടിയ വളയത്തിൽ പിടിച്ച് ഉയരുകയും താഴുകയും ആയിരുന്നു ജഗദിശ് വർമ്മ.

''കഴിച്ച ഭക്ഷണമൊന്നു ദഹിക്കട്ടെ ഭത്തിരേ!'' ഉയരുകയും താഴുകയും ചെയ്യുന്നതിനിടയിൽ കിതച്ചുകൊണ്ട് തമ്പുരാൻ പറഞ്ഞു. അതിനിടയിൽ അധോലോകവായു വലിയ ശബ്ദത്തോടെ വെളിയിലേയ്ക്ക് പോവുകയും ചെയ്യുന്നു. അതൊന്നും ശ്രദ്ധിക്കാതെ ഭദ്രത്തമ്പുരാട്ടി ആംഗലേയത്തിലെ വാർത്തകളിലേയ്ക്ക് മുങ്ങിപ്പോയി. അങ്ങനെ വായിച്ചുകൊണ്ടിരിക്കെ ഏതോ സമയത്ത് പത്രം ബലം പ്രയോഗിച്ച് താഴ്ത്തി ജഗദീശവർമ്മ പറഞ്ഞു.

''ഭദ്രേ! ഞാനുറങ്ങുവാൻ പോകുന്നു. സന്ധ്യയ്ക്കു മുമ്പായ്മാത്രം എന്നെ വിളിച്ചാൽ മതിയാകും. അപ്പോ എഴുന്നേറ്റ് കുളിച്ച് ഉച്ചയൂണും അത്താഴപ്പലഹാരവും ഒന്നിച്ച് കഴിച്ചിട്ട് പോവാലോ? എങ്ങോട്ടെന്നു ചോദിക്കൂ ഭത്തിരേ. കഥകളി കാണാനേയ്... ഇന്ന് അയ്മനത്ത് കഥകളിയുണ്ടത്രേ. കൊട്ടാരക്കര ഗംഗയുടെ ദുശ്ശാസനനാണ്. കൊട്ടാരക്കര ഗംഗ സ്ത്രീയാണ്. അറിയോ? അവർടെയാ ചുവന്ന താടി. ഹായ്! ബയങ്കര വേഷം തന്നെ ജഗദീശ്വരാ, ബയങ്കരവേഷം തന്നേയ്.....''

പിന്നെ വായന കഴിഞ്ഞ് കുറേനേരം ഭദ്രത്തമ്പുരാട്ടി ഭർത്താവ് തമ്പുരാന്റെ കൂർക്കംവലിയും ഉറക്കവും കേട്ടും കണ്ടും ഇരുന്നു. അങ്ങനെ ഇരിക്കവേ അവരുടെ മനസ്സിന് ഒരു വല്ലാത്ത വിങ്ങൽ അനുഭവപ്പെട്ടു. പിന്നെ അത് കഠിനമായ വേദനയായി മാറി. പെട്ടെന്ന് ഭദ്രത്തമ്പുരാട്ടി മുഖംപൊത്തിത്തേങ്ങിക്കരയുവാൻ തുടങ്ങി.

ആ കരച്ചിലാണോ ദൂരെയിരുന്ന അപ്പു ഉണ്ണിക്കൃഷ്ണൻ കേട്ടത്. ആയിരിക്കും.

അവർ കുറേനേരമിരുന്നു കരഞ്ഞു. എന്തിനാണ് കരയുന്നതെന്ന് അവർക്ക് മനസ്സിലായതില്ല. അല്ലെങ്കിൽ തന്നെ ജീവിതത്തിൽ ഏതെങ്കിലും സമയത്ത് ഏകാന്തതയിലിരുന്ന് എപ്പോഴെങ്കിലും ഒന്നു കരയാത്ത

ഏത് സ്ത്രീയാണ് ഇവിടെയുള്ളത്?

പുരുഷന്മാരോ? അവർ കരയുന്നതിനു പകരമായിരിക്കും മദ്യപിക്കുന്നത്. അല്ലെങ്കിൽ പെൺകുട്ടികളെ പീഡിപ്പിക്കുന്നത്.

വീണ്ടും സംഭവം ആവർത്തിച്ചു. മിക്ക പ്രഭാതങ്ങളിലും ജഗദീശവർമ്മയും ഭദ്രത്തമ്പുരാട്ടിയും പുഴയുടെ അക്കരെയുള്ള കുന്നുംപുറത്തമ്പലത്തിൽ ദേവീമഹാമായയെ തൊഴുവാൻ പോയി.

തൊഴുതുമടങ്ങുംവഴി കവലയിൽവെച്ച് ഭദ്രത്തമ്പുരാട്ടിയും അപ്പു ഉണ്ണിക്കൃഷ്ണനനും പരസ്പരം നോക്കിനിന്നു. .എതിർദിശയിൽക്കൂടി നടന്നുവന്ന് അടുത്തെത്തി പിരിയുംവരെ അവർ നോട്ടം പിൻവലിച്ചില്ല.

അത് കണ്ടപ്പോഴൊക്കെ ജഗദീശവർമ്മ അപ്പു ഉണ്ണിക്കൃഷ്ണനെ തുറിച്ചു നോക്കി. മനസ്സിൽ ഭാ, ഭാ, എന്നാട്ടിക്കൊണ്ടിരുന്നു. പിന്നെ ഭദ്രത്തമ്പുരാട്ടിയോട് ഇങ്ങനെ പതുക്കെ പറഞ്ഞു. ‘‘തെണ്ടി, തൊട്ടി. വായിനോക്കി, കീചകൻ, പണ്ടാരം, നിന്നെ ഞാൻ കൊല്ലുമെടാ നായെ. സമയം വരട്ടേ. നിന്റെ കഴുത്തു ഞെരിച്ചു ഞാൻ കൊല്ലും.’’

അത് കേട്ട ഭാവം ഭദ്രത്തമ്പുരാട്ടി നടിച്ചില്ല. അമ്പലത്തിൽ ഇനിയും പോകണ്ടായെന്ന് ജഗദീശവർമ്മ പെട്ടെന്ന് തീരുമാനിച്ചു.

‘‘കൊള്ളാം തമ്പുരാനേ’’ ഭദ്രത്തമ്പുരാട്ടി പരിഹാസത്തോടെ ചിരിച്ചു. ‘‘ദേവിയെ തൊഴാതിരുന്നാൽ ആ കോപവും കൂടി തമ്പുരാനു കിട്ടും.’’

‘‘എന്നാ കോപം.’’ ഒരു നിമിഷം ഭദ്രത്തമ്പുരാട്ടിയെ സൂക്ഷിച്ചു നോക്കിയശേഷം ജഗദീശവർമ്മ പറഞ്ഞു. ‘‘കോപിച്ചാത്തന്നെ എനിക്കെന്തു പുല്ലാ. വേണ്ടുന്ന സൊകം ദേവി എനിക്കു തന്നില്ലല്ലോ.’’

ആ വാചകം ഭദ്രത്തമ്പുരാട്ടിയുടെ മനസ്സിനെ ഒന്ന് ഉലച്ചുവെങ്കിലും അത് പുറത്തു കാട്ടാതെ അവൾ പറഞ്ഞു. ‘‘വേറൊരു വലിയ സുഖം പക്ഷേ, തമ്പുരാന് ദേവി തന്നിട്ടുണ്ടല്ലോ, ഇല്ലേ?’’

‘‘എന്തു സൊകം? ’’ തമ്പുരാന്റെ നെറ്റി ചുളിഞ്ഞു.

‘‘ബക്ഷണ സൊകം!’’ ഭർത്താവിന്റെ ഭാഷയെ അനുകരിച്ചുകൊണ്ട് ഭദ്രത്തമ്പുരാട്ടി പറഞ്ഞു. ‘‘അതൊരു വലിയ ഭാഗ്യമല്ലേ?’’

‘‘ശരിയെന്നെ.... ശരിയെന്നേ...’’ തമ്പുരാന് അത് കേട്ടപ്പോൾ വളരെ സന്തോഷമായി. ‘നല്ല വെശപ്പും അതിനൊപ്പിച്ച് നല്ല ബക്ഷണോം ഒണ്ടെങ്കിൽ പിന്നെന്തുവേണം മനുഷ്യർക്ക്? അതിന്റെ കൂടെ കഥകളീം! ഹായ്.... നമ്മ്ക്ക് ദേവിയെ തൊഴാൻ പോവ്ക തന്നെ.’

ഭദ്രത്തമ്പുരാട്ടിയും അപ്പു ഉണ്ണിക്കൃഷ്ണനനും നടന്നകലുംവരെ പരസ്പരം നോക്കിനോക്കി പോകുന്നത് കണ്ടുകണ്ട് ഇപ്പോൾ തമ്പുരാൻ ഒന്നും പറയാതെയായി. എന്നാൽ അയാൾ ഒരു സത്യം മനസ്സിൽ ചെയ്തു. അങ്ങനെ സത്യം ചെയ്യാത്ത ആളാണ് ജഗദീശവർമ്മ. ജഗദീശവർമ്മ

എന്തു സത്യമാണ് ചെയ്തത്?

“എന്റെ മരിച്ചുപോയ അമ്മയാണെ സത്യം, ഞാൻ തൊഴുന്ന ദേവിയാണെ സത്യം ഒരു ദിവസം ഞാനവനെ അപമാനിച്ചു കൊല്ലും.”

താമസിയാതെ ആ ദിവസം വന്നുചേരുകതന്നെ ചെയ്തു.

റിസൽട്ടു വന്നു. അപ്പു ഉണ്ണിക്കൃഷ്ണന് എല്ലാ വിഷയത്തിനും എ പ്ലസ്! അവൻ പരീക്ഷ കഴിഞ്ഞ് നോട്ടുബുക്കിൽ എഴുതിവെച്ചതു പോലെ സംഭവിച്ചിരിക്കുന്നു. എ പ്ലസ്. എല്ലാത്തിനും എ പ്ലസ്. അപ്പു ഉണ്ണിക്കൃഷ്ണൻ റിസൽട്ടറിഞ്ഞശേഷം സീതാരാമന്മാരുടെ ചായക്കടയിൽ നിന്നും കാപ്പികുടി കഴിഞ്ഞ് വെളിയിലേക്കിറങ്ങിയ സമയത്താണ് മേനോൻ സാറിന്റെ നേതൃത്വത്തിൽ ഞങ്ങളവന്റെ മുന്നിലെത്തിയത്.

“കൺഗ്രാജുലേഷൻസ് അപ്പു! ” മേനോൻ സാർ പറഞ്ഞു.അദ്ദേഹ മാണ് സ്കൂളിലെ ഹെഡ്മാസ്റ്റർ. ഞങ്ങളുടെ ഇംഗ്ലീഷ് അദ്ധ്യാപകനും അദ്ദേഹം തന്നെ. രാഷ്ട്രീയ നേതാവുമാണ് അദ്ദേഹം. മേനോൻ സാറും അപ്പു ഉണ്ണിക്കൃഷ്ണനുംകൂടി സ്കൂളിൽ വെച്ച് പരസ്പരം ഇംഗ്ലീഷ് സംസാരിക്കുന്നതു കേട്ട് ഞങ്ങൾക്ക് അസൂയകൊണ്ട് ഹൃദയസ്തംഭനം വരും പോലെ തോന്നിയിട്ടുണ്ട്. ഞങ്ങൾക്കതൊക്കെ കണ്ടുംകേട്ടും പനി വന്നിട്ടുമുണ്ട്.

എങ്കിലും ഞങ്ങളുടെ ജീവനായിരുന്നു അപ്പു.

ഞങ്ങളുടെ ആഹ്ലാദമായിരുന്നു അവൻ.

ഞങ്ങളുടെ കളിക്കൂട്ടുകാരനായ അവന് എല്ലാ വിഷയത്തിനും എ പ്ലസ്സ്. ഹാ! മേനോൻ സാറിന്റെ നേതൃത്വത്തിൽ ഒരു ചെറിയ ജാഥ പോലെ അപ്പുവിനേയുംകൊണ്ട് ഞങ്ങൾ സ്കൂളിലേയ്ക്ക് പുറപ്പെട്ടു. ഇപ്പോൾ ഒരു കൊച്ചു പട്ടണമായി മാറിയ ഞങ്ങളുടെ ഗ്രാമത്തിൽ എല്ലാവരും അപ്പുവിന്റെ വിജയവാർത്ത അറിഞ്ഞിരുന്നു. സ്കൂളിൽ ഞങ്ങൾ ചെന്നപ്പോൾ അവിടെ മിക്ക അദ്ധ്യാപകരും വന്നുചേർന്നിരിക്കുന്നു. സ്വാമി സാർ, കൈമൾ സാർ, ഗോപിസാർ, ശാരദാദേവി ടീച്ചർ അങ്ങനെ...

എല്ലാവരും കയ്യടിയോടെ അപ്പുവിനെ സ്വീകരിച്ചു. ആരോ ഒരു വലിയ കൂട് ചോക്കലേറ്റ് കൊണ്ടുവന്നു. മറ്റൊരാൾ ലഡു കൊണ്ടുവന്നു, പിന്നെ കാപ്പി വന്നു. ആകപ്പാടെ ഒരുത്സവത്തിന്റെ അന്തരിക്ഷം അവിടെ ചിറകടിച്ചെത്തിച്ചേർന്നു.

“അഞ്ച് ഫ്ളക്സ് ബോർഡ് വന്നു ചേരും.” മേനോൻ സാർ പറഞ്ഞു. “ഇല്ലിക്കൽ കവലയിൽ കുഞ്ഞുമോന്റെ കടയിൽ തയ്യാറാകുന്നു.”

“അതിന് അപ്പുവിന്റെ ഫോട്ടോ വേണ്ടേ?” കൈമൾ സാർ ചോദിച്ചു.

“അതൊക്കെ രാവിലെ അവന്റെ വീട്ടിൽ പോയി ഞങ്ങളെടുത്തു.”

ചിരിയോടെ മേനോൻ സാർ മറുപടിയും പറഞ്ഞു. പിന്നെ ഫ്ളക്സ്

എവിടെയൊക്കെ വെയ്ക്കണമെന്നാലോചനയായി. സമയം പൊയ്ക്കൊണ്ടിരിക്കുന്നു.

''തന്റെ രാവിലത്തെ ഉച്ചയൂണ് നടന്നില്ല. അല്ലേ?'' മേനോൻ സാർ ചോദിച്ചു. അവന്റെ ഭക്ഷണം, അവന്റെ വ്യായാമമുറകൾ, വായന ഇതെല്ലാം സാറിനറിയാമായിരുന്നു. 'മറ്റുള്ളതൊന്നും' അറിഞ്ഞിരുന്നതുമില്ല. അല്ലെങ്കിൽതന്നെ അതൊക്കെയെന്ത്?

''സാരമില്ല സാർ.'' അവൻ ചിരിയോടെ മറുപടിയും പറഞ്ഞു ''വൈകിട്ട് ചപ്പാത്തി കഴിച്ച് പകരം തീർക്കാം.''

''ശരി ശരി'' മേനോൻ സാർ തലകുലുക്കി.

ഇടയ്ക്കിടയ്ക്ക് ചോക്കലേറ്റുകളും ലഡുവും അലുവാക്കഷണങ്ങളും വീണ്ടും വന്നുകൊണ്ടിരുന്നു.

ഉച്ച മയങ്ങിയപ്പോൾ ഫ്ളക്സ് ബോർഡുകൾ വന്നുചേർന്നു. ഇല്ലിക്കൽ കവലയിൽ ഒന്ന്, കാഞ്ഞിരം കവലയിൽ ഒന്ന്, ബോട്ടുജട്ടിയിൽ ഒന്ന്, തിരുവാർപ്പ് ബസ്സ് സ്റ്റാന്റിലൊന്ന്, അങ്ങനെ നാലെണ്ണം. നാലെണ്ണം നാല് സ്ഥലത്തു വെയ്ക്കുവാൻ വിദ്യാർത്ഥികൾ സംഘങ്ങളായി പിരിഞ്ഞു.

അഞ്ചാമത്തെ ഫ്ളക്സ് ബോർഡ് ഏറ്റവും വലുതായിരുന്നു. അതിൽ അപ്പു ചിരിയോടെ നിറഞ്ഞുനിന്നു. ആ ബോർഡ് സ്കൂളിന്റെ വാതിലിൽ തെങ്ങിനോട് ചേർത്തു കെട്ടിവെയ്ക്കുവാൻ നാട്ടുകാരും വന്നുചേർന്നു. ആ സമയം അദ്ധ്യാപകരും പി.ടി.എ. പ്രസിഡണ്ടും ഞങ്ങൾ ചില വിദ്യാർത്ഥികളും മേനോൻ സാറിന്റെ നേതൃത്വത്തിൽ സ്കൂളിന്റെ മുറ്റത്തൊരു കോണിൽ കൂടിനിന്ന് ഒരു കാര്യം ആലോചിച്ചു തീരുമാനിച്ചു. അപ്പു ഉണ്ണിക്കൃഷ്ണന് സ്കൂളിന്റെയും പി. ടി.എ.യുടെയും വകയായി ഒരു കമ്പ്യൂട്ടർ കൊടുക്കാനായിരുന്നു തീരുമാനം. ഞങ്ങളെല്ലാവരും ആ തീരുമാനത്തെ ചെറിയൊരു കയ്യടിയോടുകൂടി സ്വാഗതം ചെയ്തു. അപ്പോഴാണ് അയാൾ വന്നത്. ജഗദീശ വർമ്മ.

''ഠാ വായിനോക്കി! നീ നമ്മുടെ തമ്പുരാട്ടിയെ നോക്കി നോക്കി വെള്ളമിറക്കുന്നത് ഞാൻ കണ്ടെങ്കിലും ഞാനൊന്നും മിണ്ടാത്തത് നിന്നെ പേടിച്ചിട്ടല്ലാ. എന്റെ പ്രിയതമയുടെ മുമ്പിൽവെച്ച് നിന്നെ അശ്ലീലം പറയേണ്ടാന്നുവെച്ചാണ്. ഠാ, നമ്മുടെ സ്ഥലം ചുളുവിലയ്ക്ക് മേടിച്ച് ഓലകെട്ടിയ ചെറ്റപ്പുരയിൽ താമസിക്കുന്ന പൊലയാടിമകൻ ചെറ്റേ, നിനക്ക് നമ്മുടെ ആര്യയുടെ പുറകുഭാഗം നോക്കാൻ അർഹതയൊണ്ടോടാ നാറി...''

ഇതുകേട്ട് എല്ലാവരും സ്തബ്ധരായിപ്പോയി. എല്ലാവരുടേയും ഇടയിൽ നല്ല തലപൊക്കത്തിൽനിന്ന അപ്പുവിന്റെ മുഖം കുനിഞ്ഞു. അപ്പുവിനേയും അവന്റെ അച്ഛനമ്മമാരേയും അരമണിക്കൂർ സമയം

ജഗദീശവർമ്മ അശ്ലീലംകൊണ്ട് അഭിഷേകം ചെയ്തു. മൂന്നുനാല് തവണ ജഗദീശവർമ്മയെ അടിച്ചു താഴെയിടാൻ അപ്പു മുന്നോട്ടാഞ്ഞെങ്കിലും മേനോൻ സാർ പിടിച്ചു നിർത്തി.

ശങ്കരമഠത്തിലെ ജഗദീശ വർമ്മ വിളിച്ചു പറയുന്ന വൃത്തികേടുകൾക്ക് ആരും ഒരു മറുപടിയും പറയുന്നില്ല.

"ജഗദീശ്! താങ്കൾ വീട്ടിലേയ്ക്കു പോവുക." മേനോൻ സാർ ഇത്ര മാത്രം പറഞ്ഞു. ആ വാചകം അദ്ദേഹം ആവർത്തിച്ചു പറഞ്ഞുകൊണ്ടേ യിരുന്നുവെന്നുമാത്രം.

അപ്പു ഉണ്ണിക്കൃഷ്ണൻ മുഖം കുനിച്ച് നില്ക്കുകയാണ്.

"വിഷമിക്കണ്ട അപ്പൂ. തനിക്കറിയാമോ എന്നറിയില്ല, ഈ വർമ്മയ്ക്ക് പല തവണ ഭ്രാന്ത് വന്നിട്ടുള്ളതാ. മന്ദബുദ്ധിയുമാടോ അയാൾ. മാത്രോ മല്ല, ഹൈസ്കൂൾവരെ പഠിച്ചിട്ടുപോലുമില്ല." തെല്ലു വിഷമത്തോടെ മേനോൻ സാർ പറഞ്ഞു. "ഇതൊന്നും അറിയിക്കാതെയാണ് ഭദ്ര എന്ന കുട്ടിയെ അയാൾ വിവാഹം കഴിച്ചത്. ആ സുന്ദരിയായ പെൺകുട്ടി മലയാ ളം എം.എ.ക്കാരിയാണ്. പാരലൽ കോളജിൽ പഠിപ്പിച്ചുകൊണ്ടിരുന്നതാ. അച്ഛനില്ല. അമ്മ രണ്ടാമത് വിവാഹോം കഴിച്ചു. ഭയങ്കരമായ ഉപ്രദവവും സാമ്പത്തികമില്ലായ്മയും എല്ലാംകൂടി ആയപ്പോൾ, ഈ വിവാഹത്തിന് സമ്മതിച്ചു. ജഗദീശ് വർമ്മയെ കണ്ടാൽ സുന്ദരനാണല്ലോ? ജ്യേഷ്ഠന്മാർ ഉന്നതരാണ്. കോടികളുടെ സമ്പത്തും ഉണ്ട്. ഇപ്പോഴും അയാൾക്ക് ഭ്രാന്തിളകാറുണ്ട്. അതാ കുട്ടി മനസ്സിലാക്കിയിട്ടുമില്ല." മേനോൻസാർ അപ്പുവിനെ ആശ്വസിപ്പിക്കുവാൻ ശ്രമിക്കുകയാണ്!

"ഠാ, തന്തയില്ലാക്കഴുവേറി !" ജഗദീശ വർമ്മ ഉറഞ്ഞുതുള്ളുകയാ ണ്. "രാത്രിയിൽ എന്റെ അന്തർജ്ജനം ഒഴിക്കുന്ന മൂത്രം ഒരു കുടത്തിൽ സേകരിച്ച് പിറ്റേന്നു ഞാൻ കൊണ്ടത്തരാം. എടാ തെമ്മാടി, പട്ടി, കഴ്വർട മോനേ, തന്തയ്ക്കു മുമ്പുണ്ടായ തെണ്ടി, പട്ടിച്ചിപെറ്റ കഴുതേ, ആ മൂത്രം നീ കുടിച്ചോ."

ജഗദീശ വർമ്മയുടെ ആക്രോശങ്ങൾ കേട്ട് എല്ലാവരും അമ്പരന്നു നില്ക്കുകയാണ്. എല്ലാവരുടെയും ക്ഷമ അവസാ നിക്കുകയാണ്. അപ്പുവിന് തന്റെ കരളിലൂടെ രക്തം ഒഴുകിയതായി തോന്നി ത്തുടങ്ങി. അവിടെ ചിലത് സംഭവിക്കുവാൻ പോകുന്നതായി പ്രകൃതി യ്ക്കും തോന്നിത്തുടങ്ങി.

അപ്പോഴേയ്ക്കും ശങ്കരമഠത്തിൽ വിവരം അറിഞ്ഞിരുന്നു. ഓല കെട്ടിയ പുരയിൽ അപ്പു ഉണ്ണിക്കൃഷ്ണൻ എന്ന മിടുക്കനെയാണ് മകൻ അനാവശ്യം പറയുന്നതെന്നറിഞ്ഞതോടെ ചാരുകസേര യിൽ സിംഹം പോലെ കിടന്നിരുന്ന വലിയസ്വാമി ചാടിയെഴുന്നേറ്റു. അപ്പുവിന്റെ ഇംഗ്ലീഷ് ഒരിക്കൽ അദ്ദേഹം കേട്ടിട്ടുള്ളതാണ്. അവർ

തമ്മിൽ ഇംഗ്ലീഷിലും നല്ല മലയാളത്തിലും ഒരു ദിവസം ഒരു മണിക്കൂർ സംസാരിച്ചിട്ടുള്ളതുമാണ്. വഴക്കിന്റെ വിവരം ഭദ്രത്തമ്പുരാട്ടിയും അറിഞ്ഞു.

''പാട്ടി...'' വലിയസ്വാമി വലിയ ശബ്ദത്തിൽ വിളിച്ചു പറഞ്ഞു.

''കാറെടുക്ക്... ഭദ്രേ... മകളും വന്നുകൊള്ളൂ.''

അടുക്കളയിൽ നില്ക്കുന്ന പാട്ടിയാണ് കാറിന്റെ ഡ്രൈവർ. ഒറ്റച്ചേലയുടുത്ത് നെറ്റിയിൽ വലിയ സിന്ദൂരതിലകവുമണിഞ്ഞു നില്ക്കുന്ന ഐശ്വര്യവതിയും സുന്ദരിയുമായ പാട്ടി അടുക്കളയിൽ നിന്ന നില്പിൽത്തന്നെ കാറിനരികിലേയ്ക്ക് നടന്നുചെന്നു.

നിമിഷങ്ങൾക്കം വലിയ സ്വാമിയേയും ഭദ്രത്തമ്പുരാട്ടിയേയും കൊണ്ട് പാട്ടി ഇന്നോവാ കാർ സ്കൂളിനരികിലേയ്ക്ക് പായിച്ചു.

''ഠാ... തന്തയ്ക്കു മുമ്പ് ജനിച്ചവനേ...'' എന്ന അടുത്ത പല്ലവി തുടങ്ങുമ്പോഴേയ്ക്കും ഇന്നോവ ജഗദീശന്റെ മുമ്പിലെത്തി. കാറിന്റെ ഡോർ തുറക്കാതെ സിംഹം പോലിരിക്കുന്ന വലിയ സ്വാമി ഗർജ്ജിച്ചു.

''ജഗാ....'' കാട്ടിലെ സിംഹഗർജനംതന്നെയായിരുന്നു അത്. ജഗാ, ജഗാ, ജഗാ, എന്ന വിളി ചുറ്റുപാടും മുഴങ്ങുന്നതായി ആൾക്കാർക്ക് തോന്നി. മലമുകളിലുയരുന്നു. താഴ്വാരങ്ങളിൽ മുഴങ്ങുന്നു.

''കാറിൽ കയറെഡോ.'' വീണ്ടും ഗർജ്ജനം. ആജ്ഞ.

ഭദ്രത്തമ്പുരാട്ടി തല കുനിച്ചിരിക്കുകയായിരുന്നു, കാറിന്റെ പിൻസീറ്റിൽ.

അവർ വെളിയിലത്തെ ആൾക്കൂട്ടം ഇടംകണ്ണിട്ട് നോക്കിക്കണ്ടു. കൂട്ടത്തിൽ മനോഹരാംഗനായ ആ ചെറുപ്പക്കാരൻ ഉണ്ടോ എന്ന് നോക്കിയെങ്കിലും അവൾ കണ്ടില്ല. ആ നീലക്കൊടുവേലി എവിടെയാണ്?

ജഗദീശവർമ്മ പെട്ടെന്ന് കാറിന്റെ മുൻസീറ്റിലേയ്ക്ക് ഓടിക്കയറി വന്നിരുന്നു. അയാളെ വിയർത്തൊഴുകുന്നുണ്ടായിരുന്നു. അയാളുടെ കണ്ണുകളിൽ മഞ്ഞനിറം പടർന്നുകിടന്നു. അയാൾ പല്ലുകൾ ഞെരിക്കുന്നുണ്ടായിരുന്നു. പാട്ടി മിന്നലുപോലെ, കാർ തിരിച്ചു വന്നവഴിയേ കൊടുങ്കാറ്റുപോലെ പായിച്ചകന്നു. ആ പായുന്ന കാറും നോക്കി വഴിയരികിൽ നിന്നവർ പകച്ചുപോയി.

''നി ആ അപ്പുവിനെ ഇനി ഒരക്ഷരം പറയരുത്.'' കാറിലിരുന്നുകൊണ്ട് സിംഹം പറഞ്ഞു.

''ഈ നാട്ടിലെ ഏറ്റവും മിടുക്കനായ യുവാവാണയാൾ. മിടുക്കനാ, മിടുമിടുക്കൻ!''

അതു കേട്ടപ്പോൾ ഭദ്രയ്ക്കു മനസ്സിൽ നക്ഷത്രങ്ങൾ പ്രകാശിച്ചു. മുഴുത്തിങ്കൾ ഉദിച്ചുവന്നു. ജഗദീശ വർമ്മ ഒരക്ഷരം ശബ്ദിക്കാതെ കണ്ണുകളടച്ചിരിക്കുന്നു.

അപ്പോൾ ഭദ്രത്തമ്പുരാട്ടി മനസ്സിൽ പറഞ്ഞു. ''അപ്പു! മിടുക്കനാ,

മിടുമിടുക്കൻ.''

ഉച്ച കഴിഞ്ഞ് നാലു മണിയോടടടുപ്പിച്ചാണ് അപ്പു ഉണ്ണിക്കൃഷ്ണനൻ വീട്ടിലെത്തിയത്. അന്നവന്റെ പിറന്നാളാണ്. അവനന്ന് ഇരുപത് വയസ്സ് തികയുന്നു. അവന്റെ പത്തു മണിയുടെ ഊണിന് രണ്ടുതരം പ്രഥമൻ വരെ കേശുവേട്ടനും യശോദിയും ഉണ്ടാക്കി കാത്തിരുന്നു. കാളനടക്കം അഞ്ചാറുകൂട്ടം കറികളും ഉണ്ടാക്കി നോക്കിയിരുന്നു. പക്ഷേ, അപ്പു വന്നില്ല. എങ്കിലും മകൻ വലിയനിലയിൽ ജയിച്ചതിന് അവർ വീട്ടിലെ പശുക്കൾക്കും കൂട്ടാങ്ങൾക്കും പ്രത്യേകം ആഹാരം നല്കി. കോഴികൾക്കും കൊടുത്തു, അതിൽ ഒരു പങ്ക്. കുന്നുംപുറത്തമ്മയ്ക്കും തിരുവാർപ്പിലെ ശ്രീകൃഷ്ണസ്വാമിയ്ക്കും വഴിപാടും നടത്തി.

അവർക്ക് പ്രകൃതിയും ദൈവവും ഒന്നുതന്നെയായിരുന്നു.

''അമ്മേ... കുന്നുംപുറത്തമ്മേ....''

''കൃഷ്ണാ... ഗുരുവായൂരപ്പാ...''

അവരിരുവരും സ്നേഹത്തോടെ പ്രാർത്ഥിച്ചു. അവർക്കും ഭക്തിയേക്കാളേറെ ദൈവത്തോട് സ്നേഹമായിരുന്നു.

മക്കളേ, കേശുവേട്ടനും യശോദിയും മകൻ വരുന്നതുകണ്ട് ചാടിയെഴുന്നേറ്റു. അച്ഛനേയും അമ്മയേയും കണ്ടപ്പോൾ എന്തോ അപ്പുവിന്റെ മനസ്സിൽ പെട്ടെന്ന് ആശ്വാസത്തിന്റെ ഒരു കുളിർ മഴ പെയ്യുവാൻ തുടങ്ങി. ഒരു നീരുറവ ജനിക്കുകയും ചെയ്തു.

''നീ ഊണ് കഴിച്ചില്ലല്ലോ മക്കളേ?'' കേശുവേട്ടൻ പറഞ്ഞു.

''ഇന്നെന്റെ മക്കളുടെ പിറന്നാളാണ്.'' പിന്നെ മടിച്ചുമടിച്ച് യശോദി ചോദിച്ചു ''എന്റെ മക്കൾക്ക് ഊണെടുക്കട്ടേ?''

പെട്ടെന്ന് പതിവില്ലാത്ത ചോദ്യം കേട്ടതിന്റെ വല്ലായ്മയോടെ പുരികം ചുളിച്ച് യശോദിയെ നോക്കിക്കൊണ്ട് അവൻ വേണ്ടായെന്ന് തലയാട്ടി. അപ്പോൾ സമയം നാലുമണി കഴിഞ്ഞിരുന്നു.

''പ്രഥമൻ എടുക്കട്ടേ?'' യശോദി ചോദിച്ചു.

ഒരു നിമിഷം ആലോചിച്ചുനിന്നിട്ടവൻ പതുക്കെ ചിരിച്ചുകൊണ്ടു പറഞ്ഞു. ''എടുക്ക്.''

രണ്ടിനത്തിലുള്ള പ്രഥമൻ രണ്ടു വലിയ ഗ്ലാസ്സ് നിറച്ചും കുടിച്ചു അപ്പു ഉണ്ണിക്കൃഷ്ണനൻ. പിന്നെ കേശുവേട്ടനേയും യശോദിയേയും നോക്കി അവൻ മനോഹരമായി ചിരിച്ചു. ആ ചിരി കണ്ടപാടെ അവരിരുവരുടേയും മനസ്സിൽ സന്തോഷത്തിന്റെ കല്പകവൃക്ഷം മുളച്ചുപൊന്തി. മഴവില്ലു തെളിഞ്ഞുവന്നു. ഒരു വശത്ത് മഴ പെയ്യുന്നു. മറുവശത്ത് സൂര്യനുദിച്ചു നില്ക്കുന്നു. മഴവില്ല് തെളിയുന്നു.

അപ്പു ഉണ്ണിക്കൃഷ്ണനൻ വീടിനുള്ളിലേയ്ക്കു കയറാതെ പറമ്പിന്റെ അതിർത്തിയിലുള്ള ചക്കരമാവിന്റെ ചുവട്ടിലേയ്ക്ക്, അവന്റെ ഉറ്റ

ചങ്ങാതിയുടെ അരികിലേയ്ക്ക് നടന്നുചെന്നു. അവന്റെ മനസ്സിലപ്പോൾ വീണ്ടും ജഗദീശവർമ്മ ചാടിക്കയറി വന്ന് അലറാൻ തുടങ്ങി. ആ സമയം അവൻ ഭദ്രത്തമ്പുരാട്ടിയെ ബലാത്സംഗം ചെയ്യും എന്ന് മനസ്സിൽ പെട്ടെന്ന് തീരുമാനിച്ചുറച്ചു. ജഗദീശ വർമ്മയോടുള്ള പ്രതികാരം.

പ്രതികാരം നല്ലതാണോ കുഞ്ഞേയെന്ന് ചക്കരമാവ് ചോദിച്ചതു പക്ഷേ, അപ്പു ഉണ്ണിക്കൃഷ്ണൻ കേട്ടതില്ല.

ഭദ്രത്തമ്പുരാട്ടിയെ ബലാത്സംഗം ചെയ്യുമെന്ന് അപ്പു ഉണ്ണിക്കൃഷ്ണൻ തീരുമാനിച്ചുറച്ചത് ഒരു വൈകുന്നേരം നാല് മണിക്കായിരുന്നു. അവരെ ഒരു രാത്രി മുഴുവൻ ക്രൂരമായി അനുഭവിക്കുമെന്നും ആകാവുന്ന രീതിയിലെല്ലാം ഭദ്രത്തമ്പുരാട്ടിയുടെ സുന്ദരമായ ശരീരം കാമകേളികൾകൊണ്ട് ഉഴുതുമറിക്കുമെന്നും അപ്പു വീണ്ടും വീണ്ടും മനസ്സിൽ ശപഥം ചെയ്തു. സത്യം ചെയ്തു. അതൊരുറച്ച ശപഥമായിരുന്നു. സത്യമായിരുന്നു. അത് ജഗദീശ വർമ്മയോടുള്ള പ്രതികാരവുമാണ്.

ഏഴ്

പഞ്ചായത്താഫീസിലുള്ള കൃഷിഭവനിലെ ആഫീസർ ജില്ലാ കൃഷി ആഫീസറേയും മറ്റുദ്യോഗസ്ഥരേയും കേശുവേട്ടന്റെ കൃഷിസ്ഥലം സന്ദർശിക്കുവാൻ ക്ഷണിക്കുകയും ആ ക്ഷണം സ്വീകരിച്ച് കൃഷി ആഫീസറും മറ്റുദ്യോഗസ്ഥരുംകൂടി എത്തുകയും ചെയ്തു.

മഴ ചാറിക്കൊണ്ടിരുന്ന ഒരു ബുധനാഴ്ച രാവിലെ പതിനൊന്നുമണി കഴിഞ്ഞപ്പോഴാണ് അവർ കൃഷിഭവന്റെ ജീപ്പിലെത്തിയത്. കൃഷിഭവനിൽ നിന്നും ഉദ്യോഗസ്ഥർ എത്തുന്ന വിവരം കേശുവേട്ടനോ യശോദിയോ അറിഞ്ഞിരുന്നില്ല. അവരെ ആരും അറിയിച്ചിരുന്നുമില്ല.

കൃഷിയാഫീസറും സംഘവും കേശുവേട്ടന്റെ വീട്ടിലെത്തിയപ്പോൾ മഴ മാറിയിരുന്നു. കരയുന്ന കുഞ്ഞ് പെട്ടെന്ന് ചിരിക്കുന്നതുപോലെ നേരിയ വെയിൽ ഭൂമിയിൽ പരന്നുകിടന്നു. നേരിയ തണുപ്പുള്ള പകലായിരുന്നു അത്. ഇളംകാറ്റ് പതുക്കെ വീശുന്നുണ്ടായിരുന്നു.

കമുകുകളിൽ പടർത്തിയ കുരുമുളകു ചെടികളുടെ ചുവട്ടിൽ ചില പ്രത്യേക ചേരുവകൾ ചേർത്ത് സ്വന്തമായുണ്ടാക്കിയ ജൈവവളം ഇടുകയായിരുന്നു കേശുവേട്ടൻ. കുരുമുളകു ചെടിക്കും കമുകിനും ആ വളം ഒന്നാന്തരം പോഷകകരമായിത്തീർന്നിരുന്നു.

'കമുകുകളിൽ കുരുമുളകു ചെടികൾ പടർത്തിയാൽ എങ്ങനെയാണ് കേശുവേട്ടാ പാക്ക് പറിച്ചെടുക്കുന്നത്?'' പലരും ചോദിക്കുന്നതാണ്! കമുകുകളിലാണെങ്കിൽ മുകളിൽ ഇല കാണാത്തവിധം പാക്കുകളും!

''ഞങ്ങൾ കമുകിൽ കയറി പാക്കു പറിക്കാറില്ല! മുഴുവനും പഴുത്ത് താഴെ കൊഴിഞ്ഞു വീഴുമ്പോൾ ഞങ്ങളതെടുത്ത് ഉണക്കി

കൊട്ടപ്പാക്കാക്കി വില്ക്കും. പഴുക്കാ വില്ക്കുന്നതിന്റെഇരട്ടിയിലധികം വില കിട്ടുകയും ചെയ്യും!'' ഇതായിരുന്നു കേശുവേട്ടന്റെ മറുപടി.

കേശുവേട്ടൻ കുരുമുളകു ചെടികൾക്ക് വളമിടുന്ന സമയത്ത് യശോദി കുറച്ചപ്പുറത്ത് പാവലിൽ നിന്നും പാകമായ പാവയ്ക്ക പറിച്ചെടുത്ത് കുട്ടയിൽ അടുക്കുകയായിരുന്നു. മറ്റ് രണ്ടു കുട്ടകളിൽ നിറയെ അച്ചിങ്ങയും വഴുതിനങ്ങയും അടുക്കി വെച്ചിരിക്കുന്നു.

ഇന്ന് ഉച്ചമയങ്ങുമ്പോൾ കോട്ടയത്തെ പച്ചക്കറിച്ചന്തയിൽ നിന്നും രാജൻപിള്ള വന്ന് അതെല്ലാം വാങ്ങിക്കൊണ്ടുപോകും. രൊക്കം പണവും കൊടുക്കും. രാസവളമിടാത്ത കേശുവേട്ടന്റെ കൃഷിയിടത്തിലെ എല്ലാ വിളകൾക്കും വിലക്കൂടുതൽ കിട്ടുകയും ചെയ്യുന്നു. അവിടത്തെ വിളകൾക്കെല്ലാം പ്രത്യേകം സ്വാദായിരുന്നു.

വീടിന്റെ മുറ്റത്ത് കൃഷി ആഫീസറും സംഘവും വന്നത് കേശുവേട്ടനും യശോദിയും അറിഞ്ഞതേയില്ല. അതങ്ങനെയാണ്. അദ്ധ്വാനത്തിന്റെ ഏകാഗ്രതയിൽ അവരെല്ലാം മറക്കുന്നു. അർജ്ജുനൻ കിളിയുടെ കണ്ണുകൾ മാത്രം കാണുന്നതുപോലെ അവർ മണ്ണിലെ സ്നേഹം മാത്രം കാണുന്നു. അദ്ധ്വാനത്തിൽ മാത്രം മനസ്സ് ഏകഗ്രമാക്കുന്നു.

ജില്ലാ കൃഷി ആഫീസർ നസീർഖാൻ ആഹ്ലാദത്തോടെ ഓലകെട്ടിയ പുരയുടെ മുറ്റത്തുനിന്നു. ആ പുര ഒരുപർണശാലയാണെന്ന് അദ്ദേഹത്തിനു തോന്നി.

മുറ്റത്തെ അരികുകളിൽ പൊക്കം കുറഞ്ഞ ഓമൽ മരങ്ങൾ നിറച്ചും കായ്ച്ചു നില്ക്കുന്നു. പുരയുടെ അപ്പുറത്ത് പുരയ്ക്കു മുകളിലൂടെ കാണാവുന്ന തെങ്ങുകളിൽ തേങ്ങകൾ തിങ്ങിനിറഞ്ഞിരിക്കുന്നു. അദ്ദേഹം അവിടെ നിന്നുകൊണ്ട് തെങ്ങുകൾ എണ്ണിനോക്കി. പതിനഞ്ചെണ്ണം. പക്ഷേ, നല്ല വിളവുതരുന്ന അമ്പതുതെങ്ങുകളിൽ നിന്നും കിട്ടുന്ന ആദായം ഈ പതിനഞ്ച് തെങ്ങുകളിൽ നിന്നും കിട്ടുമെന്ന് അദ്ദേഹം തന്റെ പരിചയംകൊണ്ട് സ്വയം മനസ്സിലാക്കി.

മുറ്റത്തു നിന്നുകൊണ്ട് അദ്ദേഹം കമുകുകൾ കണ്ടു. പിന്നെ, മുറ്റത്തിന്റെ വടക്കേയറ്റത്ത് വളരെ വൃത്തിയായി പണിതിരിക്കുന്ന പശുക്കൂട് ശ്രദ്ധിച്ചു. രണ്ടു പശുക്കളേയും ക്ടാങ്ങളേയും.

പശുക്കളുടെ ഉടൽ തിളങ്ങുന്നുണ്ടായിരുന്നു. അവർ പച്ചപ്പുല്ല്, 'തൊട്ടി' യിൽ നിന്നും തിന്നുകൊണ്ടുനില്ക്കുന്നു. ക്ടാങ്ങൾ കിടക്കുന്നു. പശുക്കൂടിന്റെ അപ്പുറത്തായി ഉണങ്ങിയ ചാണകപ്പൊടി കൂനയായി കൂട്ടിയിട്ടിട്ടുണ്ട്. തൊട്ടപ്പുറത്ത് പച്ചച്ചാണകം ഉണങ്ങാനിട്ടിട്ടുമുണ്ട്. അതിനുമപ്പുറത്ത് മണ്ണിരകമ്പോസ്റ്റിന്റെ കുഴി ശാസ്ത്രീയമായി നിർമ്മിച്ചിട്ടിരിക്കുന്നതും അദ്ദേഹം കണ്ടു.

നിറഞ്ഞ മനസ്സോടെ അദ്ദേഹം സഹപ്രവർത്തകരോട് പറഞ്ഞു. ''നമു

ക്ക് അപ്പുറത്തേയ്ക്ക് പോകാം.''

ഓലകെട്ടിയ പുരയുടെ അപ്പുറത്തേയ്ക്ക് ചെന്നപ്പോഴാണ് നസീർഖാനും സംഘവും അത്ഭുതപ്പെട്ടുപോയത്! അവിടെ ആ മുപ്പത്തിയഞ്ച് സെന്റ് വരുന്ന പറമ്പിൽ പച്ചക്കറികളുടെയും മറ്റ് വിളകളുടെയും ഭൂഖണ്ഡങ്ങൾ തെളിഞ്ഞുനില്ക്കുന്നു. പച്ചക്കറികളുടേയും മറ്റുവിളകളുടേയും വൻകരകളും സമുദ്രങ്ങളും പ്രത്യക്ഷപ്പെട്ടിരിക്കുന്നു.

നസീർഖാൻസാറിനെ പഞ്ചായത്തിലെ കൃഷി ഓഫീസർ കേശുവേട്ടനും യശോദിയ്ക്കു പരിചയപ്പെടുത്തിക്കൊടുത്തപ്പോൾ അവരിരുവരും അദ്ദേഹത്തെ തൊഴുതു, ''നമസ്തേ സാർ.''

''നമസ്തേ...''

നസീർഖാൻ നിറഞ്ഞ മനസ്സോടെ കൃഷിയിടം ചുറ്റിനടന്നു കണ്ടു.

''ഇവിടെ കൃഷി ചെയ്യാത്ത ഇനങ്ങൾ ഏതൊക്കെയാണ്?'' പകുതി തമാശയായും ബാക്കി കാര്യമായും അദ്ദേഹം കേശുവേട്ടനോട് തിരക്കി.

''ഉരുളക്കിഴങ്ങും സവാളയും!'' കേശുവേട്ടൻ വിനയപൂർവ്വം പറഞ്ഞു. ''കാരറ്റും കാബേജും ഞങ്ങൾ കുറേശ്ശെ നടാറുണ്ട്. അതും നന്നായി ഉണ്ടാകും,''

''എത്ര കോഴികളുണ്ട്?''

കൃഷിയിടത്തിനിടയിൽ കമ്പിവേലി കെട്ടിത്തിരിച്ച് പ്രകൃതിദത്തമായ രിതിയിൽ കോഴികളെ വളർത്തുന്നു!

''ഇരുപത്തിയൊമ്പതു പിടയും രണ്ടു പൂവനും.''

''പൂവന്റെ ഭാഗ്യം.'' യശോദി കേൾക്കാതെ നസീർഖാൻ പറഞ്ഞപ്പോൾ കേശുവേടനടക്കം മറ്റുള്ളവർ പൊട്ടിച്ചിരിച്ചു. എല്ലാവരും പൊട്ടിച്ചിരിച്ചപ്പോൾ കാര്യമറിയാതെ യശോദിയും അതിൽ പങ്കുചേർന്നു.

അവർ നടന്ന് വടക്കുകിഴക്ക് ഭാഗത്തുള്ള കിണറിനടുത്തെത്തി. ഓല കെട്ടിയ പുരയുടെ ഭിത്തിപോലെ കിണറിന്റെ ഭിത്തിയ്ക്കും ശുഭ്രനിറം. നസീർഖാൻ വലയിട്ടു മൂടിയ കിണറ്റിനകത്തേയ്ക്കു നോക്കിയപ്പോൾ സ്ഫടികംപോലെ ശുദ്ധജലം തിളങ്ങുന്നു. ആകാശം കിണറ്റു വെള്ളത്തിൽ മുഖം നോക്കുന്നു!

കിണറ്റിനരികിൽ ഒരു മുളകുചെടി വളർന്നുനിന്നിരുന്നു. ചെടിയിൽ നിറയെ പൂക്കളും മുളകുകളും. ഏതു കാലത്തും എപ്പോഴും ഒരു മുളകുചെടി കിണറിനരികിൽ വളർന്നുനില്ക്കുന്നത് കാണാമായിരുന്നു.

''പശുക്കൾക്ക് എന്തു തീറ്റയാണ് കൊടുക്കുന്നത് കേശുവേട്ടാ...?''

നസീർഖാൻ ചോദിച്ചു.

''നമ്മൾ കാലിത്തീറ്റയൊന്നും കൊടുക്കാറില്ല. ദാ കച്ചിത്തുറു കണ്ടില്ലേ സാർ?'' കേശുവേട്ടൻ വിരൽ ചൂണ്ടിയിടത്തേയ്ക്ക് കൃഷി ആഫീസർ നോക്കി. ഒരു പഞ്ഞിമരത്തിൽ വലിയൊരു കച്ചിത്തുറു!

‘‘ധാരാളം കച്ചി കൊടുക്കും. അപ്പുറത്തൊഴുകുന്ന ആറിന്റെ തീരങ്ങളിൽ ഒരിക്കലും തീരാത്ത രീതിയിൽ നല്ല ഒന്നാംതരം പച്ചപ്പുല്ലുണ്ട്. അതും ചെത്തിക്കൊടുക്കും. പിന്നെ കടലപ്പിണ്ണാക്കും. തേങ്ങാപ്പിണ്ണാക്കും ചേർത്ത കഞ്ഞിവെള്ളവും കിണറ്റിലെ പച്ചവെള്ളവും ആവശ്യത്തിനു കുടിക്കാൻ കൊടുക്കും. നല്ല ഒന്നാംതരം പാലും കിട്ടുന്നുണ്ട് സാർ.’’

‘‘വെരി ഗുഡ്.’’

പറമ്പിൽ സ്ഥലമില്ലാത്തതിനാൽ അനേകം പ്ലാസ്റ്റിക് ചാക്കുകളിലും പച്ചക്കറിവിളകൾ വളർന്നുനിന്നിരുന്നു. ചാക്കുകളിൽ കിഴങ്ങുവർഗങ്ങൾ വളർന്ന് മുകളിൽ കെട്ടിയ കമ്പിയിൽ പടർന്നു കയറി പച്ചയാകാശം തീർത്തിരിക്കുന്നു, ഒരു സ്ഥലത്ത് പത്ത് മരച്ചീനിക്കൊമ്പുകൾ വളർന്ന് പൊങ്ങി ഇലകൾ പൊഴിച്ചുനില്ക്കുന്നു. അവർ മുത്തച്ഛന്മാരായി മാറിയിരിക്കുന്നു.

‘‘നൂറ് മൂട് കപ്പ നട്ടിരുന്നു!’’ ചോദിക്കാതെതന്നെ യശോദി എല്ലാവരോടുമായി പറഞ്ഞു. ‘‘ഒരു മൂട്ടിൽ നിന്നും കുറഞ്ഞത് പതിനഞ്ചുകിലോ കിഴങ്ങ് കിട്ടി.’’

‘‘ഇത് അടുത്തയാഴ്ച പറിക്കും സാർ.’’ കേശുവേട്ടൻ പറഞ്ഞു.

‘‘ഇതിൽ നിന്നുമാണ് നമ്മൾ അടുത്ത കൃഷിക്കുള്ള കമ്പ് മുറിച്ചെടുക്കുന്നത്.’’

‘‘വെരിഗുഡ്.’’ വീണ്ടും അങ്ങനെതന്നെ നസീർഖാൻ പറഞ്ഞു. നല്ലത്, വളരെ നല്ലത് എന്നു മാത്രമേ അദ്ദേഹത്തിനു പറയനൊള്ളു.

‘‘കേശുവേട്ടൻ രാസവളമൊന്നും ഭൂമിയിൽ ഇട്ടിട്ടില്ലേ?’’ ആ ചോദ്യം അറിയാതെ എല്ലാവരുംകൂടി ഒന്നിച്ചു ചോദിച്ചു.

‘‘ഇല്ല സാർ.’’ അഭിമാനത്തോടെ കേശുവേട്ടൻ പറഞ്ഞു.

‘‘നമ്മൾ ഒരലോപ്പതി മരുന്നും ഇതുവരെ കഴിച്ചിടില്ല. അതുപോലെ നമ്മുടെ ഈ മണ്ണിൽ ഒരു നുള്ള് രാസവളവും ഇതുവരെ ചേർത്തിട്ടുമില്ല. പുകയിലക്കഷായവും വേപ്പിലക്കഷായവും കാന്താരിമുളകുപ്രയോഗവും കൊണ്ട് നമ്മൾ എല്ലാ കീടങ്ങളേയും അകറ്റിനിർത്തും. ഈ പുരയിലും പറമ്പിലും ഒരു കൊതുകുപോലുമില്ല സാർ...’’

‘‘വെരി വെരിഗുഡ്!’ വീണ്ടും നസീർഖാൻ പറഞ്ഞു. അങ്ങനെയല്ലാതെ അദ്ദേഹത്തിന് ഒന്നുംതന്നെ പറയാനുണ്ടായിരുന്നില്ലല്ലോ.

‘‘ചാണകവും കോഴിക്കാഷ്ഠവും മണ്ണിരക്കമ്പോസ്റ്റും കടലപ്പിണ്ണാക്കും മറ്റ് ചില ജൈവവളങ്ങളും ചേർത്ത് കൃഷിചെയ്യുന്ന നമുക്ക് രാസവളങ്ങൾ ചേർക്കുന്നതിന്റെ വിളവിനേക്കാൾ കൂടുതൽ വിളവ് കിട്ടുന്നുണ്ട്. നല്ല രുചിയും ഉണ്ട്’’. കേശുവേട്ടൻ സ്വല്പം വാചാലനായി. ‘ഒരിക്കലും നമ്മൾ പച്ചച്ചാണകം ചേർക്കാറില്ല. ചാണകം നല്ലതുപോലെ ഉണക്കി

മാത്രമേ ചേർക്കൂ.''

കേശുവേട്ടൻ പറയുന്നതെല്ലാം ഒരുദ്യോഗസ്ഥൻ റിക്കാർഡു ചെയ്യുന്നുണ്ടായിരുന്നു. ഒരാൾ കൃഷിസ്ഥലത്തിന്റെ ഫോട്ടോയും എടുത്തുകൊണ്ടേയിരുന്നു.

''നിങ്ങൾക്കെത്ര മക്കൾ?'' നസീർഖാൻ തന്നെ വീണ്ടും തിരക്കി അവരിപ്പോൾ തിണ്ണയിലിരിക്കയാണ്. കസേരകളിൽ അവരിരുന്നില്ല. തിളങ്ങുന്ന തിണ്ണ കണ്ടിട്ട് അവർക്ക് കസേരകളിലിരിക്കാൻ തോന്നുന്നില്ലത്രേ!

''ഒരു മകൻ!'' കേശുവേട്ടനും യശോദിയും ഒരുപോലെ പറഞ്ഞു. അവരുടെ സ്വരത്തിൽ അഭിമാനവും വാത്സല്യവും നിറഞ്ഞുതുളുമ്പി. ''അവന് പത്താംക്ലാസ്സ് പരീക്ഷയിൽ എല്ലാത്തിനും എ പ്ലസ്സ് ഉണ്ടായിരുന്നു.''

''ഓ, ഓ, ഓ...'' നസീർഖാൻ ചിരിച്ചു. എല്ലാവരും ചിരിച്ചു. ''എന്നോട് തോമസ്സ് പറഞ്ഞിരുന്നു.''

തോമസ്സ് പഞ്ചായത്തിലെ കൃഷി ആഫീസറാണ്.

''ബോർഡിൽ അയാളുടെ ഫോട്ടോയും വരുന്നവഴി തോമസ്സ് കാണിക്കുകയും ചെയ്തു.''

അപ്പോഴേയ്ക്കും മധുരം കിനിയുന്ന പപ്പായക്കഷ്ണങ്ങളും തേനുറുന്ന മാമ്പഴപ്പൂളുകളും നിറഞ്ഞ വലിയ സ്റ്റീൽ പാത്രങ്ങൾ യശോദി കൊണ്ടുവന്നു. കുടിക്കാൻ, യശോദിക്ക് കൈകൊണ്ട് അടർത്തിയെടുക്കാവുന്ന ഗൗരീഗാത്ര തെങ്ങിലെ കുരിക്കുകളും ചെത്തിയെടുത്തു. മധുരം കിനിയുന്ന കരിക്കിൻവെള്ളം കുടിച്ച് നസീർഖാനും കൂട്ടരും ലഹരിയിലാതുപോലെയായി.

''കേശുവേട്ടൻ വാഴയേതൊക്കെയാ നടുന്നത്?'' വീണ്ടും നസീർഖാൻ ചോദിച്ചു. അദ്ദേഹത്തിന് ചോദ്യങ്ങൾ മതിയാകുന്നില്ല.

''നമ്മൾ പറമ്പിന്റെ പടിഞ്ഞാറെ അതിരിലാണ് വാഴ നടുന്നത്. കുറച്ച് ഏത്തവാഴ, ഞാലിപ്പൂവൻ, റോബസ്റ്റ... അങ്ങനെ!''

''വാഴയ്ക്ക് പ്രത്യേക വളം നല്കുന്നുണ്ടോ?''

''അങ്ങനെ പ്രത്യേകിച്ചില്ല. എങ്കിലും ചാണകപൊടിയും വേപ്പിൻ പിണ്ണാക്കും കോഴിവളവുമാണ് പ്രധാനം. ബയോഗ്യാസ് സ്ലറിയും ഉപയോഗിക്കും.''

'വെരിഗുഡ്.' വീണ്ടും അറിയാതെ നസീർഖാൻ അഭിനന്ദിച്ചുപോവുകയാണ്. മറ്റുള്ളവർ പുഞ്ചിരിയോടെ കേശുവേട്ടനേയും യശോദിയേയും നോക്കിയിരിക്കുന്നു. പപ്പായയും മാമ്പഴവും കരിക്കിൻവെള്ളവും കുടിച്ച് അവർ തൃപ്തരായിട്ടിരിക്കുകയാണ്. മനസ്സിന് അതിലും തൃപ്തി.

''പപ്പായ ഏതിനമാണ് കേശുവേട്ടാ?''

''റെഡ്‌ലേഡി.'' ഉത്തരം ഉടൻ വന്നു.

രണ്ടു മിനിട്ടുനേരം നസീർഖാൻ കണ്ണുകളടച്ചിരുന്നു. പിന്നെ കേശുവേട്ടനെ നോക്കി പതുക്കെ മൂളി. ''നാഴൂരിപ്പാലുകൊണ്ട് നാടാകെ കല്യാണം, നാലഞ്ചു തുമ്പകൊണ്ട് നാടാകെ പൊന്നോണം.''

ആ പാട്ടുകേട്ട് കേശുവേട്ടൻ നസീർഖാനെ തൊഴുതു. പിന്നെ ആഹ്ലാദത്തോടെ പറഞ്ഞു, ''പി. ഭാസ്ക്കരന്റെ ഗാനം.''

''അതെ! ആ ഗാനം പോലാണ് കേശുവേട്ടന്റെ കൃഷിജീവിതം.'' ആഹ്ലാദത്തോടെ നസീർഖാൻ തുടർന്നു. ''മുപ്പത്തിയഞ്ചു സെന്റിലെ അത്ഭുതം!''

ഒരാഴ്ചയ്ക്കുശേഷം ആ പേരിലുള്ള തലക്കെട്ടോടെ മലയാളത്തിലെ ഒരു പ്രമുഖ ദിനപ്രതത്തിലെ ''കാർഷികരംഗം'' എന്ന പംക്തിയിൽ കേശുവേട്ടന്റെയും യശോദിയുടെയും കൂട്ടത്തിൽ കൃഷിസ്ഥലത്തിന്റെയും ഫോട്ടോ സഹിതം ഒരു പ്രത്യേക ലേഖനം അച്ചടിച്ചുവന്നു. കേശുവേട്ടന് അല്ലെങ്കിൽ കേശുവേട്ടനും യശോദിക്കും അതുമല്ലെങ്കിൽ കർഷക ദമ്പതികൾക്ക് ഒരു ലക്ഷം രൂപാ പുരസ്കാരം നല്കുന്നു എന്ന വാർത്തയും അച്ചടിച്ചുവന്നിരുന്നു.

''ഞങ്ങളിപ്പോൾ പോകുന്നു.''നസീർഖാൻ എഴുന്നേറ്റു. മറ്റുള്ളവരും.

''ഈ കൃഷിസ്ഥലംകൊണ്ടാണ് കേശുവേട്ടനും കുടുംബവും സുഖമായി ജീവിച്ചുപോകുന്നത്. അല്ലേ? ''

''തീർച്ചയായും. അദ്ധ്വാനം ദൈവമാണെന്ന് നമ്മൾ വിശ്വസിക്കുന്നു സാർ''. കേശുവേട്ടന്റെ തൊണ്ടയിടറി.

ഇത്തിരിനേരത്തെ വിശ്രമത്തിനിടയിലും രാത്രി കണ്ണടഞ്ഞ് ഉറക്കം തൂങ്ങി വീഴുന്നിടം വരെയും ബീഡി തെറുക്കുന്ന കാര്യം പഞ്ചായത്തിലെ കൃഷി ആഫീസർ നസീർഖാനോട് പറഞ്ഞപ്പോൾ അദ്ദേഹം അത്ഭുതം കൊണ്ട് വാ പൊളിച്ചു നിന്നു പോയി.

''നമ്മുടെ നാട്ടിൽ ബീഡി വലിക്കുന്നവർ കുറവല്ലേ കേശുവേട്ടാ?''

''നമ്മുടെ നാട്ടിൽ വില്ക്കുന്ന ബീഡിയല്ലിത്. കടുപ്പം കൂടുതലുള്ള ചുക്കാ കൊണ്ടുണ്ടാക്കുന്ന ഈ ബീഡി എവിടേയ്ക്കോ കയറ്റുമതി ചെയ്യുകയാണ്. എക്സ്പോർട്ടിങ് കമ്പനിക്കാരാണ് ഇലയും ചുക്കയും ഞങ്ങൾക്ക് തരുന്നത്. ആയിരം ബീഡിയ്ക്ക് ഇത്ര രൂപാ കൂലി.'' കേശുവേട്ടൻ ചിരിച്ചു.

''കേശുവേട്ടൻ ബീഡി വലിക്കുമോ?' ആരോ ചോദിച്ചു.

''വലിക്കും.'' കേശുവേട്ടൻ പുഞ്ചിരിച്ചു. ''ബീഡി തെറുക്കുന്നതുകൊണ്ട് നമുക്ക് പണം കിട്ടും എന്ന ഗുണമുണ്ട്. പക്ഷേ, നമ്മൾ വില്ക്കുന്നത് ദോഷമാണല്ലോ. ആ ദോഷം നമുക്കും കൂടി കിട്ടട്ടെ എന്നു വിചാരിച്ച് ഞങ്ങൾ രണ്ടുപേരും മൂന്നുബീഡി വീതം വലിക്കും''

"യശോദിയമ്മയും വലിക്കുമോ?" തോമസ്സ് ചോദിച്ചു.

"എന്നേക്കാൾ നന്നായി മൂന്നുനേരവും ഇവളാണ് വലിക്കുന്നത്!" കേശുവേട്ടൻ പറഞ്ഞത് കേട്ട് അവിടെ സംഘം ചേർന്നുള്ള ചിരിപൊങ്ങി.

"ചുമ്മാതാണ്." യശോദിക്ക് പതുക്കെയൊരു നാണം വന്നു..

"മകനെ തുടർന്ന് പഠിപ്പിക്കണോ?"

"പിന്നെ! അവനിഷ്ടമുള്ളത് പഠിക്കട്ടെ. അവനു വേണ്ടിയാണ് ഞങ്ങൾ ജീവിക്കുന്നത്." കേശുവേട്ടൻ പറഞ്ഞു. അയാളുടെ വാക്കുകൾ ഇടറി. "മകനും പിന്നെ കൃഷിയും!"

"വെരിഗുഡ്." വീണ്ടും അതേ വാക്ക് നസീർഖാനിൽനിന്നും വെളിയിലേയ്ക്കൊഴുകി. പിന്നെ സ്വല്പസമയത്തേയ്ക്ക് നിശ്ശബ്ദനായിരുന്നിട്ട് വീണ്ടും ഒരു ചോദ്യം. "നിങ്ങൾ ടി.വി. കാണാറില്ലേ?"

"കാണും വെളുപ്പിനെ മത്രം. ന്യൂസ് കേൾക്കും. കഥകളിയുണ്ടെങ്കിൽ അതും കാണും. പിന്നെ സ്വല്പം സംഗീതവും... അപ്പോഴും ഞങ്ങൾ ബീഡി തെറുക്കും"

വെരിഗുഡ് എന്നു പറയാൻ മറന്ന് നസീർഖാൻ അന്തിച്ചിരുന്നു പോയി. എല്ലാവരും ഒരത്ഭുതം കാണുമ്പോലെ കേശുവേട്ടനേയും ഭാര്യ യശോദിയേയും നോക്കിയിരുന്നു. ഇങ്ങനെ അദ്ധ്വാനിക്കുവാൻ ആർക്കാണ് കഴിയുന്നത്?

"അല്ലാത്ത സമയം ഞങ്ങൾ കേൾക്കുന്നത് റേഡിയോയാണ്. അതു നല്കുന്ന ശ്രവണസുഖം മറ്റൊന്നിനും ആവില്ല." കേശുവേട്ടൻ അറിയാതങ്ങനെ പറഞ്ഞു പോവുകയാണ്. "എന്റെ മകൻ ടി.വി. കാണുകയേയില്ല. അവനും കേൾക്കുന്നത്, സമയമുള്ളപ്പോൾ റേഡിയോ ആണ്. മൊബൈലിൽ അവൻ പാട്ടും കേൾക്കാറുണ്ടെന്നു തോന്നുന്നു. "

നസീർഖാൻ വാച്ച് നോക്കി. സമയം വൈകിയിരിക്കുന്നു. പക്ഷേ, ഇവിടെ നിന്നും പോകുവാൻ തോന്നുന്നില്ല. ഈ മനുഷ്യനോട് സംസാരിച്ചിട്ട് മതിയാകുന്നതുമില്ല. എന്തൊരു പൊസിറ്റീവ് എനർജിയാണ് ഇവിടെ നിന്നും ലഭിക്കുന്നത്?

"പുസ്തകങ്ങൾ വായിക്കാറില്ലേ കേശുവേട്ടൻ?"

"ധാരാളം വായിച്ചിരുന്നു. ഇപ്പോൾ സമയമില്ല. എന്റെ അച്ഛനും അനേകം ഗ്രന്ഥങ്ങൾ വായിച്ചിരുന്ന ആളാണ്. ഇപ്പോൾ എന്റെ മകൻ വായിക്കുന്നുണ്ട്. എന്റെ വായന ഇപ്പോൾ പത്രത്തിൽ ഒതുങ്ങി നില്ക്കുകയാണ്."

"പത്രം വായിക്കുമ്പോൾ ജോലി ചെയ്യുന്നതെങ്ങനെയാണ്?"

നസീർഖാൻ ഒരു കുസൃതി ചോദ്യം തൊടുത്തുവിട്ടു.

അതു കേട്ടിട്ട് ചിരിക്കാതെ കേശുവേട്ടൻ പറഞ്ഞു. "അപ്പോഴും നമ്മളിൽ ഒരാൾ ജോലിചെയ്യും സാറെ. ഒരാൾ പത്രം വായിക്കുമ്പോൾ

മറ്റേയാൾ ജോലി ചെയ്യും.''

മതി! നസീർഖാൻ പോകാനൊരുങ്ങുകയാണ്. കൂടെ മറ്റുള്ളവരും. പെട്ടെന്ന് നസീർഖാൻ പറഞ്ഞു. ''കേശുവേട്ടാ, നല്ല കർഷകർക്ക് ഞങ്ങൾ കൃഷിസ്നേഹി എന്ന ഒരവാർഡ് കൊടുക്കാറുണ്ട്. ഞങ്ങൾ മൂന്ന് കർഷകരുടെ അരികിൽ പോയിരുന്നു. നാലാമത്തെ ആളാണ് കേശുവേട്ടൻ. പക്ഷേ, കേശുവേട്ടനാണ് ഇപ്പോൾ ഒന്നാം സ്ഥാനത്തെത്തിയിരിക്കുന്നത്. അങ്ങ് കൃഷിസ്നേഹി മാത്രമല്ല, അദ്ധ്വാനത്തിന്റെ പ്രതീകവും കൂടിയാണ്. അതുകൊണ്ട് അവാർഡ് തുകയായ ഒരു ലക്ഷം രൂപ കേശുവേട്ടന് തരുവാൻ ഞങ്ങൾ ഏകകണ്ഠമായി തീരുമാനിക്കുവാൻ പോവുകയാണ്.''

അതുകേട്ട് കൂടിനിന്നിരുന്നവർ കയ്യടിച്ചു. ആ കയ്യടി തങ്ങളുടെ മനസ്സിൽനിന്നും ഉയരുന്നു എന്നാണ് കേശുവേട്ടനും യശോദിക്കും തോന്നിയത്. കേശുവേട്ടൻ കൂപ്പുകയ്യുമായി നിന്നപ്പോൾ അവർ യാത്ര പറഞ്ഞിറങ്ങി. കേശുവേട്ടനും യശോദിയും അവരെ ജീപ്പിനരികിൽവരെ അനുഗമിക്കുകയും ചെയ്തു.

ജീപ്പകന്നപ്പോൾ കേശുവേട്ടൻ യശോദിയോട് പറഞ്ഞു. 'നമ്മുടെ മകന് എല്ലാ വിഷയത്തിനും എ പ്ലസ്സ് കിട്ടിയതുപോലെ നമ്മുടെ അദ്ധ്വാനത്തിലും എ പ്ലസ്സ് കിട്ടിയിരിക്കുന്നു. ഒരു ലക്ഷം രൂപ... നമ്മുടെ ഭൂമി നമ്മളെ അനുഗ്രഹിച്ചിരിക്കുന്നു.''

കേശുവേട്ടൻ കുനിഞ്ഞ് ഭൂമിയെ തൊട്ടുതൊഴുതപ്പോൾ യശോദിയുടെ കണ്ണുകൾ നിറഞ്ഞുതുളുമ്പി. അപ്പോൾ പ്രകൃതിയുടെ കണ്ണുകളും നിറഞ്ഞു തുളുമ്പുന്നുണ്ടായിരുന്നു. ആ സമയത്തും ചെറിയമഴ പെയ്തിറങ്ങി.

എട്ട്

അപ്പു ഉണ്ണിക്കൃഷ്ണൻ മേനോൻ സാറുമായി സംസാരിക്കുകയായിരുന്നു. ഹെഡ്മാസ്റ്റർ എന്നതിനു പുറമേ അദ്ദേഹം രാഷ്ട്രീയ നേതാവുമായിരുന്നു. ഗ്രാമത്തിലെ പാർട്ടിയാഫീസിലിരുന്നാണ് മേനോൻസാറും അപ്പുവുമായി സംസാരിച്ചത്.

''അപ്പു, തനിയ്ക്ക് ഏതു വിഷയത്തോടാണ് കൂടുതൽ അടുപ്പം? എല്ലാ വിഷയത്തിനും നല്ല മാർക്കുണ്ട്. അതോണ്ടാണ് ചോദ്യം! നീ പ്ലസ് ടൂവിന് ഏത് ഗ്രൂപ്പെടുക്കാനാണ് ആഗ്രഹിക്കുന്നത്?''

ഒരു നിമിഷം അപ്പു ഉണ്ണിക്കൃഷ്ണൻ നിശ്ശബ്ദനായി മേനോൻ സാറിനെ നോക്കിയിരുന്നു. പിന്നെ മുകളിൽ ഭിത്തിയിൽ ചില്ലിട്ടു വെച്ചിരിക്കുന്ന ഇ.എം.എസ്സിന്റെ ഫോട്ടോയിലേയ്ക്കും ചില സമയം നോക്കിയിരുന്നശേഷം വീണ്ടും മേനോൻ സാറിന്റെ മുഖത്തേയ്ക്ക് സൂക്ഷിച്ചു നോക്കിക്കൊണ്ട് ദൃഢസ്വരത്തിൽ പറഞ്ഞു. ''ഞാനിനി പഠിക്കുന്നില്ല സാർ. ഞാൻ യുവാവായിരിക്കുന്നു.''

''വാട്ട്?'' മേനോൻ സാർ അമ്പരന്നുപോയി. ''വാട്ട് ആർ യു സേയിങ്ങ് ? ആർ യു മാഡ്?''

''നോ സാർ.'' അപ്പു ഉണ്ണിക്കൃഷ്ണൻ കസേരയിൽ നിവർന്നിരുന്നു. അവൻ സ്ഫുടമായ മനോഹരമായ ഇംഗ്ലീഷിൽ മേനോൻ സാറിനോട് സംസാരിച്ചു. 'സർ, എനിക്ക് ഇംഗ്ലീഷും ഹിന്ദിയും നല്ല ഒഴുക്കോടെ സംസാരിക്കാൻ കഴിയും എന്ന് അറിയാമല്ലോ. സാമാന്യമായ പൊതു വിവരവും എനിക്കുണ്ട്. അനേകമനേകം പുസ്തകങ്ങൾ ഇംഗ്ലീഷിലും മലയാളത്തിലും ഞാൻ വായിച്ചിട്ടുമുണ്ട്. വായിക്കുന്നുമുണ്ട്. വായിക്കുകയും ചെയ്യും. ആ എനിക്കിനി ഒരു ക്ലാസ്സ് മുറിയിലിരുന്ന് സമയം കളയുവാൻ പറ്റില്ല.''

''മൈ ഡിയർ ബോയി.'' മേനോൻ സാർ ചിരിച്ചു. പിന്നെ അദ്ദേഹവും ഇംഗ്ലീഷിൽതന്നെ സംസാരം തുടർന്നു. ''നിനക്ക് നല്ല വിവരവും സാമർത്ഥ്യവും ബുദ്ധിയും ഉണ്ടെന്ന് എനിക്കറിയാം.'' ഒരു നിമിഷം അദ്ദേഹം എന്തോആലോചിച്ചിരുന്നു. പിന്നെ പറയുവാൻ തുടങ്ങി. ''നിനക്ക് സർവകാര്യങ്ങളിലും വിജ്ഞാനം ഉണ്ടെങ്കിലും ശരി നിനക്കൊരു ജോലി കിട്ടുവാൻ സർട്ടിഫിക്കറ്റ് വേണം. അക്കാദമിക്കൽ എജ്യുക്കേഷൻ വേണം....'',

''പക്ഷേ, സർ... ഞാൻ ആരുടെ കീഴിലും ജോലിക്കു പോകില്ല. വ്യക്തിയുടെയൊ സർക്കാരിന്റെയോ കീഴിൽ ഞാൻ ജോലി ചെയ്യില്ല'' ദൃഢമായ സ്വരത്തിൽ പ്രതിജ്ഞ പോലെ അപ്പു ഉണ്ണിക്കൃഷ്ണൻ പറഞ്ഞു.

''എനിക്ക് സ്വന്തമായി എന്തെങ്കിലും ചെയ്യണം. മോഷ്ടിക്കുകയോ ആരെയെങ്കിലും വഞ്ചിക്കുകയോ ചെയ്യാതെ ഒരു വൃത്തികേടും കാണിക്കാതെ എനിക്കു പണമുണ്ടാക്കണം.''

''ഹൗ?'' മേനോൻ സാർ അപ്പുവിനെ സൂക്ഷിച്ചു നോക്കി. മുമ്പിൽ ജീവിതത്തോട് യുദ്ധം ചെയ്യുന്ന ധീരനായ സൈനികൻ ഇരിക്കുന്നതായി അദ്ദേഹത്തിനു തോന്നി.

''എങ്ങനെ പണമുണ്ടാക്കും?''

''ഞാനാലോചിച്ച് കണ്ടുപിടിക്കും സാർ.''വീണ്ടും ദൃഢമായ ശബ്ദത്തിൽ അപ്പു പ്രതിവചിച്ചു.

''നമ്മുടെ നാട്ടുകാർക്ക് എന്തെങ്കിലും ഗുണം ഉണ്ടാകുന്ന രീതിയിൽ പ്രവർത്തിച്ചു വേണം പണമുണ്ടാക്കാൻ. എന്നിട്ടെനിക്കൊരു സ്വപ്നമുണ്ട് സാർ. ഞാൻ കൊച്ചിലേ മുതൽ കൊണ്ടുനടക്കുന്ന സ്വപ്നം.''

''എന്തു സ്വപ്നമാണ് അപ്പു?'' ആർദ്രമായ സ്വരത്തിൽ അപ്പുവിനോട് മേനോൻ സാർ തിരക്കി.

''അത്...'' ഒരു നിമിഷം അപ്പു മേനോൻ സാറിനെ ഉറ്റു നോക്കിയിരുന്നിട്ടു

പറഞ്ഞു.

''നമ്മുടെ വീടിന്റെ പുറകിലത്തെ നീണ്ടുകിടക്കുന്ന ആ വലിയ ചിറ എനിക്ക് വിലയ്ക്കു വാങ്ങണം.''

''ഓ''മേനോൻ സാർ ഒന്നിളകിയിരുന്നു. ''അത് ആ ജഗദീശവർമ്മ യുടേതല്ലേ?''

''ജഗദീശവർമ്മയുടെ അച്ഛൻ വലിയ തിരുമേനിയുടേതാണ്.''അപ്പു പറഞ്ഞു.

''ഓക്കേ.'' മേനോൻ സാർ ചിരിച്ചു. ''ആ ചിറ എങ്ങനെയെങ്കിലും വിലയ്ക്ക് വാങ്ങുന്നു എന്ന് വെയ്ക്കുക. എന്നിട്ടെന്തു ചെയ്യും? മണ്ണിട്ട് പൊക്കി ഫ്ളാറ്റ് പണിയുമോ?''

അവരുടെ സംസാരം ഇപ്പോൾ ഇംഗ്ലീഷിൽനിന്നും മലയാളത്തിലേയ്ക്ക് അറിയാതെ ചുവടുമാറ്റം നടത്തിയിരുന്നു.

''ഒരിക്കലും ഇല്ല സാർ. ഞാനാ ചിറയിൽ കൃഷി ചെയ്യും. നെല്ലും വാഴയും കപ്പയും മറ്റ് നടുതലകളും കൂട്ടത്തിൽ ധാരാളം തെങ്ങും.'' അപ്പു ഉണ്ണിക്കൃഷ്ണന്റെ കണ്ണുകൾ തിളങ്ങി. ''ഞങ്ങളുടെ കുലത്തൊഴിൽ കൃഷി യല്ലേ സാർ?'' ഈ വാചകം അപ്പു ഉണ്ണിക്കൃഷ്ണൻ പുരുഷോത്തമൻ മേനോക്കിയോടും പറഞ്ഞിട്ടുള്ളതാണ്. ഞങ്ങളോട് വർഷങ്ങൾക്ക് മുമ്പേ പറഞ്ഞിട്ടുള്ളതാണ്!

മേനോൻ സാർ മറുപടിയായി ഒരു വാക്കുപോലും പറയാനാവതെ ചില നിമിഷങ്ങൾ അപ്പു ഉണ്ണിക്കൃഷ്ണനെ നോക്കിയിരുന്നു. അദ്ദേഹത്തിന്റെ മനസ്സിൽ അഭിമാനത്തിന്റെ ഒരല ഉയർന്നുവന്നു.

''അപ്പു.'' സാവധാനം അദ്ദേഹം പറഞ്ഞു. ''നിന്റെ ആ സ്വപ്നം നടപ്പി ലാവുകതന്നെ ചെയ്യും. എന്റെ എല്ലാവിധ സഹായവും അനുഗ്രഹവും നിനക്കുണ്ടാവുകയും ചെയ്യും.''

''അതു മതി സാർ.'' അപ്പു തികഞ്ഞ പക്വമതിയേപ്പോലെ പറഞ്ഞു. ''എനിക്കതുമാത്രം മതി.''

''പക്ഷേ,അപ്പു.''മേനോൻ സാർ പുഞ്ചിരിയോടെ തുടർന്നു. ''നിന്റെ കുലത്തൊഴിൽ കൃഷിയാണെന്നു പറഞ്ഞതുപോലെ നിനക്ക് മറ്റൊരു പാരമ്പര്യംകൂടിയുണ്ട്. രാഷ്ട്രീയം. നിന്റെ മുത്തച്ഛൻ തികഞ്ഞ കമ്മ്യൂ ണിസ്റ്റായിരുന്നു.''

''എനിക്കറിയാം സാർ.'' അപ്പുവും പുഞ്ചിരിച്ചു. കമ്മ്യൂണിസ്റ്റുകാരനാ യതിന്റെ ദുരന്തവും മുത്തച്ഛൻ അനുഭവിച്ചു എന്നവൻ പറഞ്ഞില്ല, എന്റെ അച്ഛനും അതിന്റെ ഫലം അറിഞ്ഞു എന്നും അവൻ പറഞ്ഞില്ല. നല്ല കമ്മ്യൂണിസ്റ്റുകാർക്കെല്ലാം ചില ചില ദുരന്തങ്ങൾ ഉണ്ടാവും എന്നവന് അറിയുകയും ചെയ്യാം.

കാരണം അപ്പുവും അടിസ്ഥാനപരമായി കമ്മ്യൂണിസ്റ്റാണ്. അവന്റെ

രക്തത്തിലും കമ്മ്യൂണിസമുണ്ട്.

"നീ കമ്മ്യുണിസത്തിലേയ്ക്ക് വരണം. നീ നല്ലൊരു കമ്മ്യൂണിസ്റ്റുകാരനാകണം. നീ രാഷ്ട്രീയ പ്രവർത്തനം തുടങ്ങണം. കാലവും സമയവും ഒക്കെ നിനക്ക് നിശ്ചയിക്കാം."

"സമയമാകുമ്പോൾ ഞാൻ വരികതന്നെ ചെയ്യും സാർ."

അപ്പു ഉറച്ചശബ്ദത്തിൽ പറഞ്ഞു. "പക്ഷേ, ആദ്യത്തെ എന്റെ രാഷ്ട്രീയ പ്രവർത്തനം മണ്ണിലെ കൃഷിയാണ്. മറ്റുള്ളവരെ എങ്ങനെയെങ്കിലും സഹായിച്ചുകൊണ്ട് കുറച്ചു പണമുണ്ടാക്കുകയാണ് എന്റെ ആദ്യത്തെ കമ്മ്യൂണിസം. തരിശു ഭൂമിയിൽ കൃഷി ചെയ്യുന്നതുമാണ് എന്റെ കമ്മ്യൂണിസത്തിന്റെ ആദ്യ പടവ്!"

"ഓക്കെ, അപ്പു." മേനോൻ സാർ കൈനീട്ടി. "ഞാനെന്താണ് ആദ്യമായി ചെയ്യേണ്ടത്."

അപ്പു എഴുന്നേറ്റുനിന്നുകൊണ്ട് സാറിന്റെ കൈയിൽ കൈവെച്ചുകൊണ്ട് മടിയോടെ ചോദിച്ചു. "കവലയിൽ റേഷൻകട നടത്തിയിരുന്ന സാറിന്റെ മുറിയുണ്ടല്ലോ. അതിപ്പോൾ ഒഴിഞ്ഞു കിടക്കുകയല്ലേ സാർ. എനിക്കാ മുറി വാടകയ്ക്കു തരുമോ?"

"തീർച്ചയായും. വാടകയായി അപ്പു എനിക്ക് ഒന്നും തരേണ്ടതില്ല."

അതുകേട്ട് അപ്പു ചില നിമിഷങ്ങൾ നിശ്ശബ്ദനായി നിന്നു. പിന്നെ വീണ്ടും തെല്ലു മടിയോടെ ചോദിച്ചു. "സാർ എനിക്ക് സ്കൂളിൽ നിന്നും എന്നാണ് കമ്പ്യൂട്ടർ തരുന്നത്?"

"അടുത്ത ബുധനാഴ്ച. സ്കൂളിലെ മീറ്റിങ്ങിൽവെച്ച്. എന്താ അപ്പു?"

"ആ കമ്പ്യൂട്ടർ എനിക്ക് സാറിന്റെ ആ മുറിയിൽ വെച്ചു തരണം. നമുക്ക് കണക്ഷനും എടുക്കണം. ബാക്കിയൊക്കെ ഞാനാലോചിച്ച് സാറിനെ അറിയിക്കാം."

ശരി." മേനോൻ സാർ സമ്മതിച്ചു. എന്തിനോ മേനോൻ സാറിനെ അപ്പു തെല്ലുനേരം നോക്കിനിന്നു. പിന്നെ ചിരിച്ചുകൊണ്ടിരിക്കുന്ന ഇ.എം.എസ്സി.ന്റെ ഫോട്ടോയും നോക്കി. പിന്നെ രണ്ടുപേരേയും അപ്പു മാറിമാറി നോക്കി. "ലാൽ സലാം അപ്പൂ." മേനോൻ സാർ ചിരിച്ചു.

" ലാൽ സലാം." സാറിനെ നോക്കി അപ്പു ഉച്ചത്തിൽ പറഞ്ഞു.

പിന്നെ ഇ.എം.എസ്സിന്റെ ഫോട്ടോയിലേയ്ക്കും നോക്കി മനസ്സിലും പറഞ്ഞു, "ലാൽ സലാം."

ആ ലാൽ സലാം ചുറ്റുപാടും മുഴങ്ങുന്നതായി അപ്പുവിനു തോന്നി. ലാൽ സലാം... ലാൽ സലാം... ലാൽ സലാം... സഖാക്കളേ....!

ഒമ്പത്

ഭദ്രത്തമ്പുരാട്ടി കുളി കഴിഞ്ഞ് പൂജാമുറിയിൽ കയറി. അവിടെ ഗുരുവായൂരപ്പനും ദേവിയും എപ്പോഴും കത്തിനില്ക്കുന്ന നിലവിളക്കിന്റെ പ്രകാശത്തിലിരുന്ന് ഭദ്രയെ നോക്കിച്ചിരിച്ചു. ദൈവത്തിന് ചിരിക്കാനല്ലാതെ കോപിക്കാനറിയില്ലല്ലോ. അവളും പകരം ചിരിച്ചു. പിന്നെ കൈകൂപ്പി കണ്ണടച്ചു പ്രാർത്ഥിച്ചു. ദേവിയും കൃഷ്ണനനും! ഭദ്രത്തമ്പുരാട്ടിയുടെ ആരാധനാമൂർത്തികൾ അവരുതന്നെയാണ്.

പൂജാമുറിയിൽനിന്നും അഞ്ചുമിനിട്ട് കഴിഞ്ഞിറങ്ങിയ ഭദ്രത്തമ്പുരാട്ടിയുടെ കണ്ണുകൾ നിറഞ്ഞിരുന്നു. നീളമുള്ള വരാന്തയുടെ വടക്കേക്കോണിൽ വലിയ സ്വാമി പത്രം വായിച്ചുകൊണ്ട് സിംഹംപോലെ ചാരുകസേരയിൽ കിടപ്പുണ്ടായിരുന്നു. ഭദ്രത്തമ്പുരാട്ടി വലിയ സ്വാമിയുടെ അരികിലേയ്ക്കു നടന്നുചെന്നു.

എന്നും രാവിലെ അതാണ് പതിവ്. കുളികഴിഞ്ഞ് പൂജാമുറി, പിന്നെ വലിയസ്വാമി. പൂജാമുറിയിലെ ദൈവങ്ങളോടും വലിയസ്വാമിയോടും മൗനമായ വേദനയോടെ എന്നും അവൾ ചോദിക്കുന്നത് ഈ മകളോട് എന്തിനീ ക്രൂരത കാണിച്ചു എന്നാണ്.

ദൈവങ്ങളും വലിയസ്വാമിയും മൗനമായ ആ ചോദ്യം കേട്ടിട്ട് നിസ്സഹായതയോടെ അവളെ നോക്കുകമാത്രമാണ് ചെയ്യുന്നത്. അവളുടെ ചോദ്യത്തിന് അവർക്ക് ഒരു സമാധാനം പറയാനില്ലല്ലോ!

അരികിൽ മകന്റെ ഭാര്യ എത്തിയപ്പോൾ സിംഹംപോലെ കസേരയിൽ കിടന്ന് പത്രം വായിക്കുകയായിരുന്ന വലിയസ്വാമി മുഖമുയർത്തി. അദ്ദേഹം പത്രം വായിച്ച് തീർന്നിരിക്കുന്നു. മകളുടെ നേരെ പത്രം നീട്ടിയപ്പോൾ അദ്ദേഹം വല്ലാതായി. കുട്ടിയുടെ കണ്ണുകൾ നിറഞ്ഞിരിക്കുന്നു. മനസ്സിൽ എത്ര വേദന കൂടിയാലും ആ കണ്ണുകൾ നിറയുന്നത് അപൂർവമാണ്. വേദനയുടെ കറുത്ത ലഹരിയാണ് കണ്ണുനീർ.

“എന്തു മകളേ?” സ്നേഹാർദ്രതയോടെ അദ്ദേഹം പതുക്കെ തിരക്കി. ആ വലിയ ശരീരത്തിനുള്ളിലെ മനസ്സ് വളരെ ലോലമാണ്. നിർമ്മലമാണ്. നിർമ്മമവുമാണ്. ചിലപ്പോഴൊക്കെ ആ മനസ്സ് അമ്പലപ്രാവുകളോട് കൂട്ടുകൂടാറുമുണ്ട്. പറന്നു നടക്കാറുമുണ്ട്.

“ഒന്നുംല്ലാ അപ്പാ.” അവൾ പറഞ്ഞു. “പ്രത്യേകിച്ചൊന്നുംല്ല”.

“പക്ഷേ, കുട്ടിയുടെ കണ്ണുകൾ നിറഞ്ഞിരിക്കുന്നവല്ലോ.” വലിയ സ്വാമി ആർദ്രതയോടെ തിരക്കി.

“അത്...” അവൾ കണ്ണുകൾ പതുക്കെ തുടച്ചിട്ട് മന്ദഹസിച്ചു. കുളിർമയേറ്റ് നനഞ്ഞ പുതുപുഷ്പം ചിരിക്കും പോലെയായിരുന്നു ആ ചിരി.

“പ്രത്യേകിച്ച് എന്താ ഉണ്ടായത്?” വലിയ സ്വാമി വീണ്ടും തിരക്കി.

"ഇന്നലെ രാത്രി ജഗൻ ഉറങ്ങിയിട്ടില്ല." അവൾ പതുക്കെ പറഞ്ഞു. പറയുകയല്ല, വേദനയോടെ മന്ത്രിക്കുകയായിരുന്നു.

"എന്നെയും ഉറക്കിയില്ല. വർത്തമാനം തന്നെ വർത്തമാനം."

വർത്തമാനം മാത്രമേ ഒള്ളു അപ്പാ എന്നു പറയണമെന്നുണ്ടവൾക്ക് പക്ഷേ, എങ്ങനെയാണ് ഈ വലിയ മനുഷ്യനോട് അതൊക്കെ പറയുന്നത്?

വലിയ മനുഷ്യനായിട്ടും ഉയർന്ന ഉദ്യോഗമുള്ള മക്കളുണ്ടായിട്ടും ഈ പാവം പെണ്ണിനെ അപ്പാ, ഒരു കല്യാണത്തിലൂടെ അങ്ങ് ചതിച്ചു കളഞ്ഞല്ലോ? കൊന്നുകളഞ്ഞുവല്ലോ. കുറച്ചു ദിവസങ്ങൾക്ക് മുമ്പ് റോഡിൽവെച്ച് അപ്പു എന്ന മിടുക്കൻ ചെറുപ്പക്കാരനെ അശ്ലീലം പറഞ്ഞതുതൊട്ട് ജഗദീശവർമ്മയുടെ മനസ്സും സ്വഭാവവും സംഭാഷണവും കൂടുതൽ വികലമായി. മനസ്സ് തകിടം മറിഞ്ഞുപോയതുപോലെയുമായി. കഥകളിയിലെ കരിവേഷം പോലെയായി ആ മനസ്സ്.

"നമുക്ക് ജഗനെ സൈക്ക്യാട്രിക്കിനെ കാണിച്ചാലോ അപ്പാ?"

ഭദ്രത്തമ്പുരാട്ടി പതുക്കെ ചോദിച്ചു. ഒരു കടൽ ആ ചോദ്യത്തിൽ ഒളിച്ചിരുന്നു.

മകനെ ചെറുപ്പംതൊട്ടേ സൈക്ക്യാട്രിക്കിനെ കാണിച്ചിരുന്നതാണ് എന്ന് പറയാൻ തിരുമേനി നാവ് വളച്ചതാണ്. പക്ഷേ, അടക്കിക്കളഞ്ഞു. അതെങ്ങനെയാണ് പറയുന്നത്? അതെന്തുകൊണ്ടാണ് നേരത്തേ പറയാതിരുന്നത്. കഷ്ടം.

"സ്വല്പം ബുദ്ധിക്കുറവുണ്ടെന്ന് വിവാഹം കഴിഞ്ഞ് ഒരാഴ്ചയ്ക്കു ശേഷമാണ് ഞാൻ മനസ്സിലാക്കിയതപ്പാ. ബുദ്ധിക്ക് ഒത്തിരി തകരാറുണ്ടായിട്ടും ജഗൻ മനപ്പൂർവ്വം അതൊളിപ്പിച്ചുവെയ്ക്കുകയും ചെയ്തു."

ഭദ്രത്തമ്പുരാട്ടി പറഞ്ഞു പോവുകയാണ്. പിന്നെ തന്റേടത്തോടെ അവൾ ഒരു ചോദ്യം വലിയസ്വാമിയോട് ഉന്നയിച്ചു.

"ജഗന് മാനസികരോഗം നല്ലതുപോലെ ഉണ്ടായിരുന്നുവോ അപ്പാ?"

ആ ചോദ്യത്തിന്റെ മുമ്പിൽ വലിയസ്വാമി ഒന്നും മിണ്ടാതെ കണ്ണു കളടച്ചുകളഞ്ഞു. അദ്ദേഹത്തിന്റെ മനസ്സിൽ സങ്കടത്തിന്റെ ഒരു മഹാനദി ഒഴുകുവാൻ തുടങ്ങി.

ജീവിതത്തിൽ അറിഞ്ഞുകൊണ്ട് ഒരു തെറ്റും ചെയ്യാത്ത ആ വലിയ മനുഷ്യൻ ചെയ്ത ഒരേയൊരു തെറ്റ് ഇതാണ്. മകനെക്കൊണ്ട് ഈ പെൺകുട്ടിയെ വിവാഹം കഴിപ്പിച്ചു. മകനുവേണ്ടി, അവനോടുള്ള സ്നേഹം കൊണ്ട് മറ്റുള്ളതെല്ലാം മറന്നു.

കണ്ടാൽ സുന്ദരനും കോടീശ്വരനുമായ ചെറുപ്പക്കാരനെ കണ്ടപ്പോൾ ദുരിതം നിറഞ്ഞ വീട്ടിൽനിന്നും രക്ഷപ്പെടുവാൻ ഭദ്രത്തമ്പുരാട്ടിയും തീരുമാനിച്ചു. വീട്ടിലെ ദുരിതങ്ങളിൽ നിന്നും മോചനം തേടി എങ്ങോട്ടെങ്കിലും പറന്നുപോകാൻ ഭദ്രത്തമ്പുരാട്ടി അറിയാതാഗ്ര

ഹിക്കുകയുംചെയ്തു. പക്ഷേ, പറന്നു ചെല്ലുന്നത് ഖാണ്ഡവ വനത്തിലെ കൊടും തീയിലേക്കാണെന്ന് ഒരു നിമിഷം പോലും, സ്വപ്നത്തിൽ പോലും ഓർത്തതേയില്ല ഭദ്ര. ആരാണ് ഈ അഗ്നി അണയ്ക്കുന്നത് ദൈവമേ!

ശങ്കരമഠത്തിൽ ഒരിംഗ്ലീഷ് പത്രവും മലയാള പത്രവും വരുത്തുന്നുണ്ടായിരുന്നു. ആ രണ്ടുപത്രങ്ങളുമായീ ഭദ്രത്തമ്പുരാട്ടി കിടപ്പുമുറിയിലേയ്ക്കു ചെന്നപ്പോൾ ജഗദീശവർമ്മ ഒരു കഥകളിപ്പദം പാടി മുദ്രകാണിക്കുകയായിരുന്നു.

''ഭൂമിതന്നിലുണ്ട്, ഭീമസുതയെന്നൊരു
കാമിനി കമലലോചന....!''

ഭദ്രത്തമ്പുരാട്ടിയെ കണ്ടപ്പോൾ ജഗദീശ് വർമ്മ പെട്ടെന്ന് പദവും മുദ്രകളും നിർത്തിയിട്ട് നിറഞ്ഞ ചിരിയോടെ തിരക്കി.

''ഇതേത് കഥകളിയിലെ പദമാണെന്നറിയ്യോ തമ്പുരാട്ടിക്ക്.''

മറുപടി പറഞ്ഞില്ലെങ്കിൽ ശല്യം ചെയ്തോണ്ടിരിക്കും എന്നറിയാമായിരുന്നതിനാൽ ഭദ്രത്തമ്പുരാട്ടി പറഞ്ഞു.

''നളചരിതം.'' അപ്പോൾ അവളുടെ മനസ്സിൽ കഥകളിരാത്രികൾ തിരശ്ശീല പിടിച്ചു!

''ഹായ്! ശര്യന്നെ.... ശര്യന്നെ... യെന്നാലും നളചരിതം എത്രാം ദിവസമാന്ന് പറയ്ക. വേഷം ഏതാണെന്നും പറയുക.''

ശല്യം. പേപ്പർ നിവർത്തുന്നതിനിടയിൽ ഭ്രദത്തമ്പുരാട്ടി അതിനും മറുപടി പറഞ്ഞു. ''നളചരിതം രണ്ടാം ദിവസം, വേഷം കലി. '' ഭൂമിതന്നിലുണ്ട് ഭീമസുതയെന്നൊരു കാമിനീ കമലലോചനാ! കലിയും ദ്വാപരനും.!

''ശര്യന്നെ.... ശര്യന്നെ...! '' പൊട്ടിച്ചിരിച്ചുകൊണ്ട് ജഗദീശവർമ്മ പറഞ്ഞു. പിന്നെ കലിയുടെയും ദ്വാപരന്റെയും പദങ്ങൾ വലിയശബ്ദത്തിൽ പാടുകയും ചെണ്ടയുടെ ശബ്ദം വെയ്ക്കുകയും കലിയേയും ദ്വാപരനേയും പോലെ അലറുകയും ചെയ്തുകൊണ്ട് കഥകളി നടത്തിക്കൊണ്ടിരുന്നു,

ഭദ്രത്തമ്പുരാട്ടി പേപ്പർ വായനയിലേയ്ക്ക് പ്രവേശിച്ചു കഴിഞ്ഞിരുന്നു. അതിനിടയിൽ എപ്പോഴോ ഉറങ്ങിപ്പോവുകയും ചെയ്തു. പിന്നെ ആരോ ശക്തിയായി കുലുക്കി വിളിച്ചപ്പോഴാണവൾ ഉണരുന്നത്.

മുൻപിൽ എവിടെയോ പോകാനൊരുങ്ങിയതുപോലെ വസ്ത്രംധരിച്ച് നില്ക്കുന്നു ജഗദീശവർമ്മ.

''കഷ്ടായീലോ ഭത്തിരതമ്പുരാട്ട്യേ!'' ജഗദീശ് വ്യസനത്തോടെ പറഞ്ഞു.

''രാവിലത്തെ കാപ്പി കഴിക്കാൻ ഞാൻ എത്ര തവണ വിളിച്ചു. ചത്തതുപോലുള്ള നിദ്രയായിരുന്നില്ല്യേ. എന്തു പറയാനാണ് ജഗദീശ്വരാ, ഇന്നത്തെ

കാപ്പിക്ക് സ്പെഷ്യൽ മസാലദോശയായിരുന്നില്യേ. കൂട്ടത്തിൽ പഴം പൊരിയും ഉഴുന്നുവടയും. അത് കഴിക്കാനൊള്ള ആഹാരപാഗ്യം, തമ്പു രാട്ടിക്ക് ഉണ്ടായില്ലല്ലോ, കഷ്ടംതന്നെ.''

ആഹാരഭാഗ്യം മാത്രമല്ലല്ലോ തമ്പുരാനേ! ഒരു സ്ത്രീയ്ക്ക് വേണ്ടുന്ന ഒരു ഭാഗ്യവും എനിക്ക് കിട്ടിയില്ലല്ലോ! അവരൊന്നും പറയാതെ സാ വധാനം കട്ടിലിൽ എഴുന്നേറ്റിരുന്നു. അഴിഞ്ഞു കിടന്നമുടി വാരിയെടുത്ത് കെട്ടിവച്ചു ഭദ്ര. ഇപ്പോൾ അവളുടെ മുഖം നിർവികാരമാണ്.

''ദാ കണ്ടോ, ബാഗു കണ്ടുവോ ഭദ്രേ? ഷർട്ടും മുണ്ടും ഷഡ്ഡിയും ബനിയ നുമാ.... ഇതൊക്കെ ഈ വലിയ ബാഗിൽ നിറച്ച് ഒരു യാത്ര പോവു കയാണ്. ഒരു വലിയ യാത്ര.''

എങ്ങോട്ട് എന്ന മൗനചോദ്യത്തോടെ ഭദ്രത്തമ്പുരാട്ടി ജഗദീശ വർമ്മയെ, നോക്കി. ജഗദീശവർമ്മയുടെ മുഖത്ത് ഉത്സാഹത്തിന്റെ തള്ളിച്ച പ്രകടമായിരുന്നു. മനസ്സിൽ ഉത്സവത്തിന്റെ പഞ്ചാരിമേളം ഉയരുന്നു.

'' നംമ്ടെ വേളി കഴിഞ്ഞിട്ടിപ്പോ ആറു മാസായില്ല്യേ...?' ജഗദീശവർമ്മ ഭദ്രത്തമ്പുരാട്ടിയുടെ മുഖത്തേയ്ക്ക് നോക്കി മറുപടിക്കായി കാത്തുനിന്നു.

''പറയ്ക ഭദ്രേ, എത്രമാസമായി?'' ജഗദീശവർമ്മക്ക് മറുപടി വേണം.

ആറുമാസമല്ലാ അറുപത് വർഷമായിരിക്കുന്നു! ഭദ്രത്തമ്പുരാട്ടി മന സ്സിൽ പറഞ്ഞു. അറുനൂറു വർഷമായാലും എന്താണ് പ്രയോജനം?

അവരുടെ മനസ്സിൽ കോപവും താപവും കനലായിട്ടെരിഞ്ഞു!

''ആറു മാസം കൂടുമ്പോ നമ്മളൊരു യാത്ര പോകാറുണ്ട്. വസ്ത്രോം കൊറേ രൂപേം ഒക്കെയായിട്ടൊരു പോക്കാ. എവിടേയ്ക്കെന്നില്യാ! കാണുന്ന വിവാഹസദ്യകളിലെല്ലാം കയറി ഭേഷായി സദ്യ കഴിക്കും. അമ്പലങ്ങളിലെ നി വേദ്യച്ചോറുണ്ണും. ഒത്തിരി കഥകളി കാണും. അങ്ങനെ കറങ്ങിക്കറങ്ങി മടുക്കുമ്പോ തിരിച്ചെത്തും. പിന്നെ ഒരുറക്കാണ്ന്ന് കൂട്ടിക്കോളാ. പകലും രാത്രീം ഒറക്കംതന്നെ. ഒറക്കം... എന്തു സൊഹാ ഭക്ഷണം കഴിക്കാനും ഒറങ്ങാനും. ല്യോ?''

ജഗദീശവർമ്മ ഇളകിച്ചിരിച്ചു. ശരീരത്തിൽ തിരമാലകൾ ഉളകുന്നു.

''അതെ. മൃഗങ്ങൾക്കും അങ്ങനെതന്ന്യാ. '' ഭദ്രത്തമ്പുരാട്ടി പറഞ്ഞു.

'ഹ! രസികത്തി, രസികത്തി....' ജഗദീശവർമ്മ അതുകേട്ട് കൈകൊട്ടി ച്ചിരിച്ചു.

''ഈ യാത്ര പോകുന്നതിന് വലിയസ്വാമി എതിരു പറയാറില്ലേ?'' ഭദ്രത്തമ്പുരാട്ടി ചോദിച്ചു. വെറുതേ ചോദിച്ചതാണ്. എന്തെങ്കിലും ചോദിക്കേണ്ടേ?

പക്ഷേ, അതിനു മറുപടി പറഞ്ഞത് ഒരു പൊട്ടിത്തെറിയോടെയാ യിരുന്നു. ജഗദീശ വർമ്മ. ''എതിരു പറയ്കേ! ആര്? വലിയ സ്വാമിയോ? അപ്പനോ? നല്ല കഥയായി. അയാടെ അപ്പന്റെപ്പൻ എതിരു പറ

യില്യാ? പറഞ്ഞാ വെവരം അറിയും. രണ്ടു വർഷം മൊമ്പ് എതിരു പറഞ്ഞതാ. അപ്പോ നോം എന്തു ചെയ്തീന്നറിയോ? നംമ്ടെ വടക്കേ മുറ്റത്തെ ആ കൂറ്റൻ മാവില്യേ അതേലോട്ട് നോമങ്ങ് കൊരങ്ങനേപ്പോലെ കയറിക്കയറിപ്പോയി. അങ്ങനെ കയറാൻ പടിപ്പിച്ചത് ദേവേന്ദ്രോക്കിയാണ്. അങ്ങ് മുകളിൽച്ചെന്ന് ഉടുത്ത മുണ്ടഴിച്ച് കുരുക്കുണ്ടാക്കി മാവിന്റെ കൊമ്പിൽ കെട്ടി കഴുത്തിലേക്ക് കുരുക്കിടാൻ ഒരുങ്ങിയപ്പേഴേയ്ക്കും പുറകേ എത്തിയല്ലോ അങ്ങേര്. ദേവേന്ദ്രോക്കി. അയാളാണ് അന്ന് നമ്മളെ താഴെയിറക്കീദ്. അല്ലാരുന്നെങ്കി നോം അന്ന് തുങ്ങിച്ചാകുമാരുന്നു എന്നതിനു സംശല്യ! ആ തടിയൻ ദേവേന്ദ്രോക്കി അതിന് സമ്മതിച്ചില്ലാന്നു കൂട്ടിക്കോളൂ. അതോണ്ട് ഭത്തിരയ്ക്ക് ഈ തമ്പുരാനെ കിട്ടിയെന്നും നെനച്ചോളു. ബാഗ്യം അല്ലേ കൂട്ടീ?'' ആവേശത്തോടേയും സന്തോഷത്തോടേയും അദ്ദേഹം ചോദിച്ചു.

എന്റെ നിർഭാഗ്യമാണ് കൂട്ടി. കനലെരിയുന്ന മനസ്സോടെ ഭദ്രത്തമ്പുരാട്ടി പതുക്കെ പറഞ്ഞു. അവർ തെല്ലുനേരം തമ്പുരാനെ നോക്കി വെറുതേ ഇരുന്നു.

പിന്നെയവർ എഴുന്നേറ്റു ജനാലയ്ക്കരികിൽ പോയി വെളിയിലത്തെ കാഴ്ചകൾ കണ്ടു.

പശുത്തൊഴുത്തിൽ തള്ളപ്പശുവിന്റെ പാൽ കുടിച്ചുകൊണ്ട് കുടാവ് നില്ക്കുന്നു! അകിടിൽ തലകൊണ്ട് ഇടയ്ക്കിടയ്ക്ക് ഇടിക്കുന്നുമുണ്ട് പശുക്കിടാവ്. അതുനോക്കി നില്ക്കെ അവളുടെ മുലകൾ തരിച്ചു.

കൃഷിയായുധങ്ങൾ ഏല്ക്കാത്ത, വിത്തുകൾ വിതയ്ക്കാത്ത തരിശുഭൂമിയേപ്പോലാണല്ലോ തന്റെ ശരീരമെന്നവൾ നടുക്കത്തോടെ ഓർത്തു. കന്യകയായ മണ്ണാണ് താനിന്നും! നിത്യകന്യകയാകുമോ താൻ? ഭദ്ര തകർന്നു.

''ഭത്തിരേ നോം പോണു.'' ജഗദീശവർമ്മയുടെ യാത്ര പറച്ചിൽ കേട്ടെങ്കിലും അവൾ തിരിഞ്ഞുനോക്കിയില്ല,

അവൾ ജനൽക്കമ്പികളിൽ മുഖം ചേർത്തുനിന്നു. പെട്ടെന്ന് പുറകിൽക്കൂടി വന്ന് റോഡിൽ കണ്ട അപ്പു എന്ന ചെറുപ്പക്കാരൻ തന്നെ ആലിംഗനം ചെയ്യുന്നുവെന്ന് അവൾക്ക് തോന്നി. അവൾ ഒന്നുകൂടി ജനാലയുടെ കമ്പികളിലേയ്ക്ക് മുഖമമർത്തി.

എത്ര വിദ്യാസമ്പന്നയാണെങ്കിലും പക്വമതിയാണെങ്കിലും ഞാനൊരു സ്ത്രീയാണ്. അവൾ സ്വയം പറഞ്ഞു. വിശപ്പും കാമവും എനിക്കുമുണ്ട്. എനിക്കൊരു പുരുഷൻ വേണം. പുരുഷൻ ഉഴുതുമറിക്കുന്ന കന്നിമണ്ണാവണം എനിക്ക്! മൃഗങ്ങൾക്കും പക്ഷികൾക്കും മനുഷ്യർക്കും കാമവും വിശപ്പും ഒരുപോലാണ്. വികാരവും ഒരുപോലാണ്.

''കുഞ്ഞേ...'' മുറിക്കു വെളിയിൽനിന്നും ഒരു വിളികേട്ട് അവൾ

തിരിഞ്ഞു നോക്കി. വാതിൽക്കൽ പാട്ടി നില്ക്കുന്നു.

സൗന്ദര്യവും ഐശ്വര്യവും നെറ്റിയിൽ വലിയ സിന്ദുരപ്പൊട്ടുമുള്ള പാട്ടി വാത്സല്യത്തോടേയും വ്യസനത്തോടെയും പുഞ്ചിരിക്കുന്നുണ്ടായിരുന്നു അപ്പോൾ. ഒരു പൂമരംപോലെയുണ്ടായിരുന്നു അവർ. രണ്ടുപേരും പരസ്പരം ചില നിമിഷങ്ങൾ കണ്ണുകളെടുക്കാതെ നോക്കിനിന്നു. പാട്ടി മുറിക്കുള്ളിലേയ്ക്ക് കയറിവന്നു. അവർ അവളുടെ മുന്നിലെത്തി.

''വരു മക്കളേ.'' മക്കളില്ലാത്ത പാട്ടി മകളോടെന്നപോലെ പറഞ്ഞു. ''എന്തെങ്കിലും വന്നു കഴിക്ക്...''

പെട്ടെന്ന് ഇളംമുള പൊട്ടുന്നതുപോലെ പൊട്ടിക്കരഞ്ഞുകൊണ്ട് അവൾ പാട്ടിയെ കെട്ടിപ്പിടിച്ചു. ആ സമയം അവളുടെ മുറിയ്ക്കു വെളിയിൽ ഈ രംഗം കണ്ടുകൊണ്ട് ഒരാൾ നില്പുണ്ടായിരുന്നു. ചാരുകസേരയിൽ സിംഹംപോലെ കിടക്കുന്ന വലിയ സ്വാമിയായിരുന്നു അത്.

അപ്പോൾ, ജഗദീശവർമ്മ പട്ടണത്തിലേയ്ക്കുള്ള ബസ്സിൽ യാത്ര ചെയ്യുകയായിരുന്നു. ഉച്ചയ്ക്ക് എവിടെനിന്നുമാണ് ഗംഭീരമായ സദ്യ കഴിക്കേണ്ടതെന്നായിരുന്നു ആദ്യത്തെ ആലോചന. സദ്യയ്ക്കുശേഷം എവിടെക്കിടന്ന് ഉറങ്ങുമെന്നായിരുന്നു രണ്ടാമത്തെ ആലോചന. ആ ആലോചനകൾക്കിടയിൽ ഒരു കഥകളിപ്പദം പതുക്കെ മൂളുകയും, ചെയ്യുന്നുണ്ടായിരുന്നു.

''അപ്പാ...'' ഭദ്രത്തമ്പുരാട്ടി പതുക്കെ വിളിച്ചു.

ചാരുകസേരയിൽ സിംഹംപോലെ കിടന്നിരുന്ന വലിയസ്വാമി മുഖമുയർത്തിനോക്കി. ജ്വലിക്കുന്ന ആ വൃദ്ധനയനങ്ങളിൽ അസ്തമയസൂര്യന്റെ ദുഃഖവും തളർച്ചയും ഭദ്ര കണ്ടു. പിൻനിലാവിന്റെ ഒരു മയക്കവും ഭദ്ര കണ്ടു.

''എന്തു മക്കളേ?'' അദ്ദേഹം പതുക്കെ തിരക്കി.

''വായിക്കാനൊന്നുമില്ല'' ഭദ്രത്തമ്പുരാട്ടി പറഞ്ഞു. ''മൂന്നുനാലു പുസ്തകങ്ങൾ ഞാൻ കൊണ്ടുവന്നിരുന്നു. അതൊക്കെ എന്നേതീർന്നു.''

''വേണ്ട പുസ്തകങ്ങളുടെ ലിസ്റ്റു താ മക്കളേ. നമുക്ക് വാങ്ങാം.''

''അതു വേണ്ടപ്പാ! അമ്പലത്തി പോകുന്ന വഴിക്ക് ഞാൻ നല്ലൊരു വായനശാല കണ്ടിരുന്നു. അവിടെ മെമ്പർഷിപ്പെടുക്കാം.'' ഭദ്രത്തമ്പുരാട്ടി പറഞ്ഞു.

''വെരിഗുഡ്.'' വലിയ സ്വാമിക്കാഹ്ലാദമായി. അദ്ദേഹത്തിന്റെ പിതാമഹനാണ് ആ ഗ്രന്ഥശാലയുടെ സ്ഥാപകൻ. ആ വായനശാല ഈ നാടിന്റെ ഏറ്റവും വലിയ സാംസ്കാരികസ്ഥാപനമാണ്. പഴയ കാലത്തിന്റെ രീതിയിൽതന്നെ ഇപ്പോഴും വായനശാലയിൽ നാട്ടുകാർ ഒത്തുകൂടുന്നുണ്ടെന്ന് വലിയസ്വാമിക്കറിയാമായിരുന്നു. ഇപ്പോഴും അനേക

മാൾക്കാർ അവിടെനിന്നും പുസ്തകമെടുക്കുന്ന വിവരവും വലിയ സ്വാമി മനസ്സിലാക്കിയിരുന്നു.

''ഉടൻതന്നെ, ഇന്നു വൈകുന്നേരം നാലുമണിക്കുതന്നെ വായനശാലയിൽ അംഗത്വമെടുക്കാം. പാട്ടിയുമായി കാറിൽ പൊയ്ക്കോ മകളേ.''

''വേണ്ടപ്പാ.'' ഭദ്രത്തമ്പുരാട്ടി ചിരിച്ചു. ''അവ്വിടംവരെ നടക്കാം...''

''ശരി.'' വാത്സല്യത്തോടെ വലിയസ്വാമി തലകുലുക്കി.

ജഗദീശവർമ്മ 'നാടുചുറ്റാൻ' കൊളംബസ്സായി പോയിട്ട് ഒരാഴ്ച കഴിഞ്ഞിരിക്കുന്നു. കൊളംബസ് നടുകടലിൽ! വർമ്മയോ? ഏതു കരയിൽ?

''അഞ്ചുമാസമെങ്കിലും കഴിയും കുട്ടി ജഗൻ തിരിച്ചുവരാൻ. ചിലപ്പോൾ പെട്ടെന്നു വരികേയും ചെയ്യും.'' വിഷമത്തോടെ പാട്ടി പറഞ്ഞു.

''വന്നുകഴിഞ്ഞാൽ കുറച്ചു ദിവസത്തേയ്ക്ക്...''

രണ്ടു മൂന്ന് നിമിഷങ്ങൾ മൗനമായി ഭദ്രത്തമ്പുരാട്ടിയുടെ മുഖത്തേയ്ക്ക് സൂക്ഷിച്ചു നോക്കി നിന്നിട്ടവർ വർദ്ധിച്ച മനോവേദനയോടെ പറഞ്ഞു. ''വന്നു കഴിയുമ്പോൾ ചിലപ്പോൾ കുറച്ചു ദിവസത്തേയ്ക്ക് ജഗൻ ഭ്രാന്തനെപ്പോലെ പെരുമാറും.''

അതു കേട്ടവൾ മനസ്സിൽ ഒരു കോടിയ ചിരി ചിരിച്ചു. പിന്നെ ആ ചിരിയോടെതന്നെ മനസ്സിൽ പറഞ്ഞു. ഭ്രാന്തനെപ്പോലെയല്ലാ ഭ്രാന്തൻതന്നെ! മന്ദബുദ്ധിതന്നെ! പൗരുഷവും ഇല്ലാത്തയാൾതന്നെ, ഒന്നിനും ഒന്നിനും കൊള്ളാത്ത... ആനവർഗത്തിൽ പെട്ട മോഴ. ഭദ്രത്തമ്പുരാട്ടിക്ക് ചിരിയാണ് വന്നത്. തന്നെപ്പോലെയുള്ള ഒരു യുവതിക്ക് ഇങ്ങനെ ഒരബദ്ധം വന്നു ചേർന്നല്ലോ ഗുരുവായൂരപ്പാ എന്നാണവൾ സ്വയം പറഞ്ഞത്. അപ്പോൾ ഗുരുവായൂരപ്പൻ എന്തോ അവളോട് പറഞ്ഞു. ആ പറച്ചിൽകേട്ട് അവൾക്കാശ്വാസവുമായി. അവൾ ഭഗവാനെ മനസ്സുകൊണ്ട് സാഷ്ടാംഗം നമസ്കരിച്ചു. എന്താണ് ഗുരുവായൂരപ്പൻ അവളോട് പറഞ്ഞത്? പ്രകൃതിയും ഭദ്രയും മാത്രം അത് കേട്ടു. അവർക്കിരുവർക്കും അത് മനസ്സിലാവുകയും ചെയ്തു.

അന്ന് നാല് മണിക്ക് മുമ്പായി ഭദ്രത്തമ്പുരാട്ടി വായനശാലയിലേക്കു പുറപ്പെട്ടു. ലളിതമായ വസ്ത്രങ്ങളാണ് അവൾ ധരിച്ചിരുന്നത്. നിറം കുറഞ്ഞ സാരിയും ബ്ലൗസും, കഴുത്തിൽ ഒരു മാല. കയ്യിൽ ഒരു വള, എന്നിട്ടും അവളെ കണ്ടാൽ മഹാല്കഷ്മിയെപ്പോലെ തോന്നിച്ചു. മഹാദേവിയെപ്പോലെ അവൾ കാണപ്പെട്ടു.

പോകുംമുമ്പ് വലിയസ്വാമി ചോദിച്ചു ''മകളേ, വായനശാലയിൽ കൊടുക്കാൻ രജിസ്ട്രേഷൻ ഫീസ് വേണ്ടേ?''

''വേണ്ടപ്പാ. എന്റെ കൈയിലുണ്ട്.'' ഭദ്ര പുഞ്ചിരിച്ചു.

വിവാഹം കഴിഞ്ഞുപോന്നപ്പോൾ വസ്ത്രങ്ങളുടെ കൂട്ടത്തിൽ പതിനയ്യായിരം രൂപയുണ്ടായിരുന്നു.

മലയാളം എം.എ. കഴിഞ്ഞപ്പോൾ പൈകടാസ് പാരലിൽ കോളാജിൽ ക്ലാസ്സെടുക്കാൻ പോയി കിട്ടുന്ന ശമ്പളം അതുപടി സൂക്ഷിച്ചു വെച്ചു ഭദ്ര. പിന്നെ അതിൽനിന്നും അമ്മയ്ക്കു വേണ്ടതു കൊടുത്തു. അതിനു ശേഷം ഉണ്ടായിരുന്ന രൂപ ആയിരുന്നു അത്.

പഠിപ്പിച്ചുകിട്ടുന്ന ശമ്പളത്തിൽനിന്നും ഒരു രൂപപോലും വീട്ടിൽ ചെലവാക്കുവാൻ കൊച്ചച്ഛൻ സമ്മതിച്ചിരുന്നില്ല. അതയാൾക്ക് അപ മാനമാണത്രെ. അമ്മയുടെ രണ്ടാം ഭർത്താവാണ് കൊച്ചച്ഛൻ. റിട്ടയേർഡ് പട്ടാളക്കാരൻ. അമ്മയുടെ മുറച്ചെറുക്കനുമാണ്. അച്ഛൻ മരിച്ച് ഒരു വർഷം കഴിഞ്ഞപ്പോൾ അമ്മയെ അയാൾ വിവാഹംകഴിച്ചു. ഒരു തരം അറബിക്കല്യാണംപോലെ, നിർബന്ധിത വിവാഹമായിരുന്നു അത്.

അമ്മയെ വിവാഹം കഴിക്കുവാൻ കൊച്ചിലേതൊട്ട് അയാൾ ആഗ്രഹി ക്കുകയും അമ്മയെ ശല്യപ്പെടുത്തുകയും ചെയ്യുമായിരുന്നു എന്ന് അമ്മതന്നെ ഭദ്രയോട് പറഞ്ഞിട്ടുണ്ട്. പക്ഷേ, അമ്മയ്ക്ക് രാമഭദ്രവർമ്മയോട് സ്നേഹമായിരുന്നു. അതിസുന്ദരിയായ അമ്മ രാമഭദ്രവർമ്മയെതന്നെ വിവാഹം ചെയ്തു.

''ജീവിതത്തിൽ ഞാനും നിന്റെ അച്ഛനും നീയും കൂടി ജീവി ക്കുന്നതിന്റെ സൗന്ദര്യം കണ്ട് ദൈവത്തിനുപോലും അസൂയ ഉണ്ടായി ക്കാണും മക്കളേ...'' മിക്കവാറും സന്ധ്യാപ്രാർത്ഥനപോലെ ഈ വാചകം ആവർത്തിച്ച് പറയുമായിരുന്നു അമ്മ.

''അതുകൊണ്ടാണ് ഭദ്രേ നിന്റെ അച്ഛനെ ദൈവം അങ്ങേരുടെ അരികി ലേയ്ക്കു പെട്ടെന്നു കൊണ്ടുപോയത്. ഒരു ദിവസം അത്താഴം കഴി ഞ്ഞ് നേരത്തേ കിടന്നുറങ്ങിയതാ.. പിറ്റേന്നു രാവിലെ ഉണർന്നില്ല.'' ഇതു പറയുമ്പോൾ എപ്പോഴും അമ്മ കണ്ണരില്ലാതെ കരഞ്ഞു. കരയാൻ കണ്ണീര് എന്തിന്? അച്ഛൻ മരിക്കുമ്പോൾ ഭദ്ര ഹൈസ്കൂളിലേയ്ക്ക് പ്ര വേശിച്ച സമയമാണ്.

അമ്മ അപ്പോഴും ചെറുപ്പമായിരുന്നു. ഇന്നത്തെ ഭദ്രയെപ്പോലെ അന്ന് അമ്മയും സുന്ദരിയായിരുന്നു. അച്ഛൻ മരിച്ച് ഒരു വർഷത്തിന കം അമ്മയെ മുറച്ചെറുക്കൻ വിവാഹം ചെയ്തു. അയാൾ അവിവാഹിത നായി ജീവിക്കാൻ നിശ്ചയിച്ചിരുന്നതാണത്രെ. അപ്പോഴാണ് അച്ഛൻ.....

അമ്മയ്ക്ക് വീണ്ടും മക്കളുണ്ടായി. രണ്ടും പെൺമക്കൾ.

''പെണ്ണിനെമാത്രം പ്രസവിക്കുന്ന പിടക്കോഴിയാണോടീ നീയ്.'' എന്ന വാചകത്തോടെ അമ്മയുമായി അയാൾ എന്നും എപ്പോഴും വഴക്കാരംഭിച്ചു. വഴക്ക് പതുക്കെ നിത്യസംഭവമായി. അവസാനം അമ്മയെ തല്ലുവാൻ തുടങ്ങിയപ്പോഴാണ് ആദ്യമായി അയാളുടെ മുഖത്തുനോക്കി വിരൽ ചുണ്ടി അലറിയത്.

''എന്റെ അമ്മയെ തൊട്ടുപോകരുത്.''

അതുകേട്ട് അയാൾ ആദ്യം പകച്ചുപോയി. പിന്നെ ധൈര്യം വീണ്ടെടുത്ത് അയാളും തിരിച്ചലറി. ‘‘എന്റെ ഭാര്യയെ അടിച്ചാൽ നീ എന്നെ എന്തുചെയ്യും? എന്റെ അവകാശമാടീ എന്റെ ഭാര്യ.’’

‘‘നിങ്ങളുടെ ഭാര്യ എന്റെ അമ്മയാ. എന്റെ അമ്മയായതിനുശേഷമാ നിങ്ങളുടെ ഭാര്യ ആയത്.’’ മുഖത്തു തറച്ചുനോക്കിനില്ക്കുന്ന അയാളുടെ കണ്ണുകളിൽനിന്നും ദൃഷ്ടികൾ പിൻവലിക്കാതെ ദൃഢസ്വരത്തിൽ പറഞ്ഞു, ഭദ്ര. ‘‘ഇനി എന്റെ അമ്മയെ തൊട്ടാൽ ഞാൻ ആ കൈവെട്ടിക്കളയും... അല്ലെങ്കിൽ സ്ത്രീപീഡനത്തിന് കേസ്സു കൊടുത്ത് അകത്താക്കും ഞാൻ നിങ്ങളെ...’’

‘‘ഹാ...’’ എന്നൊരു ശബ്ദം വെച്ചിട്ടയാൾ നിശ്ശബ്ദനായി. പിന്നെ അരികിലിരുന്ന ഓട്ടുകിണ്ടിയെടുത്ത് മുറ്റത്തേയ്ക്ക് വലിച്ചെറിഞ്ഞ ശേഷം പുറത്തേയ്ക്ക് പാഞ്ഞുപോയി. അതോടെ അയാൾ അമ്മയെ വഴക്കുപറയുകയോ അമ്മയോട് സംസാരിക്കുകയോ ചെയ്യാതായി. അതിൽ പിന്നെ അയാളും രണ്ടുപെൺമക്കളും അവളോടും മിണ്ടാതെയായി. ഭദ്രയുടെ പെൺകരുത്തിനു മുമ്പിൽ എല്ലാവരും നിശ്ശബ്ദരുമായി. ആരാരും മിണ്ടാതെ ഭദ്രയെമാത്രം ആശ്രയിച്ച് ജീവിച്ച അമ്മ ഒരു രാത്രിയുറങ്ങാൻ കിടന്നിട് പിറ്റേന്നുണർന്നില്ല. അമ്മയും പോയി. ഭദ്ര അനാഥയായി. അച്ഛനേപ്പോലെതന്നെ അമ്മയും ഉറക്കത്തിൽ യാത്രയായി.

വായനശാലയിലേയ്ക്ക് നടക്കുംവഴി വഴിയരികിൽ തന്നെ നോക്കി ചിരിച്ചുംകൊണ്ട് അടിമുടി ചെമന്ന പൂക്കളോടെ തലയാട്ടി നില്ക്കുന്ന ചെമ്പരത്തിമരത്തിനോട് മൗനമായി പറഞ്ഞു ഭദ്ര, തന്റേടിയായിരുന്ന ആ പഴയ സ്ത്രീയാണ് ഇപ്പോൾ ഒരു ഭ്രാന്തന്റെ, പൗരുഷമില്ലാത്ത ഒരാളിന്റെ ഭാര്യയായി മരിച്ചു ജീവിക്കുന്നത്. അവൾക്കിപ്പോൾ വേദനയല്ലാ സ്വയം പരിഹാസമാണ് തോന്നിയത്. സ്വയം പുച്ഛമാണ് ഉണ്ടായത്.

ഭദ്രത്തമ്പുരാട്ടിയെ കണ്ട് പലരും ബഹുമാനത്തോടെയും സ്നേഹത്തോടെയും ചിരിക്കുകയും ഉപചാരങ്ങൾ ചോദിക്കുകയും ചെയ്തു. എല്ലാവരോടും ആദരവോടെ മറുപടി പറഞ്ഞുകൊണ്ട് വഴിയിലൂടെ സ്വതന്ത്രയായി നടന്നപ്പോൾ അവളുടെ മനസ്സിൽ ഉന്മേഷത്തിൽ ഒരരുവി പെട്ടെന്ന് ഉദയം ചെയ്തു. ഉത്സാഹത്തിന്റ നിലാവ് പടർന്നു!

ആകാശത്തിലൂടെ പറക്കുന്ന പഞ്ചവർണ്ണക്കിളിയാണ് താനെന്നവൾക്കു തോന്നി. സ്നേഹത്തിന്റെ രാജകുമാരി ആണ് താനെന്നും അവൾക്കു തോന്നി. സ്നേഹത്തിന്റെ സാമ്രാജ്യം കാണുവാൻ സവാരിക്കിറങ്ങിയ ഞാൻ രാജകുമാരിതന്നെയാണ്. അവൾ മന്ദഹസിച്ചു.

അപ്പോൾ അവൾ പതുക്കെയൊരു കവിത മൂളി.

‘മുള്ളുള്ള കല്ലുള്ള കോപം കാട്ടുന്ന
ഈ ലോക വാഴ്വിന് കാരണം വേണമോ

എങ്കിൽ നീ നോക്കുകീ ചന്ദ്രികച്ചീന്തിനെ
എല്ലാരുമെല്ലാരുമെന്നെ മറന്നപ്പോൾ
ചന്ദ്രിക വന്നെന്നെ ചുംബിച്ചുപോയില്ലേ.
ആരോരും കൂട്ടുകാരില്ലാതിരുന്നപ്പോൾ
ആകാശവീഥിയിൽ കാത്തു നിന്നില്ലയോ
പിന്നെയും കാരണമൊന്നുണ്ട് ജീവിക്കാൻ
കാട്ടിൽ ഞാൻ ഒറ്റയ്ക്ക് ഉലാത്തുന്ന നേരത്ത്
നീലക്കുറിഞ്ഞികൾ പുഞ്ചിരിച്ചു.
ആകാശപ്പുഞ്ചിരി ചന്ദ്രികയാണെങ്കിൽ
നീലക്കുറിഞ്ഞികൾ കണ്ണിന്റെ ആഹ്ലാദം. ''

എവിടെ എന്റെ നീലക്കുറിഞ്ഞി എന്ന് മനസ്സിൽ ചോദിച്ചുകൊണ്ട് റോഡിറമ്പിലേയ്ക്കു നോക്കിയപ്പോൾ അവൾ ഫ്ളക്സ് ബോർഡ് ഒരെണ്ണം ഉയർന്നു നില്ക്കുന്നത് കണ്ടു. ബോർഡിൽ അപ്പു ചിരിച്ചു കൊണ്ടു നില്ക്കുന്നു. ഫോട്ടോയ്ക്കു മുകളിൽ ബോർഡിൽ എഴു തിയിരിക്കുന്നതുമവൾ വായിച്ചു.

'എസ്.വി.ജി.വി.പി. ഹൈസ്കൂളിന്റെ അഭിമാനമായ അപ്പു ഉണ്ണിക്കൃ ഷ്ണന് അഭിനന്ദനങ്ങൾ. അപ്പുവിന് എസ്.എസ്.എൽ.സി,യ്ക്ക് എല്ലാ വിഷയത്തിനും എ പ്ലസ്സ്!''

അവൾ ആ ബോർഡും നോക്കി ഒരു നിമിഷം നിന്നു. പിന്നെ പെ ട്ടെന്ന് ഭദ്ര ഒരു സലാം നല്കി അപ്പുവിന്. റോഡിൽ ആൾക്കാരുണ്ടാ യിരുന്നെങ്കിലും ആ സലാം ആരും ശ്രദ്ധിച്ചില്ല.

അവൾ തികച്ചും ഉന്മേഷത്തോടെ, ഉന്മേഷം മനസ്സിനു നല്കിയ ചെറിയ ചൂടോടെ വായനശാലയിലേയ്ക്ക് നടന്നു. പലരും എന്നല്ലാ കണ്ടവരെല്ലാം ഒന്നോരണ്ടോ വാക്കുകൾ ബഹുമാനത്തോടെ സംസാരിച്ചു ഭദ്രയോട്. സ്നേഹവും ബഹുമാനവും അവളിലേയ്ക്ക് പകർന്നുകൊ ടുക്കുകയാണ്, നാട്ടുകാർ.

ഇന്നാളൊരു ദിവസം അപ്പുവുമായി ശണ്ഠ കൂടുന്ന ജഗദീശവർമ്മയെ വിളിച്ചുകൊണ്ടുവരാൻ കാറിൽ വന്നപ്പോൾ ഈ ബോർഡ് പലസ്ഥലത്തും കണ്ടതാണ് ഭദ്ര. കാറിൽ പോയതുകൊണ്ട് അന്ന് ശരിക്കും ശ്രദ്ധിക്കാൻ കഴിഞ്ഞിരുന്നില്ല. ഇന്നും ആ ബോർഡുകൾ മാറ്റാത്തതു കൊണ്ട് ഭദ്ര യ്ക്ക് ഇപ്പോൾ ശരിയ്ക്കും കാണാനും വായിക്കാനും സാധിക്കുന്നു.

പെട്ടെന്നാണ് ബോർഡിൽനിന്നും ഇറങ്ങി അപ്പു ഭ്രദയുടെ കുടെ നടക്കാൻ തുടങ്ങിയത്.

''അപ്പു.'' അവൾ വിളിച്ചു. ആ വിളിയിൽ ആർദ്രത നിറഞ്ഞു നിന്നി രുന്നു സ്നേഹം തുളുമ്പിയിരുന്നു.

''ഓ!'' സ്നേഹത്തികവോടെതന്നെ അവൻ വിളികേട്ടു.

അവർ തോളോട് തോളുരുമ്മി നടക്കുകയാണ്. അവന്റെ ചെവിയുടെ ഉയരമേ നല്ല ഉയരമുള്ള ഭദ്രയ്ക്കൊള്ളു.

''അപ്പു ഞാൻ നിന്നെ സ്നേഹിക്കുന്നു.''ഭദ്ര മന്ത്രിച്ചു.

''ഞാനും.'' അവനും പറഞ്ഞു.

''നമ്മുടെ ചില മുൻകാല നോവലുകളിൽ പറയുമ്പോലെ നമ്മുടെ ഈ സ്നേഹം മുജ്ജന്മസുകൃതമായിരിക്കും. അല്ലേ? അല്ലെങ്കിൽ ആ പൈങ്കിളി പാടിത്തരുന്ന സ്നേഹവുമാകാം അല്ലേ?''

''ആകും ഭദ്രത്തമ്പുരാട്ടി.'' അപ്പു മന്ദഹസിച്ചു. അവന്റെ ആ ചിരി ഭദ്രത്തമ്പുരാട്ടിയുടെ മനസ്സിലേയ്ക്ക് ഓടിയിറങ്ങി.

''തമ്പുരാട്ടിയല്ല, ഭദ്ര... വിളിക്കു അപ്പു ഭദ്രേന്ന്.''

''ഭദ്രേ...''

''ഓ... ഇനി എന്നെ അങ്ങനയേ വിളിക്കാവൂ...''

''പക്ഷേ, ഞാൻ ഭദ്രയെക്കാൾ ഇളയതല്ലേ?''

''അത് സർട്ടിഫിക്കറ്റിലല്ലേ അപ്പു? അല്ലാതെ ശാരീരികമായും മാനസികമായും അപ്പു എന്നേക്കാൾ മൂത്തതാണ്. അപ്പു തികഞ്ഞ യുവാവാണ്.'' ഭദ്ര അഭിമാനത്തോടെ പറഞ്ഞു. ആദരവോടെ പറഞ്ഞു.

അപ്പോഴേയ്ക്കും അവൾ വായനശാലയുടെ മുമ്പിലെത്തി. അപ്പു അപ്രത്യക്ഷനുമായി. വായനശാലയിലേയ്ക്ക് കയറിയപ്പോൾ അപ്പുവിനെ ഇന്ന് കാണുവാൻ പറ്റണമേയെന്ന് അറിയാതെ മനസ്സിൽ പ്രാർത്ഥിച്ചുപോയി, ഭദ്ര!

അവൾ അപേക്ഷാഫാറം വാങ്ങി പൂരിപ്പിച്ചുകൊടുത്തു.

''ഏത് ക്ലാസ്സിൽ ചേരാനാണ്?''

''എ ക്ലാസ്സ്.'' അപേക്ഷ പൂരിപ്പിച്ചുകൊണ്ടവൾ പറഞ്ഞു.

അവളുടെ പെട്ടിയിലുണ്ടായിരുന്ന പതിനയ്യായിരം രൂപയും നൂറിന്റെ നോട്ടുകളായിരുന്നു.

ഭർത്താവുമൊത്ത് മധുവിധുവിനു പോകുമ്പോൾ ചെലവാക്കാനായിരുന്നു ആ രൂപ ഭദ്രമായി പെട്ടിയിൽ കൊണ്ടുവന്നിരുന്നത് ഭദ്ര! ഊട്ടിയിലോ മൂന്നാറിലോ കന്യാകുമാരിയിലോ പോകുമ്പോൾ ഏതെങ്കിലുമൊക്കെ ബില്ലിന് അതിൽനിന്നും പണമെടുത്തു കൊടുത്ത് ഭർത്താവിനെ അമ്പരിപ്പിക്കണമെന്നായിരുന്നു അവൾ ആഗ്രഹിച്ചിരുന്നത്. ആ ആഗ്രഹത്തേപ്പറ്റി ഓർക്കുമ്പോൾ അവൾ ഇപ്പോൾ തനിയേ ചിരിക്കാറുണ്ട്. ടൂറിനുപോയിട്ട് ഭദ്രയുമൊത്ത് ജഗദീശവർമ്മ ഒരു സിനിമയ്ക്കുപോലും പോയിട്ടില്ല. അടുത്തുള്ള പട്ടണത്തിൽ പോലും പോയില്ല.

പോയത് മൂന്നോ നാലോ തവണ അമ്പലത്തിലേയ്ക്കാണ്. അങ്ങനെ ആ പോക്ക് പോയതുകൊണ്ടാണല്ലോ അപ്പുവിനെ കാണുവാൻ പറ്റിയത്. ഒരു സ്നേഹത്തെ കണ്ടുമുട്ടുവാൻ പറ്റിയത്. ഒരാണിനെ ദർശിക്കുവാൻ

സാധിച്ചത്.

‘‘പുസ്ത്കമെടുത്തുകൊള്ളൂ’’ അപേക്ഷാഫോറവും രൂപയും മേടിച്ച ശേഷം ലൈബ്രേറിയൻ ജോൺ ഏബ്രഹാം പറഞ്ഞു.

‘‘അങ്ങയുടെ പേരെന്താണ്?’’

‘‘ജോൺ ഏബ്രഹാം.’’

‘‘സർ സർവീസിലായിരുന്നോ? ’’ അവൾ തെല്ലു മടിയോടെ തിരക്കി. ‘‘ഞാനുദ്ദേശിച്ചത് മിലിട്ടറിയിൽ....’’

‘‘അല്ലല്ല...’’ ഇടയ്ക്കു കയറി ജോൺ ഏബ്രഹാം പറഞ്ഞു.

‘‘പൊലീസിലായിരുന്നു. ഞാൻ റിട്ടയേർഡ് എസ്.ഐ.യാണ്.’’

‘‘ഓ...’’ അവൾ തലകുലുക്കി. ലൈബ്രേറിയൻ റിട്ടയേർഡ് എസ്. ഐ.! അവൾ ചെറിയ മന്ദഹാസത്തോടെ പുസ്തകങ്ങൾ എടുക്കാനായി ഹാളിനുള്ളിലേയ്ക്ക് നടന്നു. അവിടെ ആരുമുണ്ടായിരുന്നില്ല. പുസ്തകമെടുക്കാൻ ആൾക്കാർ വന്നുചേരുന്ന സമയം ആകുന്നതേ ഉണ്ടായിരുന്നൊള്ളൂ.

വലിയ ഹാളിൽ അനേകം റാക്കുകളിൽ പുസ്തകങ്ങൾ നിരനിരയായി ഭംഗിയോടെ അടുക്കിയടുക്കി വെച്ചിരിക്കുന്നു. പൂന്തോട്ടത്തിലെ പുഷ്പങ്ങൾക്കിടയിൽ പൂമ്പാറ്റ നൃത്തം ചെയ്യും പോലെയും മാവ് തളിരിടുന്ന മാധവമാസത്തിൽ പൂങ്കുയിലുകൾ പറക്കുംപോലെയും പുസ്തകങ്ങൾക്കിടയിലൂടെ ആഹ്ലാദത്തോടെ കറങ്ങിനടന്നു ഭദ്ര. പിന്നെ ഒന്നാംറാക്കിൽ നിന്നും അവൾ പുസ്തകമെടുക്കാനാരംഭിച്ചു. ആദ്യമെടുത്ത പുസ്തകത്തിന്റെ രചയിതാവാരെന്ന് ഭദ്ര നോക്കി. അനിൽ കിളിരൂർ. പുസ്തകത്തിന്റെ പേരും അവൾ വായിച്ചു. ‘‘അറിഞ്ഞിട്ടും അറിയാതെ.’’

ആ പുസ്തകത്തിന്റെ പേര് തന്റെ ജീവിതത്തോട് ചേർത്തുവെയ്ക്കുവാൻ പറ്റുന്ന ഒന്നാണെന്ന് അവൾക്ക് പെട്ടെന്നു തോന്നി. സ്വന്തം ജീവിതത്തേപ്പറ്റിയും ലോകത്തേപ്പറ്റിയും പലതും അറിഞ്ഞിട്ടും പഠിച്ചിട്ടും യാതൊന്നും അറിയാത്ത ഒരു സ്ത്രീയുടെ ജീവിതംപോലെ മുന്നോട്ട് തപ്പിത്തടഞ്ഞൊഴുകുന്ന ഒരു ഉഷ്ണനദിയാണ് താനെന്ന് ആ പുസ്തകവും കയ്യിലെടുത്തു നിന്നപ്പോൾ ഭദ്രയ്ക്കു തോന്നി. ഇനിയും അങ്ങനെ ആവരുതെന്നും അവൾ പെട്ടെന്നു നിശ്ചയിച്ചു. അറിഞ്ഞിട്ടും അറിയാതെ പോകുന്ന ഒരു പാഴ്ജന്മമായി താൻ മാറില്ല എന്നവൾ പെട്ടെന്ന് തീരുമാനിച്ചു.

ആ പുസ്തകത്തിനു പുറമേ ബാക്കി പുസ്തകങ്ങളുംകൂടി അവൾ തിരഞ്ഞെടുത്തു.

നേരത്തേ വായിച്ച മഹത്തായ പുസ്തകങ്ങൾ ഒരിക്കൽക്കൂടി വായിക്കാനായി, രചനയുടെ രസതന്ത്രത്തിന്റെ പുതുമ

കൊണ്ട് വായനക്കാരെ അമ്പരപ്പിക്കുകയും ആഹ്ലാദിപ്പിക്കുകയും ചെയ്ത എം. രാജീവ്കുമാറിന്റെ ഹൈറേഞ്ചുകഥകൾ, മഹാനായ താരാ ശങ്കർ ബാനർജിയുടെ ആരോഗ്യനികേതനം, പുനത്തിൽ കുഞ്ഞബ്ദുള്ളയുടെ സ്മാരകശിലകൾ, ആനന്ദിന്റെ ആൾക്കൂട്ടം ഇത്രയും എടുത്തുകൊണ്ട് അവൾ ലൈബ്രേറിയന്റ മേശയ്ക്കരികിലേയ്ക്കു ചെന്നു.

രജിസ്റ്റർ ഒപ്പിട്ട് പുസ്തകങ്ങളുമായി പുറത്തിറങ്ങിയ ഭദ്ര അപ്പുവിനെ കണ്ടിരുന്നെങ്കിലെന്ന് അറിയാതെ ആഗ്രഹിച്ചുപോയി. പക്ഷേ...

അപ്പോഴേയ്ക്കും പുസ്തകമെടുക്കാൻ ആൾക്കാർ വന്നുതുടങ്ങി. വന്നവർക്കെല്ലാം ഭദ്രത്തമ്പുരാട്ടിയെ അറിയാമായിരുന്നു. അതവൾക്കൊരത്ഭുതമായിരുന്നു. ഒപ്പം സ്വയം സഹതാപവും പുച്ഛവും വീണ്ടും അനുഭവപ്പെടുകയും ചെയ്തു.

എല്ലാവരും തന്നെ അറിയുന്നത് ശങ്കരമഠത്തിലെ ജഗദീശവർമ്മയുടെ ഭാര്യയായിട്ടായിരിക്കുമല്ലോ. ജഗദീശവർമ്മ മന്ദബുദ്ധിയും ഭ്രാന്തനുമാണെന്ന് എല്ലാവർക്കും അറിയാമായിരിക്കും എന്നത് തീർച്ച, അപ്പോൾ ഇവർക്കെല്ലാം തന്നോട് സഹതാപമായിരിക്കും എന്നുള്ളതും തീർച്ച! പെട്ടെന്ന് ഒരു നടുക്കത്തോടെ മറ്റൊന്നും കൂടി ആലോചിച്ചു ഭദ്ര, ജഗദീശവർമ്മയ്ക്ക് പൗരുഷമില്ലായെന്നും ഇവർക്കറിയാമായിരിക്കുമോ? എന്റെ ദേവി, അതാർക്കും അറിവുണ്ടാകരുതേ....

ഭദ്രത്തമ്പുരാട്ടി വായനശാലയ്ക്ക് വെളിയിലെത്തി ചുറ്റും നോക്കി, ഇവിടെയെങ്ങാനും ഉണ്ടാവുമോ ആ ചെറുപ്പക്കാരൻ? തിളയ്ക്കുന്ന ആരോഗ്യമുള്ള അപ്പു!

പെട്ടെന്നാണ് എതിർവശത്തുള്ള ചായക്കടയിലെ ക്യാഷ്മേശയ്ക്കരികിലിരിക്കുന്ന സീത എഴുന്നേറ്റ് ഭദ്രയുടെ അരികിലേയ്ക്ക് ഓടിയെത്തിയത്. കട തുറന്നിരിക്കുമ്പോൾ ആദ്യമായാണ് സീത പണപ്പെട്ടിയുടെ അരികിൽ നിന്നെഴുന്നേറ്റ് വെളിയിലേക്കിറങ്ങുന്നത്. എവിടെയോ കാക്ക മലർന്നുപറന്നു! തന്റെ അരികിലേയ്ക്ക്, റോഡിന്റെ അപ്പുറത്തേയ്ക്കും ഇപ്പുറത്തേയ്ക്കും നോക്കിയിട്ട് ഓടിയടുക്കുന്ന യുവതിയെ അത്ഭുതത്തോടെയും അമ്പരപ്പോടെയും നോക്കി നിന്നു ഭദ്ര.ടൈറ്റ് ബനിയനും ജീൻസുമിട്ട സീത ഓടിവരുമ്പോൾ മാറിടം തുള്ളിത്തുളുമ്പുന്നതു കണ്ട് ഭദ്ര പതുക്കെ മന്ദഹസിച്ചു. തുള്ളി ത്തുളുമ്പുന്ന യൗവനാംഗങ്ങൾ...

സീത ഓടിവന്ന് ഭദ്രയുടെ കയ്യിൽ പിടിച്ചുകൊണ്ട് കൊഞ്ചുന്ന മലയാളത്തിൽ പറഞ്ഞു. ''ഭദ്രാ ദീദി! ഞാൻ സീഥാ. എന്റെ പേര് മംമ്താ എന്നാണ്. എന്റെ ഭർത്താവിന്റെ പേര് രാമനെന്നായതുകൊണ്ട് എന്നെ എല്ലാവരും സീഥാ എന്നാ വിളിക്കുന്നത്. ദീദിയും എന്നെ സീഥാ എന്നു വിളിച്ചാ മതി.''

ഭദ്ര വിടർന്നുചിരിച്ചുകൊണ്ട് നിറഞ്ഞ സ്നേഹത്തോടെ ചോദിച്ചു.

''സീഥാ എന്നെ എങ്ങനെ അറിയും?

''ഭർത്താവുമൊത്ത് അമ്പലത്തിൽ പോണത് ഞാൻ കണ്ടായ്രുന്നു. അപ്പോ എല്ലാരും ചേച്ചിയെപ്പറ്റി പറഞ്ഞായിരുന്നു.''

''എന്നെപ്പറ്റി അവരൊക്കെ എന്തുപറഞ്ഞു സീഥാ?'' ഭദ്രയുടെ ചിരി മങ്ങി.

''ചേച്ചി ലക്ഷ്മീദേവിയെപ്പോലെ സുന്ദരിയാണെന്ന്. ഒത്തിരി പഠിച്ച വളാണെന്ന്....'' സീത ഭദ്രയുടെ കൈയിൽ പിടിച്ചുകൊണ്ടു പറഞ്ഞു. ''എന്റെ ചായക്കടയാ....എന്റെ ഭദ്രാദീദി കടയിലോട്ടൊന്നു വാ... ആയിയെ...''

''പിന്നെ വരാം സീഥാ!''

''പ്ലീസ് ചേച്ചി! ദീദിയോട് ഒന്നു മിണ്ടാൻ കൊതിച്ചിരിക്കാ ഞാൻ.......പ്ലീസ് ചേച്ചി... പ്ലീസ് ദീദി!'' സീത കെഞ്ചി. അവൾ കൊഞ്ചി.

നാട്ടിലെ ചായക്കടയിൽ കയറാമോ എനിക്ക്? സ്വയം ചോദിച്ചു ഭദ്ര. പെട്ടെന്ന് പഠിച്ചുകൊണ്ടിരുന്നപ്പോൾ കോളജ് കാന്റീനിലും പുറത്തുള്ള ഹോട്ടലിലും കയറി ഭക്ഷണം കഴിച്ച കാലം ഓർക്കുകയും, ചെയ്തു. പിന്നെ ഇവിടെ ഈ കടയിൽ കയറിയാലെന്താണ് കുഴപ്പം?

ഭദ്ര പെട്ടെന്ന് പറഞ്ഞു. ''ഞാൻ വരാം. സീഥ നടക്ക്...''

ഒരു വിജയിയേപ്പോലെ ഭദ്രയുടെ കൈയുംപിടിച്ച് സീത കടയ്ക്കുള്ളി ലേയ്ക്ക് നടന്നു. കടയിൽ തിരക്കാരംഭിച്ചിരുന്നില്ല. അഞ്ചു മണി കഴി യുമ്പോഴാണ് തിരക്കാരംഭിക്കുന്നത്. ബംഗാളികളും ബീഹാറികളുമായ പണിക്കാരൊക്കെ വരണം. അപ്പോൾ പൊറോട്ടയുടെ മഹോത്സവം അവിടെ നടക്കും. തന്റെ ക്യാഷ് മേശയ്ക്കരികിൽ ഭദ്രയെ പിടിച്ചിരുത്തി സീത. അപ്പോഴേയ്ക്കും കഴിയ്ക്കാവുന്ന ചുടോടെ ഏത്തയ്ക്കാപ്പവും പ രിപ്പുവടുയം ഒരിലച്ചീന്തിൽ കൊണ്ടുവെച്ചു സീതയുടെ ഭർത്താവ് രാമൻ.

''ഭദ്രത്തമ്പുരാട്ടിയ്ക്ക് ചായയോ കാപ്പിയോ ഇഷ്ടം?'' രാമൻ തിരക്കി.

''കാപ്പി.'' ഒരാപചാരികതയുമില്ലാതെ ഭദ്ര പറഞ്ഞു.

തന്റെ നാടിനെപ്പറ്റിയും രാമനെ കണ്ടുമുട്ടിയതിനെപ്പറ്റിയും ഒക്കെ ഭദ്രയെ സീത പറഞ്ഞു കേൾപ്പിച്ചു. എല്ലാം കേട്ടുകൊണ്ട് ഭദ്ര പലഹാരവും കാപ്പിയും കഴിച്ചു. വീടിനുവെളിയിൽ തനിക്കു കിട്ടുന്ന സ്നേഹം കണ്ട് ഭദ്രയുടെ മനസ്സ് നിറഞ്ഞുതുളുമ്പി.

''സീതയ്ക്ക് മക്കളായില്ലേ?'' പതുക്കെ ഭദ്ര ചോദിച്ചു.

പെട്ടെന്നവളുടെ മുഖം ചുവന്നു. മൂന്നുവിരലുകൾ പൊക്കിക്കാണിച്ചിട്ട് സീത മുഖം പൊത്തിച്ചിരിച്ചു.

''മിടുക്കി.'' സീത അവളുടെ കവിളിനു നുള്ളി. നിലാവിനെ നുള്ളു ന്നതുപോലെയോ പൂവിതളിൽ തൊട്ടതുപോലെയോ ഒക്കെ ഭദ്രയ്ക്കു തോന്നി.

''സീഥാ, നിന്റെ വിവാഹം കഴിഞ്ഞിട്ടെത്ര നാളായി?''

അതും രണ്ടു കൈയും പൊക്കിപിടിച്ച് വിരലുകൾ മടക്കിയും നിവർത്തിയും സീത കാണിച്ചു! മൂന്നാണ് കാണിച്ചത്.

ഭദ്രയ്ക്കു മനസ്സിലായില്ല. വീണ്ടും അവൾ പതുക്കെ ചോദിച്ചു. ''മൂന്നുമാസമോ?''

''അല്ല മൂന്നു വർഷം.''

നന്നായി ഭദ്ര വീണ്ടും അവളുടെ കവിളിൽ തലോടി. നുള്ളുകയായിരുന്നില്ല. തലോടുകയായിരുന്നു. മൂന്നു വർഷത്തിനുശേഷം നീ അമ്മയാകുന്നു. അമ്മയെന്ന സത്യം സാക്ഷാത്ക്കരിക്കപ്പെടുന്നു!

സമയം പതുക്കെ പോകുന്നു. ഭദ്ര എഴുന്നേറ്റു. ഞാൻ പോകട്ടേ

സീതേ! എന്റെ അനുജത്തി!

''ഇനി വായനശാലയിൽ എന്നു വരും, ഭദ്രാ ദീദി?'' സീതയും എഴുന്നേറ്റു. ഭദ്ര പോകുന്നത് അവൾക്ക് ഇഷ്ടമല്ല. ഭദ്രയുമായി സംസാരിച്ച് അവൾക്ക് മതിയായില്ല.

''ഈ പുസ്തകങ്ങൾ വായിച്ചു കഴിയുമ്പോൾ... മിക്കവാറും അടുത്തയാഴ്ച.'' ഭദ്രപറഞ്ഞു, അവൾ ചിരിച്ചു.

''അന്നും കടയിൽ വരണേ... കാപ്പി കുടിക്കണേ...''അപേക്ഷിക്കുമ്പോലെ സീത പറഞ്ഞു. ''കോഫിയും ഏത്തയ്ക്കാപ്പവും....''

''വരാം. പക്ഷേ, ഒരു കാര്യം...''

''എന്തു ചേച്ചി?'' സീത ഭദ്രയെ ചേച്ചിയെന്നും ദീദിയെന്നും മാറിമാറി വിളിച്ചു.

''അടുത്ത തവണ വരുമ്പോൾ ഞാൻ കാപ്പി കുടിച്ചാൽ അതിനു പണം വാങ്ങണം. അല്ലെങ്കിൽ പിന്നെ ഞാൻ വരില്ല.''

ഒരു നിമിഷം എന്തോ ആലോചിച്ചുനിന്നിട്ടവൾ പറഞ്ഞു. ''ശരി ഭദ്രാ ദീദി വാങ്ങാം...''

''എങ്കിൽ ശരി.'' അവൾ സീതയോടും രാമനോടും യാത്ര പറഞ്ഞ് റോഡിലേയ്ക്കിറങ്ങി കിഴക്കോട്ട് നടന്നു.

ചുറ്റും സായാഹ്നവെയിൽ പടർന്നുകിടന്നു. വെയിലിനെ ഇക്കിളിയാക്കിക്കൊണ്ട് ഒരിളംകാറ്റ് വല്ലപ്പോഴും വീശി തിരിച്ചുപോയി.

ഭദ്രത്തമ്പുരാട്ടി തന്റെ ജീവിതത്തിന്റെ അവസ്ഥയേ പറ്റി തീരെ മറന്നു. അവൾ ജഗദീശവർമ്മയേയും മറന്നു. അവൾ ശങ്കരമഠത്തിനു വെളിയിലുള്ള സ്നേഹത്തേപ്പറ്റിമാത്രം ഓർത്തു. അപ്പോൾ വീണ്ടും ഒരു കവിത മൂളി ഭദ്ര.

''കാലമിനിയുമുരുളും വിഷുവരും
വർഷം വരും തിരുവോണം വരും.
അപ്പോൾ ആരെന്നുമെന്തെന്നുമാർക്കറിയാം....''

അപ്പു വായനശാലയിൽ നിന്നും പ്രഭാതത്തിൽ ചായക്കടയിലേയ്ക്ക് കയറിയപ്പോൾ സീത എന്തും വരട്ടെയെന്നു കരുതി പതുക്കെ വിളിച്ചു

''അപ്പുക്കുട്ടാ...''

വിളി കേട്ടവൻ സീതയെ നോക്കി. ഇത്രയും കാലമായിട്ടും സീതയെ ആദ്യം കാണുംപോലെ അപ്പു കണ്ണുകളെടുക്കാതെ അങ്ങനെനിന്നു. ഒരു നിലാവിന്റെ കഷണം തന്റെ മുമ്പിൽ നില്ക്കുന്നതായി അപ്പുവിനു തോന്നി. മേരാ സാമ്നേവാലി കിടുക്കീ മേം ഏക് ചാന്ദ് കീ തുക്കടാ രഹത്താ ഹേ. എന്റെ ജനാലയ്ക്കടുത്ത് ഒരു ചന്ദനക്കീറുണ്ട്.

''എന്താ?'' അവൻ പതുക്കെത്തന്നെ അവളോട് ചോദിച്ചു. അവൻ ചെറുതായി ചിരിക്കുന്നുമുണ്ടായിരുന്നു. ആ ചിരി തന്റെ മനസ്സിലേയ്ക്ക് ഒരു കൈ നിറയെ തണുപ്പ് വാരിവിതറിക്കൊണ്ട് ഇറങ്ങിവരുന്നതായി സീതയ്ക്ക് തോന്നി.

''ഇന്നലെ ഭദ്രചേച്ചി വായനശാലയിൽ പുസ്തകമെടുക്കാൻ വന്നിരുന്നു.'' അവൾ പറഞ്ഞു. ''എന്നിട്ട് ഞാൻ ചെന്ന് ഭദ്രാദീദിയെ കടയിലേയ്ക്ക് വിളിച്ചുകൊണ്ടുവന്നു.'' അവളുടെ വാക്കുകളിൽ അഭിമാനം പുത്തുലഞ്ഞുനിന്നു.

''ഇന്നലെ എത്ര മണിക്കാ വന്നത്.'' അപ്പുവിന്റെ ശബ്ദം ഇടറി. സന്തോഷം കൊണ്ടോ, അല്ലെങ്കിൽ കാണുവാൻ പറ്റാത്തതിന്റെ സങ്ക ടം കൊണ്ടോ ആവും അവന്റെ ശബ്ദം ഇടറിയത്!

''വൈകുന്നേരം അഞ്ചുമണിയ്ക്ക് മുമ്പ്.'' അവൾ പറഞ്ഞു.

ജഗദീശവർമ്മ അപ്പുവിനെ പറഞ്ഞതെല്ലാം സീതയ്ക്ക് അറിയാമായിരുന്നു. അപ്പുവും ഭദ്രാദീദിയും തമ്മിൽ അറിയാതെ സ്നേഹിച്ചു പോയിരിക്കുമെന്ന് അവൾ ഓർത്തുപോയി. എങ്കിൽ എത്ര ചേർച്ചയായിരുന്നേനെയെന്നും അവളോർത്തു. ദേവനും ദേവിയും ഒന്നിച്ചിരിക്കുംപോലുണ്ടാവും!

''ശരി. '' അപ്പു ദീർഘമായി നിശ്വസിച്ചുകൊണ്ട് ചോദിച്ചു. ''ഇനി എന്നു വരുമെന്ന് പറഞ്ഞോ?''

''ഇല്ല. എടുത്ത പുസ്തകം വായിച്ചു തീരുമ്പോൾ വരാം എന്നു പറഞ്ഞു.'' ആഹ്ലാദത്തോടെതന്നെ അവൾ അറിയിച്ചു.

''ശരി.'' അവൻ ചൂടുദോശയും പഴംപൊരിയും കഴിക്കുവാനിരുന്നു. എന്തോ പതിവില്ലാത്തതുപോലെ ആഹാരം കഴിക്കുവാൻ അവന് മടി തോന്നി. മനസ്സിൽ വേദന കലർന്ന ഒരു സന്തോഷവും അസ്വസ്ഥതയും നിറഞ്ഞുനില്ക്കുന്നതായി അപ്പുവിനനുഭവപ്പെട്ടു. ഭദ്ര ഒരുപക്ഷേ, തന്നെ കാണുവാനായിട്ടാകും വായനശാലയിൽ വന്നതെന്നും ഇനി വരുവാൻ പോകുന്നതെന്നും അവൻ പെട്ടെന്ന് സ്വയം പറഞ്ഞു.

കൈ കൈഴുകി ക്യാഷ് മേശയ്ക്കരുകിൽ ചെന്നിട്ടവൻ വിളിച്ചു.

''സീതാ..''

''ഓ...'' അവൾ മധുരതരമായി വിളികേട്ടു. അവൾ അവനെ നോക്കി മനോഹരമായി പുഞ്ചിരിക്കുന്നുണ്ടായിരുന്നു. അവർ സംസാരിക്കുന്നത് പലരും കൗതുകപൂർവം നോക്കിക്കണ്ടു. ഇതുവരെയും അപ്പു ഉണ്ണിക്കൃഷ്ണൻ സീതയോട് സംസാരിക്കുകയോ ശ്രദ്ധിക്കുകയോ ചെയ്തിട്ടില്ലാ എന്നുള്ള വിവരം എല്ലാവർക്കും അറിയാവുന്ന കാര്യവുമായിരുന്നു.

അപ്പു ഉണ്ണിക്കൃഷ്ണൻ നാട്ടുകാരുടെ മാതൃകായുവാവാണ്. അവനോട് എല്ലാവർക്കും വാത്സല്യവും ഒപ്പം പ്രായവ്യത്യാസം മറന്ന് ആദരവുമാണ്! അപ്പു, നീ ഗ്രാമത്തിന്റെ ജീവനാണ്. ഗ്രാമത്തിന്റെ അഭിമാനമാണ്.

''ഞാനൊരു ഫോൺ നമ്പരു പറയാം സീതാ. അത് ഒരു ബുക്കിൽ എഴുതിവെയ്ക്കണം. ഭദ്ര വരുമ്പോൾ ആ നമ്പർ ഒരു കടലാസ്സിൽ എഴുതിക്കൊടുക്കുകയും ചെയ്യണം. എന്താ?''

''ശരി.'' സീതയ്ക്ക് ഉത്സാഹമായി. ''പറയൂ അപ്പുക്കുട്ടാ...''

അപ്പുവിനെ ആദ്യമായാണ് ഞങ്ങളല്ലാതെ ഒരാൾ അപ്പുക്കുട്ടാ എന്നു വിളിക്കുന്നത്. ഞങ്ങൾ കൊച്ചുന്നാളിൽ അവനെ നോക്കി കളിയാക്കി പാടുന്നത്, ''അപ്പുക്കുട്ടാ തൊപ്പിക്കാരാ എപ്പോ കല്യാണം...'' എന്നായിരുന്നു. അപ്പോൾ അവൻ ചിരിച്ചുകുഴഞ്ഞ്. ''ഇരുപത്തിനാലാം വയസ്സിൽ കല്യാണം.'' എന്നാണ് തിരിച്ച് പാടിയിരുന്നത്. അത് പാടുമ്പോൾ അവന് നാണവും വരുമായിരുന്നു. ഭാവിയിൽ അവൻ അന്ന് പാടിയതുപോലെ ഇരുപത്തിനാല് വയസ്സിൽതന്നെ കല്യാണം കഴിക്കുകയും ചെയ്തു. ആരെ?

ആർക്കറിയാം നിയതിതൻ ത്രാസ്സ് പൊങ്ങുന്നതും താഴുന്നതും.

''നമ്പർ പറയ്.'' സീത ചിരിച്ചു.

''എഴുതിക്കോ. ഡബിൾ നയൻ ഫോർ സെവൻ എയിറ്റ് ടു ഫോർ വൺ സെവൻ സിക്സ്...''

അവൾ അത് ബുക്കിൽ എഴുതി. 9947824176

''ഭദ്ര വരുമ്പോൾ ഇതൊരു കടലാസ്സ് തുണ്ടിൽ എഴുതിക്കൊടുത്തിട്ട് എന്റെ നമ്പരാണെന്ന് പറയണം. മാത്രമല്ലാ ഭദ്ര വരുമ്പോൾ സീത എന്നെ വിളിക്കുകയും ചെയ്യണം. ചെയ്യുമോ?''

''സത്യമായും ചെയ്യാം.'' അവൾ പറഞ്ഞു. അപ്പുവിനുവേണ്ടി സീത എന്തും ചെയ്യും!

''ശരി.'' അപ്പു വീട്ടിലേയ്ക്കു നടന്നു. അവൻ ഇഷ്ടപ്പെട്ട ഒരു സിനിമാഗാനം പതുക്കെ പാടിക്കൊണ്ടാണ് നടന്നത്.

''അരികിൽ നീ ഉണ്ടായിരുന്നെങ്കിലെന്നു ഞാൻ ഒരുമാത്ര വെറുതേ നിനച്ചുപോയി....''

''മക്കളേ, ഇതുവരേയും നീ പറഞ്ഞില്ല, എന്താണ് പഠിക്കുവാൻ പോകുന്നതെന്ന്? പ്ലസ് ടൂവിന് ഏത് ഗ്രൂപ്പിനാണ് മക്കളു ചേരുന്നത്? അതിന് നമുക്ക് എത്ര രൂപാ വേണം?''

ഒരു രാവിലെ പത്തു മണിയ്ക്ക് ഊണും കഴിഞ്ഞ് മേനോൻ സാറിനെ കാണുവാനായി അപ്പു ഉണ്ണിക്കൃഷ്ണൻ വെളിയിലേക്കിറങ്ങുവാൻ തുടങ്ങുമ്പോൾ കേശുവേട്ടൻ ചോദിച്ചു. യശോദിയും അരികിലുണ്ടായിരുന്നു. ഒരു നിമിഷം അവനൊന്നും മിണ്ടാതെ അവരെ നോക്കിനിന്നു. പിന്നെ എന്തോ പറയാനൊരുങ്ങിയപ്പോൾ കേശുവേട്ടൻ വീണ്ടും സംസാരിച്ചു.

''മേനോൻ സാർ ഇവിടെ വന്നിരുന്നു. എല്ലാം പറഞ്ഞു.''

''എന്ന്?''

''ഇന്നലെ വൈകുന്നേരം. നീ ജിമ്മിൽ പോയിരുന്ന സമയത്ത്,''

''ങ്ങും.'' അവൻ മൂളി. പിന്നെ പതുക്കെ പറഞ്ഞു. ''മേനോൻ സാർ പറഞ്ഞത് ശരിയാണ്. ഞാനിനി പഠിക്കുന്നില്ല.''

കേശുവേട്ടൻ അതുകേട്ട് ദീർഘമായി നിശ്വസിച്ചു. ഒപ്പം യശോദിയും. അവാർഡു കിട്ടുന്ന ഒരു ലക്ഷം രൂപാ, ബീഡി തെറുത്തും പാലു വിറ്റും കൊട്ടപ്പാക്കു വിറ്റും കിട്ടുന്ന പണം വർഷങ്ങളായി സൂക്ഷിച്ചുവെച്ചത് എല്ലാംകൂടി, അപ്പുവിന് പഠിക്കുവാനുള്ളതിന് ധാരാളം മതിയാകുനായിരുന്നു.

''ശരി മക്കളേ'' കേശുവേട്ടൻ പുഞ്ചിരിച്ചു. നിന്നോട് നേരിട്ട് ചോദിക്കേണ്ട കടമയുള്ളതുകൊണ്ടാണ് ചോദിച്ചത്. മേനോൻ സാർ പറഞ്ഞത് ശരിയാണെന്ന് ഞങ്ങൾക്കറിയാൻ പാടില്ലാഞ്ഞിട്ടല്ല''

'' ഞാൻ പണമുണ്ടാക്കാനുള്ള വഴി എന്തെങ്കിലും കണ്ടുപിടിക്കും. കേശുവേട്ടാ''ഉറച്ച ശബ്ദത്തിൽ അപ്പു ഉണ്ണിക്കൃഷ്ണൻ പറഞ്ഞു. അവന്റെ ആത്മവിശ്വാസം കേശുവേട്ടനിൽ നിന്നും കിട്ടിയതാണ്. കേശുവേട്ടന്റെ ആത്മവിശ്വാസം അദ്ദേഹത്തിന്റെ അച്ഛനിൽ നിന്നും കിട്ടിയതാണ്. പാരമ്പര്യം... പാരമ്പര്യത്തിന്റെ പിന്തുടർച്ച !

'' മക്കളേ, നീ പഠിച്ചിട്ടുതന്നെയാണ് എല്ലാ വിഷയത്തിനും എ പ്ലസ് നേടിയതെന്ന് എനിക്കറിയാം. ഞങ്ങൾക്കറിയാം. നീ എടുക്കുന്ന ഏതു തീരുമാനവും ബുദ്ധിപൂർവമാണെന്നും ഞങ്ങൾക്കറിയാം.'' നിറഞ്ഞു കവിയുന്ന വാത്സല്യത്തോടെ കേശുവേട്ടൻ തുടർന്നു. ''നീ പറയുന്നതെന്തുവേണമെങ്കിലും ഞങ്ങൾ ചെയ്തു തരാം മക്കളേ...''

''ശരി കേശുവേട്ടാ....'' ഉത്സാഹപൂർവം അപ്പു ഉണ്ണിക്കൃഷ്ണൻ പറഞ്ഞു. ''നമുക്ക് പണമുണ്ടാക്കാനുള്ള ഏതെങ്കിലും വഴി കണ്ടുപിടിക്കണം. ആ വഴി നമ്മുടെ നാട്ടുകാർക്ക് ഉപകാരപ്പെടുന്നതും ആയി

രിക്കണം..''

ശരി മക്കളേ... ശരി മക്കളേ... കേശുവേട്ടനും യശോദിയും തല കുലുക്കി. അവരുടെ കൂട്ടത്തിൽ പ്രകൃതിയും തല കുലുക്കി. ചക്കരമാവും തലകുലുക്കി.

പത്ത്

അന്ന് ഞായറാഴ്ചയായിരുന്നു.

''ഞാൻ കവലയിലെ മുറിയിലിരിക്കുകയാണ് അപ്പു.'' മേനോൻ സാർ മൊബൈൽഫോണിലൂടെ അപ്പുവിനോട് പറഞ്ഞു.

''നീ ഇങ്ങോട്ട് വരുന്നുണ്ടോ?''

''ഞാൻ കവലയിലേയ്ക്ക് അടുക്കാറായി സാറേ.''

''ശരി.''

രണ്ടുമൂന്നു മിനിട്ടിനകം അപ്പു മുറിയിലെത്തി. കവലയിലെ പ്രധാനഭാഗത്തായിരുന്നു മേനോൻ സാറിന്റെ റൂം. നേരത്തേ റേഷൻ കടയാണ് അവിടെ പ്രവർത്തിച്ചിരുന്നത്. അതിനുശേഷം ആ മുറി ആരെല്ലാം ചോദിച്ചിട്ടും കൊടുക്കാതിരിക്കുകയായിരുന്നു, മേനോൻ സാർ...

എന്നാൽ അപ്പു ചോദിച്ചയുടൻ...

സ്കൂളിൽ നിന്നും ലഭിച്ച കമ്പ്യൂട്ടർ അവിടെ സ്ഥാപിച്ച് കണക്ഷനെടുത്തിരുന്നു. മേനോൻ സാർ കമ്പ്യൂട്ടറിനു മുമ്പിലിരുന്ന് ഇന്റർനെറ്റ് പരിശോധിക്കുകയാണ്.

മുറിയുടെ രണ്ടു താക്കോലുകളിൽ ഒന്ന് മേനോൻ സാറിന്റെ കൈയിലുമുണ്ട്.

''എടാ...'' മേനോൻ സാർ അപ്പുവിനോട് ചോദിച്ചു. ''നാലഞ്ച് കമ്പ്യൂട്ടറും കൂടി മേടിച്ച് നമുക്കൊരു കമ്പ്യൂട്ടർ ഇൻസ്റ്റിറ്റ്യൂട്ട് തുടങ്ങിയാലോ?''

''അതുകൊണ്ട് പ്രയോജനമില്ല സാറെ.'' അപ്പു ഉടൻ ഉത്തരം നല്കി

''ഈ പ്രദേശത്ത് മൂന്ന് കമ്പ്യൂട്ടർ സെന്ററുണ്ട്. ഡി.റ്റി.പി.യും അവിടെ ചെയ്യുന്നുണ്ട്. മലയാളവും ഇംഗ്ലീഷും എല്ലാം. പിന്നെ നമുക്ക് വേണമെങ്കിൽ ഒരു കമ്പ്യൂട്ടർ കൂടി മേടിച്ച് സൗജന്യമായി പരിശീലനം നല്കാം. അതും അമ്പത്തിയഞ്ച് വയസ്സിന് മുകളിലുള്ളവർക്ക്. കമ്പ്യൂട്ടർ അറിയാത്തത് ഇപ്പോൾ മറ്റൊരുതരം നിരക്ഷരതയാണ്...''

അപ്പു പറയുന്നതു കേട്ട് കൗതുകപൂർവ്വം മേനോൻസാർ ആ മുഖത്തേയ്ക്ക് നോക്കിയിരുന്നു. ഇവൻ, എന്റെ ഈ പ്രിയശിഷ്യൻ അപൂർവം ചിലരിൽ ഒരാളാണെന്ന് മനസ്സിലോർക്കുകയും ചെയ്തു.

''പക്ഷേ, അതൊന്നും പോരല്ലോ സാർ. മറ്റുള്ളവർക്ക് പ്രയോജനകരമായ രീതിയിൽ എന്തെങ്കിലും ചെയ്ത് പണമുണ്ടാക്കണം. എന്നിട്ട് എനിക്കാ ചിറ വാങ്ങണം. അവിടെ കൃഷി ചെയ്യണം.'' മേനോൻ സാറിന്റെ മുഖത്തേയ്ക്ക് നോക്കി അപ്പു തുടർന്നു പറഞ്ഞു.

തെല്ലുനേരം അവർ പരസ്പരം നിശ്ശബ്ദരായി നോക്കിയിരുന്നു. പിന്നെ ആർദ്രതയോടെ മേനോൻ സാർ പറഞ്ഞു.

''അതെങ്ങനെ വേണം എന്നു നീ ആലോചിച്ചു തുടങ്ങിയോ? ആലോചിച്ചു കണ്ടുപിടിക്ക്. നിനക്കെന്തെങ്കിലും മാർഗം തെളിഞ്ഞു കിട്ടും. നീ അതിബുദ്ധിമാനാണ് അപ്പൂ.''

പിന്നെ അദ്ദേഹം എഴുന്നേറ്റു. ''ഞാനിപ്പോ പോകുന്നെടാ. ഇന്ന് എൽ.സി. മീറ്റിങ്ങുണ്ട്.''

''ശരി സാർ.'' അപ്പുവും എഴുന്നേറ്റു.

മേനോൻ സാർ പോയിക്കഴിഞ്ഞ് അവൻ കമ്പ്യൂട്ടറിന് മുമ്പിലിരുന്നു. ഇന്റർനെറ്റിലൂടെ അവൻ പല കാര്യങ്ങളും അന്വേഷിച്ചു കൊണ്ടിരുന്നു.

അപ്പു കമ്പ്യൂട്ടറിൽ വിദഗ്ദ്ധനായിരുന്നു. ഹൈസ്കുളിൽവെച്ച് മൂന്ന് വർഷക്കാലം കൂട്ടികളെല്ലാവരും ഉച്ചയൂണിനു പോകുമ്പോൾ അവൻ മേനോൻസാറിന്റെ പ്രത്യേകയനുമതിയോടെ കമ്പ്യൂട്ടറിൽ പരിശീലനം നേടി. ശെൽവരാജൻ സാർ അവനെ സഹായിക്കുമായിരുന്നു.

കുറെയേറെ നേരം കമ്പ്യൂട്ടറിന്റെ മുൻപിലിരുന്നപ്പോൾ അവന്റെ കണ്ണുകളടഞ്ഞു പൊയ്ക്കൊണ്ടിരുന്നു. കമ്പ്യൂട്ടർ ഓഫ് ചെയ്തിട്ട് ഷർട്ടൂരിയിട്ടശേഷം അവൻ വളരെ വൃത്തിയുള്ള തറയിൽ നീണ്ടു നിവർന്നുകിടന്നു. ഫാനിന്റെ കാറ്റും ജനാലയിലൂടെ കടന്നുവരുന്ന ഇളം കാറ്റും അവനെ ഉറക്കത്തിലേയ്ക്ക് കൊണ്ടുപോയി. ഒരു ദിർഘനിദ്രയിലേക്ക് അവൻ പ്രവേശിച്ചു.

മൊബൈൽ ശബ്ദിക്കുന്നതുകേട്ടാണ് അപ്പു ഉറക്കത്തിൽ നിന്നും ഉണരുന്നത്.

തറയിൽനിന്നും എഴുന്നേറ്റ് പോക്കറ്റിലെ മൊബൈലെടുത്തവൻ നോക്കി. അപരിചിതമായ ഏതോ ഒരു നമ്പർ.

''ഹലോ...''

''അപ്പുക്കുട്ടാ, ഞാൻ സീഥയാണ്.'' സീതയുടെ സ്വരം അപ്പുവിന്റെ കേൾവിയിലേയ്ക്ക് വന്നുവീണു. ആ സ്വരം അവന്റെ നിദ്രാലസ്യത്തെ ഓടിച്ചുവിട്ടു.

''എന്ത് സീതാ?'' ഏതോ ഒരു പ്രത്യേകതയോടെ അവൻ ചോദിച്ചു.

''അപ്പുക്കുട്ടാ. ഭദ്രാദീദി പുസ്തകമെടുക്കാൻ വന്നിട്ടുണ്ട്.'' സീതയുടെ സ്വരത്തിൽ ഉത്സാഹം നിറഞ്ഞു തുളുമ്പി. ''എന്നെ നോക്കി കൈ വീശിക്കാണിച്ചിട്ടാണ് വായനശാലയിലേയ്ക്ക് കയറിയത്.''

''ശരി സീത. ഞാനിപ്പോ വരാം.'' ഉത്സാഹത്തള്ളിച്ചയോടെ ആനന്ദത്തികവോടെ അവൻ പറഞ്ഞു.

ഫോൺ കട്ടായി. ഒരു നിമിഷം ശാന്തതയോടെ നിന്ന് അപ്പു

ആലോചിച്ചത് ഭദ്രത്തമ്പുരാട്ടിയെ കാണുമ്പോൾ ആദ്യമായി എന്തു പറയണമെന്നാണ്? പിന്നെ ആലോചിച്ചത് ഭദ്രത്തമ്പുരാട്ടിയെ ബലാത്സംഗം ചെയ്യും എന്ന് ശപഥം ചെയ്തതിനെപ്പറ്റിയാണ്. അങ്ങനെ ശപഥം ചെയ്ത അഭിശപ്തനിമിഷത്തെയാണ്! തുടർന്നാലോചിച്ചത് ജഗദീശ്വരവർമ്മയെയാണ്.

നാലോ അഞ്ചോ നിമിഷങ്ങൾക്കകം അപ്പു മുറി പൂട്ടി വെളിയിലേക്കിറങ്ങി. അപ്പുറത്തെ കടയിലെ വിക്ടറിന്റെ ബൈക്കിൽ അപ്പു വായനശാലയിലേക്ക് പുറപ്പെട്ടു. ബൈക്കിൽ വായനശാലയിലേക്കു പാഞ്ഞു.

''എന്താടാ?'' റിട്ടയേർഡ് എസ്.ഐ.യായ ലൈബ്രേറിയൻ ജോൺ ഏബ്രഹാം ചോദിച്ചു. അദ്ദേഹത്തിനിപ്പോൾ അപ്പു മകനെപ്പോലെയും കൂട്ടുകാരനെപ്പോലെയുമാണ്. ''നീ എന്താ ഇന്നു നേരത്തേ? ജിമ്മിൽ പോകണ്ടേ?''

''പോകണം.'' അപ്പു പെട്ടെന്നൊന്നു പരുങ്ങി. ''ഞാനൊരു പുസ്തകം നോക്കാൻ വന്നതാ സാറെ. അതുണ്ടെങ്കിൽ മാറ്റിവച്ചിട്ട് ജിമ്മിൽ പോയിട്ടുവന്ന്....''

''ഏതു പുസ്തകം?'' പെട്ടെന്ന് ജോൺ ഏബ്രഹാം ചോദിച്ചു.

ഏതു പുസ്തകം? അവനും സ്വയം ചോദിച്ചു. പിന്നെ ചാടിക്കയറി പറഞ്ഞു. ''ഹൺഡ്രഡ് ഇയേഴ്സ് ഓഫ് സോളിറ്റ്യൂഡ്''

''പോടാ'' വാത്സല്യപൂർവം ശബ്ദം കുറച്ച് ജോൺ ഏബ്രഹാം അപ്പുവിനെ ആട്ടി. ''നീ ഭദ്ര വന്നതറിഞ്ഞു വന്നതല്ലേ?''

അതുകേട്ട് ഇടിവെട്ടേറ്റതുപോലെ അപ്പു ഉണ്ണിക്കൃഷ്ണൻ സ്തംഭിച്ചു നിന്നുപോയി. ഇടിവെട്ടീടുംവണ്ണം വില്ലൊടിഞ്ഞൊച്ച കേട്ട് നടുങ്ങി രാജാക്കന്മാരുരഗങ്ങളേപ്പോലെ!

അപ്പോൾ ജോൺ ഏബ്രഹാം ഒരു ചിരി ചിരിച്ചു. ശബ്ദമില്ലാത്ത ചിരി. എന്നിട്ട് ശബ്ദം വളരെ താഴ്ത്തി പറഞ്ഞു.

''എടാ അപ്പു ഉണ്ണിക്കൃഷ്ണാ, മൂന്ന് അവാർഡു മേടിച്ചവനാ ഞാൻ... സർവീസിലിരുന്നപ്പോൾ മൂന്നു വമ്പൻ കള്ളത്തരങ്ങളാ ഞാൻ തെളിയിച്ചത്. അതിനായിരുന്നു റിവാർഡ്.'' ജോൺ ഏബ്രഹാമിന്റെ കണ്ണുകൾ തിളങ്ങി.

''സാറെ ഞാൻ...''അപ്പുവിന് അമ്പരപ്പിനിടയിൽ ചിരിയും വന്നു. പിന്നെ ഒരു നിമിഷം അത്ഭുതത്തോടെ അവനാലോചിച്ചു, ജോൺ ഏബ്രഹാമും സീതയുമൊക്കെ ഞാൻ ഭദ്രയെ കാണാൻ ആഗ്രഹിക്കുന്നുവെന്ന് എങ്ങനെയാണ് മനസ്സിലാക്കിയത്? അവരെപ്പോലെ നാട്ടിലെല്ലാവർക്കും ഇതറിയാമോ? ഏതായാലും ജഗദീശവർമ്മയുടെ അന്നത്തെ ആ വഴക്കഭിഷേകം നെഗറ്റീവ് എനർജിയായി തോന്നിയെതിലും എനിക്ക്

ഫലത്തിലത് പോസിറ്റീവ് എനർജിയാണ് ലഭ്യമാക്കിയത്.

‘‘അപ്പു അകത്തേയ്ക്ക് ചെല്ല്. എന്തെങ്കിലും സംസാരിച്ചുതുടങ്ങ്. എന്നിട്ട് സ്നേഹം കയ്യിട്ടുവാരിയെടുക്ക്...’’ ജോൺ ഏബ്രഹാം പറഞ്ഞു. ഒരു തെറ്റു ചെയ്യുന്നു എന്ന ഭാവം അദ്ദേഹത്തിനുണ്ടായില്ല.

അപ്പു ഒരു നിമിഷം വല്ലാത്തൊരു ചിരിയോടെ നിന്നപ്പോൾ ജോൺ ഏബ്രഹാം വീണ്ടും പറഞ്ഞു. ‘‘പൊയ്ക്കോടാ. ആൾക്കാർ വരുന്നതിനു മുമ്പ് ചെല്ല്. ചെന്ന് രണ്ടു വാക്ക് സ്നേഹം പറയ്’’

അപ്പു അകത്തേയ്ക്ക് നടക്കാനൊരുങ്ങിയപ്പോഴാണ് അവന്റെ പോക്കറ്റിൽ കിടന്ന ഫോൺ ശബ്ദിച്ചത്. പെട്ടെന്നവൻ അകത്തേയ്ക്ക് നടക്കാതെ ഫോണെടുത്തപ്പോൾ മേനോൻ സാറിന്റെ നമ്പർ.

‘‘ഹലോ സാർ...’’

‘‘അപ്പു, നീ എത്രയും പെട്ടെന്ന് ജില്ലാ ഹോസ്പിറ്റലിലേയ്ക്കു വരണം. കാഷ്വാലിറ്റിയിലേക്ക്....’’ മേനോൻ സാറിന്റെ ശബ്ദത്തിലെ പരിഭ്രമം അപ്പു ഉണ്ണിക്കൃഷ്ണൻ അറിഞ്ഞു.

‘‘എന്തു പറ്റി സാർ?’’

‘‘അതൊക്കെ പറയാം... നീ വേഗം വാ...’’ മേനോൻ സാർ ഫോൺ ഓഫ് ചെയ്തു.

അവൻ പരിഭ്രമത്തോടെ ജോൺ ഏബ്രഹാമിനോട് പറഞ്ഞു. ‘‘മേനോൻ സാറിന്റെ ഫോണായിരുന്നു. ജില്ലാ ഹോസ്പിറ്റലിലെ കാഷ്വാലിറ്റിയിലേയ്ക്ക് ചെല്ലാൻ.’’

അവൻ ആ സമയം ഭദ്രയെ മറന്നുപോയി. അവനെല്ലാം മറന്നു പോയി.

‘‘ഞാൻ പോകുന്നു സാർ.’’ അവൻ വെളിയിലേക്കോടിയിറങ്ങുന്നത് സീത കണ്ടു. അവൻ സീതയേയും നോക്കിയില്ല. അവനാരെയും ശ്രദ്ധിച്ചില്ല. ബൈക്ക് കവലയിൽ കൊണ്ടുചെന്ന് കടക്കാരനെ എല്പിച്ച ശേഷം അപ്പു ഉണ്ണിക്കൃഷ്ണൻ ഓരോട്ടോറിക്ഷയിൽ കയറി ഹോസ്പിറ്റലിലേയ്ക്ക് പുറപ്പെട്ടു. പോകുംവഴി അവൻ മേനോൻ സാറിനെ വിളിച്ചു. പക്ഷേ, അദ്ദേഹം ഫോൺ ഓഫ് ചെയ്തുവെച്ചിരിക്കുകയാണ്.

‘‘ഇത്തിരി വേഗം പൊയ്ക്കോ രമേശാ...’’ ഓട്ടോക്കാരനോട് അപ്പു ഉണ്ണിക്കൃഷ്ണൻ പറഞ്ഞു. എന്തുപറ്റിയതാണ് സാറിനെന്നവൻ വല്ലാതെ പരിഭ്രമിച്ചു. ഓട്ടോറിക്ഷ ലൈറ്റുമിട്ട് വേഗത്തിൽ ഹോസ്പിറ്റലിലേയ്ക്ക് പാഞ്ഞു.

ഭദ്ര ലൈബ്രറിയിൽനിന്നും ഒട്ടും താമസിക്കാതെതന്നെ ഇറങ്ങി. അവൾക്കിഷ്ടപ്പെട്ട പുസ്തകങ്ങൾ പെട്ടെന്നുതന്നെ തിരഞ്ഞെടുക്കാൻ സാധിച്ചു. അതിലൊന്ന് ആശാപൂർണദേവിയുടെ പ്രഥമ പ്രതിശ്രുതി എന്ന നോവലായിരുന്നു.

''ഭദ്രാ ദീദി...'' അവൾ ഇറങ്ങിയ ഉടൻ സിത കടയിലിരുന്നുകൊണ്ട് ആഹ്ലാദപൂർവം കൈയാട്ടിവിളിച്ചു. ഭദ്ര പുഞ്ചിരിയോടെ കടയിലേക്കുചെന്നു. സീത ക്യാഷ് മേശയ്ക്കരികിൽതന്നെ ഭദ്രയെ ഇരുത്തി. 'കുറേ നേരം ഇരിക്കണം ദീദി,''

അപ്പോൾ ഭദ്രപറഞ്ഞു. ''സീഥാ നിങ്ങളാണ് എന്നേക്കാൾ മൂത്തത്. ഞാനാണ് നിങ്ങളെ ദീദി എന്നു വിളിക്കേണ്ടത്.''

അപ്പോൾ സീത ചിരിച്ചു. ''ശരിയാണ്. മൂത്തത് ഞാൻ തന്നെയാണ്. പക്ഷേ, അറിവിലും മറ്റെല്ലാകാര്യത്തിലും എന്നേക്കാൾ പ്രായം നിങ്ങൾക്കാണ്. നിങ്ങൾക്ക് കൂടിയാൽ ഇരുപത്തിനാല് വയസ്സുകാണും, എങ്കിലും നിങ്ങളെന്റെ ദീദിയാണ്. പ്രായത്തിന്റെ കണക്കിലല്ലാ അറിവിന്റെ അളവിൽ.''

സീതയുടെ സംസാരം കേട്ട് ഭദ്ര അത്ഭുതപ്പെട്ടു. അന്യസംസ്ഥാനക്കാരിയും സുന്ദരിയുമായ ഈ യുവതി എത്ര മനോഹരമായിട്ടാണ് മലയാളം സംസാരിക്കുന്നത്.

അപ്പോൾ രാമൻ പഴംപൊരിയും വടയുമായി ഭദ്രയുടെ അരികിലെത്തി. ''എനിക്ക് വട വേണ്ട ജ്യേഷ്ഠാ.''ഭദ്ര ആദരവും സ്നേഹവും കലർന്ന സ്വരത്തിൽ പറഞ്ഞു. ''രണ്ട് പഴംപൊരി മതി. ഒരു കോഫിയും.''

'' ശരി''

കാപ്പി കഴിച്ചിട്ട് വരുന്നവരിൽ നിന്ന് പണം വാങ്ങുകയും ഭദ്രയോട് സംസാരിക്കുകയും ചെയ്തു സീത. അതിനിടയിൽ അവൾ കടലാസ്സിൽ ഒരു ഫോൺ നമ്പരെഴുതി ഭദ്രയുടെ കയ്യിൽ കൊടുത്തിട്ട് പറഞ്ഞു.

'' ഇതൊരു ഫോൺ നമ്പരാണ് ആരുടേതെന്ന് പറയാമോ?'' ഒരു നിമിഷം ഭദ്രയെ നോക്കിയിരുന്നിട്ട് അവൾ തന്നെ ഉത്തരവും പറഞ്ഞു. ''അപ്പു ഉണ്ണിക്കൃഷ്ണന്റെ നമ്പരാണ്.''

''മാധവന്റെയൊ?'' ഭദ്രയുടെ മുഖം ചൊമന്നു.

''കോനേ വോ? അതാരാ?'' സീത അത്ഭുതപ്പെട്ടു.

''അപ്പു ഉണ്ണിക്കൃഷ്ണൻ എനിക്ക് മാധവനാണ്.'' അമൃതിന്റെ മാധുര്യത്തോടെ ഭദ്ര പറഞ്ഞു. സീതയുടെ മനസ്സിലേയ്ക്ക് മാധവമാസം വന്നുചേരുന്നതുപോലെ മാധവൻ എന്ന പേര് ഇറങ്ങിച്ചെന്നു.

അപ്പോഴേയ്ക്കും കടയിൽ കാപ്പി കുടിക്കാനായി ജോലി കഴിഞ്ഞു വരുന്ന ബംഗാളികളും ബീഹാറികളും വന്നുകൊണ്ടിരുന്നു. അവർക്ക് പൊറോട്ടയും കിഴങ്ങുകറിയും വേണം. ഇനി ഭക്ഷണയുദ്ധം നടക്കുവാൻ പോവുകയാണ്.

''സീതയുടെ നമ്പരുംകൂടി ഈ കടലാസ്സിലെഴുത്.'' ഭദ്ര കടലാസ്സ് നീട്ടി. അവൾ ഭദ്രയുടെ കയ്യിൽനിന്നും കടലാസ്സ് വാങ്ങി സീഥാ എന്ന്

ഹിന്ദിയിൽ എഴുതിയിട്ട് നമ്പരുമെഴുതി.

ആ കടലാസ്സ് തിരികെ വാങ്ങിയിട്ട് ഭദ്ര എഴുന്നേറ്റ് അമ്പതു രൂപാ മേശപ്പുറത്ത് വെച്ചിട്ടു ചോദിച്ചു. ''പഴംപൊരി രണ്ടെണ്ണം എത്ര രൂപ?''

''പതിനാല് രൂപാ.''സീത ചിരിച്ചു.

''കോഫി?''

പത്തു രൂപായെന്ന് അവൾ രണ്ടുകയ്യും പൊക്കിക്കാണിച്ചു.

''ഈ അമ്പതുരുപാ എടുക്ക്. അടുത്ത തവണത്തെ കാപ്പികുടിയും കൂടി കഴിയുമ്പോൾ ബാക്കി രണ്ടുരൂപാ തിരിച്ചു തരണം.'' പിന്നെ , സീതയുടെ മറുപടിക്ക് കാത്തുനില്ക്കാതെ ഭദ്ര ഇറങ്ങി. സീത ചിരിയോടെ ആ പോക്കും നോക്കി ഇരുന്നു. ഒരു പുഴ ഒഴുകിപ്പോകുന്നു.

ഭദ്ര 'മാധവന്റെ' നമ്പർ നടക്കുംവഴി മൊബൈലിൽ സേവ് ചെയ്തു. വളരെ പെട്ടെന്നായിരുന്നു ഒരു സന്ധ്യാമയക്കത്തിൽ അപ്പു ഉണ്ണിക്കൃഷ്ണനെ ഓർക്കവേ അവൻ ഭദ്രയ്ക്ക് മാധവനായി മാറിയത്.

സീതയുടെ നമ്പരും അവൾ സേവു ചെയ്തു.

മാധവാ, നിന്നെ ഞാൻ താമസിയാതെ ഫോണിൽ വിളിക്കും. നീ എന്നേക്കാൾ പ്രായത്തിൽ ഇളയതാണ്. പക്ഷേ, സീത പറഞ്ഞതു പോലെ പല കാരണങ്ങളാൽ മനസ്സിന്റേയും ശരീരത്തിന്റേയും ഉയരത്തിൽ നീ എന്നേക്കാൾ മൂത്തതാണ്. ഞാൻ നിന്നേക്കാൾ ഒത്തിരിയൊത്തിരി ഇളയതുമാണ്.

ജില്ലാ ഹോസ്പിറ്റലിന്റെ കാഷ്വലിറ്റിയുടെ മുമ്പിൽ ആട്ടോയിൽ പരിഭ്രാന്തനായി ഇറങ്ങിയ അപ്പു ഉണ്ണിക്കൃഷ്ണൻ മേനോൻ സാർ അകത്തുനിന്നുകൊണ്ട് ആരോടോ സംസാരിക്കുന്നതു കണ്ടപ്പോൾ ആശ്വാസചിത്തനായിത്തീർന്നു. സാറിനൊന്നും പറ്റിയിട്ടില്ലല്ലോ എന്നവൻ തണുത്ത മനസ്സോടെ പെട്ടെന്ന് ചിന്തിച്ചു, ആട്ടോറിക്ഷയുടെ രൂപാ കൊടുത്തിട്ട് മേനോൻസാറിന്റെ അരികിലേയ്ക്ക് അപ്പു വേഗം നടന്നു ചെന്നു.

''ങ്ങാ.. താനിത്രവേഗം വന്നോ?'' മേനോൻ സാർ ചിരിയോടെ ചോദിച്ചപ്പോൾ അവൻ ഒരു ദീർഘനിശ്വാസം വിടുകയും ചെയ്തു.

''എന്തു പറ്റീതാ സാറെ?'' അപ്പു പതുക്കെ ചോദിച്ചു. സാറിന്റെ അടുത്തുനിന്നിരുന്നത് ടൗണിലെ പാർട്ടിപ്രവർത്തകരായിരുന്നു. അവരെ അപ്പുവിന് മുൻപേ പരിചയവുമുണ്ടായിരുന്നു.

''ഞാൻ ആട്ടോറിക്ഷയിൽ വരികയായിരുന്നെടോ. പെട്ടെന്നാണ് ഇല്ലിക്കൽ പാലത്തിനിപ്പുറത്തുവെച്ച് ഒരു പന്ത്രണ്ടുകാരൻ കുറുകെ ചാടിയതും ആട്ടോ ഇടിച്ചതും. നമ്മുടെ ബിനീഷായിരുന്നു ആട്ടോ ഓടിച്ചിരുന്നത്. ഞങ്ങൾ വെളിയിലേയ്ക്കിറങ്ങിയപ്പോൾ പയ്യൻ

ബോധംകെട്ടു കിടക്കുന്നു. അവനെ ആട്ടോയിൽതന്നെ കയറ്റി ഞങ്ങൾ നേരെ ഇങ്ങുപോന്നു. അതിനിടയിലാ തന്നെ ഞാൻ വിളിച്ചത്;'' മേനോൻ സാർ വിശദീകരിച്ചു പറഞ്ഞു.

''എന്നിട്ടവനെവിടെ? ഇപ്പോൾ എങ്ങനെയുണ്ട്?'' അപ്പു ചോദിച്ചു.''കുഴപ്പമൊന്നുമില്ലല്ലോ?''

''അവനെ സത്യത്തിൽ വണ്ടി ഇടിച്ചില്ല. കഷ്ടിച്ച് ഒന്നേശിയതേയൊള്ളു. വീണതും ബോധംകെട്ടതും സത്യത്തിൽ പേടിച്ചിട്ടാ. ഇവിടെ വന്നയുടൻ ഡോക്ടർ പരിശോധിച്ചു. ഒരു കുഴപ്പോമില്ല, ഹോസ്പിറ്റലിലേയ്ക്ക് വരുന്നവഴിയ്ക്കുതന്നെ ബോധം തെളിയുകയും ചെയ്തു.''

''എന്നിട്ടവനെവിടെ സാറെ?''

''ദാ അകത്ത് ബെഡ്ഡിൽ കിടക്കുന്നു. ഡ്രിപ്പിട്ടിരിക്കുകയാണ്. ബിജീഷ് ആ പയ്യന്റെ വീട്ടിലേയ്ക്ക് പോയിരിക്കുകയാ. അവന്റെ അമ്മയെ കൂട്ടിക്കൊണ്ടുവരാൻ.''

''ഞാനകത്തു ചെന്ന് അവനെ കണ്ടിട്ടുവരാം സാറെ.''

അപ്പു അകത്തേയ്ക്കു കയറിയപ്പോൾ ഓമനത്തം തോന്നിക്കുന്ന ഒരു പന്ത്രണ്ടു വയസ്സുകാരൻ കയ്യിൽ (ഡ്രിപ്പുംകയറ്റി ബെഡ്ഡിൽ കിടക്കുന്നു. അവന്റെ മുഖവും കിടപ്പും ഒക്കെ കണ്ടിട്ട് അപ്പുവിന് കൗതുകം വന്നു. ആ മുഖത്തെ നിഷ്കളങ്കതയും ഐശ്വര്യവും ആദ്യ കാഴ്ചയിൽത്തന്നെ അപ്പുവിന്റെ മനസ്സിനെ ആകർഷിച്ചു. നക്ഷത്രങ്ങൾപോലെ പ്രകാശിക്കുന്ന വിടർന്ന കണ്ണുകൾ.

''വല്ലതും പറ്റിയോ നിനക്ക്?'' അപ്പു അവന്റെ നെറ്റിയിൽ കൈ വെച്ചുകൊണ്ട് ചോദിച്ചു.

'' ഇല്ല''

''നീ പേടിച്ചുപോയി അല്ലേ?''

''പിന്നേ!'' അവൻ ചിരിച്ചു. ''ഞാൻ ചത്തുപോയീന്നാ വിചാരിച്ചദ്. ദേ, ഇപ്പോ ഒന്നുംല്ലാ!''

അവൻ പറഞ്ഞതുകേട്ട് അറിയാതെ ചിരിച്ചുപോയി അപ്പു.

''മോന്റെ പേരെന്താ?''

''ഭഗവാന്റെ പേരാ. വിഷ്ണു.''

''മഹാവിഷ്ണുവാണോ?''

''അല്ല അങ്കിൾ, കെ.എസ്.വിഷ്ണു.''

''വിഷ്ണുഭഗവാൻ എത്രയിൽ പഠിക്കുന്നു?''

''എട്ടിൽ, എയിറ്റിൽ.''

''ഏത് സ്കൂളിൽ?''

''ഇപ്പോ ജയിച്ചുവന്നതാ എട്ടിലേയ്ക്ക്. എസ്.വി.ജി.വി.പി.യിലാ. ചേട്ടൻ പഠിച്ച സ്കൂളാണ്.''

''അപ്പോ നിന്റെ വീടെവിടാ വിഷ്ണു?''

''കാഞ്ഞിരം കവലയ്ക്കപ്പുറത്താ. മലരിക്കൽ ആമ്പൽപൂക്കളുടെ നാട്ടിൽ''

അപ്പോഴേയ്ക്കും വിഷ്ണു അപ്പു ഉണ്ണിക്കൃഷ്ണനുമായി സുഹൃദ്ബന്ധത്തിലായിക്കഴിഞ്ഞു. ''എനിക്ക് ചേട്ടനെ അറിയാം. അപ്പു ഉണ്ണിക്കൃഷ്ണനെന്നല്ലേ പേര്?''

വിഷ്ണു പറയുന്നതു കേട്ട് അപ്പു അത്ഭുതപ്പെട്ടുപോയി. അപ്പു വിഷ്ണുവിനെ ഉറ്റുനോക്കിനിന്നു.

അപ്പോൾ വിഷ്ണു ചിരിച്ചു. ''ചേട്ടൻ പത്തിൽ എല്ലാ വിഷയത്തിനും എ പ്ലസ് കിട്ടിയതല്ലേ? ഞാൻ ഫ്ളക്സ് ബോർഡ് കണ്ടിട്ടുണ്ട്.''

അപ്പു സ്നേഹത്തോടെയും വാത്സല്യത്തോടെയും, വിഷ്ണുവിന്റെ തലയിൽ തലോടി.

''അപ്പോൾ നമ്മൾ പരിചയക്കാരും നാട്ടുകാരുമാണ് അല്ലേ?''

''അതെ. ഞാൻ മിക്കവാറും രാവിലെ ചേട്ടനെ കാണാറുണ്ട്.''

''അതെങ്ങനെ?'' അപ്പുവിന് വീണ്ടും അത്ഭുതം ഇരട്ടിച്ചു.

''ഞാൻ രാവിലെ പേപ്പറ് കൊടുക്കാൻ പോകും. ദേശാഭിമാനി, മനോരമ, മാതൃഭൂമി, മംഗളം, കൗമുദി.അതീന്നു കിട്ടുന്ന രൂപാ കൊണ്ടാ ഞങ്ങൾ പലചരക്കുസാധനോം പച്ചക്കറിം മീനും ഒക്കെ വാങ്ങുന്നതു ചേട്ടാ. അപ്പോഴാ ചേട്ടനെ കാണുകയും ചെയ്യുന്നത്.''

ആ വാചകം അപ്പുവിന്റെ മനസ്സിനെ സ്പർശിച്ചു. അവൻ പതുക്കെ ചോദിച്ചു. ''വിഷ്ണുവിന്റെ അച്ഛന് എന്താണ് ജോലി?''

''ഒരു ജോലിയുമില്ല ചേട്ടാ. എന്റെ അച്ഛൻ മരിച്ചുപോയി.''

അതുകേട്ട് ഒരു നിമിഷത്തേയ്ക്ക് അപ്പു വല്ലാതായി. അവൻ നിശ്ശബ്ദനായി വിഷ്ണുവിന്റെ മുടിയിൽ തലോടിക്കൊണ്ടുനിന്നു., അപ്പോൾ നേഴ്സ് വന്ന് വിഷ്ണുവിന്റെ കൈയിൽനിന്നും ഡ്രിപ്പിന്റെ സൂചി എടുത്തു മാറ്റി. പെട്ടെന്ന് ഉത്സാഹത്തോടെ വിഷ്ണു ബഡ്ഡിൽ എഴുന്നേറ്റിരുന്നു. ആ സമയം വിഷ്ണുവിന്റെ അമ്മയും ചേച്ചിയും അങ്ങോട്ടേയ്ക്ക് പരിഭ്രമത്തോടെയും ധൃതിയോടെയും വന്നു ചേർന്നു. പുറകേ മേനോൻ സാറും. അദ്ദേഹത്തിന്റെ മുഖത്ത് സന്തോഷവും ആശ്വാസവും, നിറഞ്ഞുനിന്നിരുന്നു.

അമ്മയേയും ചേച്ചിയേയും കണ്ടയുടൻ വിഷ്ണു ആഹ്ലാദത്തോടെ ബഡ്ഡിൽനിന്നും ചാടിയെഴുന്നേറ്റിട്ടു പറഞ്ഞു. ''എനിക്കൊന്നും ഇല്ലമ്മേ...''

അമ്മയും ചേച്ചിയും വിഷ്ണുവിന്റെ അരികിലെത്തി. അവന്റെ തോളിൽ പിടിച്ചുകൊണ്ട് നിന്നു. അപ്പു വിഷ്ണുവിന്റെ അമ്മയേയും, ചേച്ചിയെയും മാറിമാറി നോക്കി. അവന്റെ ചേച്ചിക്ക് വിഷ്ണുവിനെക്കാൾ ആകർഷണീയമായ ഐശ്വര്യവും സൗന്ദര്യവും ഉണ്ടെന്ന് അപ്പുവിനു

തോന്നി. ആങ്ങളയുടെയും പെങ്ങളുടെയും കണ്ണുകൾ ഒരേപോലേയാണെന്നും അപ്പു മനസ്സിൽ പറഞ്ഞു. ആ കണ്ണുകൾ നക്ഷത്രദീപങ്ങളാണെന്നവനു തോന്നി. യുവത്വം വിട്ടുമാറാത്ത വിഷ്ണുവിന്റെ അമ്മയുടെ മുഖത്ത് പ്രാരാബ്ധങ്ങളുടെ ചുളിവുകൾ പ്രത്യക്ഷപ്പെട്ടിരുന്നു.

''കേട്ടോ അപ്പു''മേനോൻസാർ ചിരിയോടെ പറഞ്ഞു. ''ഇവർ നമ്മുടെ നാട്ടുകാരാ.''

''വിഷ്ണു പറഞ്ഞു സാറേ.'' അപ്പുവും ചിരിച്ചു.

അപ്പോഴേയ്ക്കും ഡോക്ടർ അങ്ങോട്ടേയ്ക്കു വന്നിട്ട് മേനോൻസാറിനോട് പറഞ്ഞു.''ഇവനു പോകാം സാർ. ഹീ ഈസ് ആൾ റൈറ്റ്.''

''ശരി, രാജമണി.'' ഡോക്ടറെ നോക്കി മേനോൻ സാർ നന്ദിയോടെ ചിരിച്ചു. ഡോക്ടർ രാജമണി അദ്ദേഹത്തിന്റെ ശിഷ്യനാണ്.

അപ്പോൾ രാത്രി എട്ടു മണിയായിരുന്നു. ഹോസ്പിറ്റലിനുള്ളിൽ കയറ്റി ഇട്ടിരിക്കുന്ന ബിനീഷിന്റെ ആട്ടോറിക്ഷയിലേയ്ക്കു കയറാൻ അവർ നടന്നു.

നടക്കുംവഴി മേനോൻ സാർ ചിരിച്ചു. ''വിഷ്ണു! നീ ഇപ്പോൾ എത്രയിൽ പഠിക്കുന്നു?''

''എട്ടിലോട്ട് കയറി. സാറിന്റെ സ്കൂളിലാ ചേർന്നിരിക്കുന്നത്.'' വിഷ്ണു ഉത്സാഹത്തോടെ മറുപടി പറഞ്ഞു. അവൻ സംസാരിക്കുന്നത് തന്നേപ്പോലാണെന്ന് അപ്പുവിന് തോന്നി. ഞാനും കൊച്ചിലേ ഇങ്ങനെയാണ് സംസാരിച്ചിരുന്നത്, എന്നവൻ സ്വയം പറയുകയും ചെയ്തു.

''നീയോ കുട്ടീ?''

''ഞാൻ പത്തിലാണ് ഈ വർഷം.'' അപ്പുവിന്റെ ചേച്ചി പറഞ്ഞു. ''ഞാൻ എസ്.എൻ.ഡി.പി.യിലാണ് സാർ.''

അവർ ആട്ടോറിക്ഷയുടെ അടുത്തെത്തി. !

''മോളുടെ പേരെന്താ?'' മേനോൻ സാർ തിരക്കി.

''ശോഭാ...''

ശോഭ. അപ്പു ഉണ്ണിക്കൃഷ്ണൻ എന്തിനോ ആ പേര് മനസ്സിൽ ആവർത്തിച്ചു.

''ഇതാ നീ പുതിയൊരു ഷർട്ട് വാങ്ങിച്ചോളു വിഷ്ണു.'' മേനോൻ സാർ അഞ്ഞുറുരുപയുടെ ഒരു നോട്ട് വിഷ്ണുവിന്റെ പോക്കറ്റിലേയ്ക്കിട്ടു കൊടുത്തു. അവൻ ആ പോക്കറ്റ് എന്തിനോ കൈ കൊണ്ടമർത്തി പിടിച്ചുകൊണ്ട് സന്തോഷത്തോടെ സാറിനെ നോക്കി പുഞ്ചിരിച്ചു.

അമ്മയും മക്കളും ആട്ടോയിൽ കയറി. ആദ്യം വിഷ്ണു, പിന്നെ അമ്മ, പുറകേ ശോഭ.

വണ്ടി നീങ്ങാൻ തുടങ്ങിയപ്പോൾ ശോഭ അറിയാതെ അപ്പുവിനെ

നോക്കിപ്പോയി. അവൾ അറിയാതെ ഒന്നു ചിരിച്ചു. അവൾ ഫ്ളക്സ് ബോർഡിൽ അവന്റെ ഫോട്ടോ കണ്ടിട്ടുണ്ട്. എല്ലാത്തിനും എ പ്ലസ്സ് നേടിയ മിടുക്കനെ നോക്കി അവൾ മനസ്സിൽ അഭിനന്ദനം പറഞ്ഞിട്ടുമുണ്ട്.

വണ്ടി ഗയിറ്റിറങ്ങാൻ തുടങ്ങിയപ്പോൾ ഒരിക്കൽ കൂടി ആ പെൺകുട്ടി തലതിരിച്ച് അപ്പുവിനെ നോക്കി. അവളുടെയും അപ്പുവിന്റെയും നോട്ടങ്ങൾ ഒന്നുചേർന്നു.

‘‘നമുക്കും ഒരോട്ടോറിക്ഷ പിടിച്ചുപോകാം അപ്പു സമയംഎട്ടേമുക്കാലാകുന്നു.’’ മേനോൻ സാർ പറഞ്ഞു.

അവർ ആശുപത്രി പരിസരത്തുനിന്നും ഓട്ടോറിക്ഷായിൽ കയറി വീട്ടിലേയ്ക്കു പുറപ്പെട്ടു. മേനോൻ സാറിനോടൊപ്പം മറ്റൊരു പാർട്ടി പ്രവർത്തകൻ കൂടി ഉണ്ടായിരുന്നു. അവർ നാട്ടിലെ രാഷ്ട്രീയസ്ഥിതിയെപ്പറ്റി സംസാരിച്ചു.

അതുകേട്ടുകൊണ്ട് നിശ്ശബ്ദനായി വണ്ടിയിൽ ഇരുന്നപ്പോൾ ഓർക്കാതെതന്നെ അപ്പുവിന്റെ മനസ്സിൽ രണ്ടു കണ്ണുകൾ ദീപനാളങ്ങളെപോലെ പെട്ടെന്ന് പ്രകാശിക്കുവാൻ തുടങ്ങി. പതിനാറിന്റെ പടിവാതില്ക്കലെത്തിയ ഒരു വസന്തം അവന്റെ മനസ്സിൽ പുഞ്ചിരിയ്ക്കുവാൻ തുടങ്ങി.

ശോഭ! അവൻ മൗനമായി മനസ്സിൽ പറഞ്ഞു. രാത്രിയിൽ വീട്ടിലെത്തി വിഭവസമൃദ്ധമായ അത്താഴം കഴിക്കവേ അപ്പു പെട്ടെന്ന് ശോഭയുടെ അമ്മയെ ഓർത്തു. അവരെന്താവും രാത്രിയിൽ കഴിക്കുന്നത്? ഇത്തിരി കഞ്ഞിയോ എന്തെങ്കിലും ചെറിയൊരു കറിയോ ആയിരിക്കും അവരുടെ അത്താഴം. അവരെപ്പോലെതന്നെയാവും മിക്ക വീട്ടിലെയും ഭക്ഷണസ്ഥിതിയെന്നും അവൻ പെട്ടെന്നോർത്തു.

നാട്ടിൽ പല വീട്ടിലും റേഷന്റെ അളവുകൊണ്ട് അരിക്കുമുട്ടുണ്ടാവില്ല. പക്ഷേ, അരികൊണ്ടുമാത്രം ഭക്ഷണം മതിയാകുമോ? അപ്പു ഓർത്തു, ഇടത്തരക്കാരും പാവപ്പെട്ടവരും എല്ലാം സംതൃപ്തി അഭിനയിക്കുകയാണ്. മിക്കവരുടെയും മനസ്സിൽ അതൃപ്തിയുടേയും രോഷത്തിന്റേയും കനലുകളാണ് ജ്വലിക്കുന്നത്. ആ ജ്വാല ആരാണ് അണയ്ക്കുന്നത്? അതിനാണ് മഹത്തായ കമ്മ്യൂണിസ്റ്റ് പാർട്ടിയെന്ന് മനസ്സിൽ പറഞ്ഞു അപ്പു. പാവങ്ങളെ കൂടെചേർത്തു നിർത്തുന്ന കമ്മ്യൂണിസ്റ്റ് പാർട്ടി.

ആഹാരം കഴിച്ച് മുറ്റത്തു കുറച്ച് നടന്നശേഷം മുറിയിൽ ചെന്നപ്പോൾ അപ്പുവിന്റെ മൊബൈൽ ഫോൺ ശബ്ദിച്ചു. കിളി ചിലയ്ക്കുന്ന ശബ്ദമായിരുന്നു അവന്റെ റിങ്ങ്ടോൺ. ഫോണിൽ അപരിചിതമായ ഒരു നമ്പർ. ആ നമ്പർ കണ്ടപ്പോഴേ അത് ഭദ്രത്തമ്പുരാട്ടിയാണെന്നവൻ മനസ്സിലായി.

‘‘ഹലോ.’’ അവൻ ഫോണിലൂടെ സംസാരിച്ചു. ആദ്യം ചോദിച്ചത് ‘‘ഭദ്രത്തമ്പുരാട്ടി അല്ലേ?’’ എന്നായിരുന്നു.

അപ്പുറത്ത് അവിശ്വസനീയമായ ചോദ്യം കേട്ടതുപോലെ ഒരു നിമിഷം ഭദ്രത്തമ്പുരാട്ടി നിശ്ശബ്ദയായി നില്ക്കുന്നത് അപ്പു ഉണ്ണിക്കൃഷ്ണൻ ഭാവനയിൽ കണ്ടു. അത് ശരിയുമായിരുന്നു. പെട്ടെന്ന് പ്രത്യേക മാധുര്യം നിറഞ്ഞ ചിരിയോടെ മറുചോദ്യം അവൻ കേട്ടു. ''അതെങ്ങനെ മനസ്സിലായി?''

''മനസ്സ് പറഞ്ഞുതന്നു.'' അപ്പു പതുക്കെ പ്രത്യേകസ്വരത്തിൽ പറഞ്ഞു.

അതിനും ഭദ്രത്തമ്പുരാട്ടി ചിരിച്ചു. സ്വർഗ്ഗത്തിൽ നിന്നുമെത്തിയ അമൃതധാരയായിരുന്നു ആ ചിരി.

''ഞാൻ ഭദ്രത്തമ്പുരാട്ടി എന്നു വിളിച്ചോട്ടെ? പ്രായത്തിൽ ഞാൻ ഇളയതാണ്. അതുകൊണ്ട്...''മന്ദസ്വരത്തിൽ അപ്പു ചോദിച്ചു.

''അതുകൊണ്ട് ഭദ്രേ എന്നുതന്നെ വിളിക്കണം. അങ്ങനെയേ വിളിക്കാവൂ.'' അവർ കല്പിച്ചു. ഭൂമിയിലെ ഒരു കല്പവൃക്ഷംപോലെ ഭദ്ര നിന്നു.

''ഭദ്രാ...'' പതുക്കെ പതുക്കെ അവൻ വിളിച്ചു. ഒരു പൈങ്കിളിക്കഥയിലെ നായകനായി പെട്ടെന്നവൻ മാറി.

''അതെ! വിളിച്ചേ... അങ്ങനെ വിളിച്ചേ.... ഭദ്ര...''

വീണ്ടും അവൻ ഭദ്രായെന്നും ഭദ്രേയെന്നും വിളിച്ചു. ഓരോ വിളിക്കും ഭദ്ര 'ഓ...ഓ..ഓ..' എന്ന് വിളികേട്ടുകൊണ്ടുമിരുന്നു.

ഒരു പൈങ്കിളി അവരുടെ മനസ്സിൽ പറന്നുവന്ന് കൂടുകെട്ടി. ഇന്നാളൊരിക്കൽ വായനശാലയിലേയ്ക്ക് വരുംവഴി അപ്പു ഉണ്ണിക്കൃഷ്ണൻ ഫ്ളക്സ് ബോർഡിൽനിന്നുമിറങ്ങി തന്റെ കൂടെ സംസാരിച്ചുകൊണ്ടു നടന്നു വരുന്നതായി ഓർത്തത് യാഥാർത്ഥ്യമാകുന്നു എന്ന് ഭദ്രയ്ക്ക് തോന്നി. ആകാശത്തുനിന്നും വിരുന്നു വന്ന മനുഷ്യൻ. സ്ഥിരതാമസത്തിന് സമ്മതമായി വന്നുപേർന്നവൻ.

''എനിക്കൊരു കുറ്റബോധമുണ്ട് ഭദ്രാ.'' പതുക്കെ വീണ്ടും അപ്പു പറഞ്ഞു.

''എന്താണ് മാധവാ?''

മാധവനോ? അവന് പെട്ടെന്നൊരു സംശയമുണ്ടായി ഭദ്രയ്ക്ക് ആൾ മാറിപ്പോയോ? ഭദ്രയ്ക്ക് പേരു മാറിപ്പോയോ? പേരുമറന്നു പോയോ? പേരു തെറ്റിപ്പോയോ?

''ഏതു മാധവൻ?'' പെട്ടെന്നവൻ ചോദിച്ചു. ''ഇന്ദുലേഖയിലെ മാധവനാണോ?'' അവൻ പതുക്കെ ചിരിച്ചു. സൂര്യനമ്പൂതിരിപ്പാടുണ്ടാവുമോ? അവനോർത്തു. ജഗദീശവർമ്മ സൂര്യനമ്പുതിരിപ്പാടാണ്.

''അല്ലാ...'' ഭദ്രത്തമ്പുരാട്ടി ചിരിച്ചു. ആ ചിരി ഒരു മാദകസംഗീതം പോലെ അവന്റെ മനസ്സിൽ തിരതല്ലി. വീണ്ടും ഭദ്രത്തമ്പുരാട്ടിയുടെ സ്വരം രാഗസുധപോലെ അവനെ ലഹരി പിടിപ്പിച്ചു.

''അപ്പു ഉണ്ണിക്കൃഷ്ണൻ എനിക്ക് മാധവനാണ്. ഞാനിനി അപ്പുവിനെ മാധവൻ എന്നാണ് വിളിക്കുന്നത്. എന്റെ മാധവൻ. എന്റെ കൃഷ്ണൻ.''

ഞാൻ നിന്റെ രാധയുമെന്ന് പക്ഷേ, അവൾ പറഞ്ഞില്ല.

മലമ്പുഴയിലെ യക്ഷിയെ കണ്ടുകൊണ്ട് നിന്നപ്പോൾ ഭ്രാന്തനെപ്പോലെയോ സന്ന്യാസിയെപ്പോലെയോ തോന്നിച്ച ആ മനുഷ്യൻ പറഞ്ഞതെന്താണ്? പെട്ടെന്ന് അപ്പു ഉണ്ണിക്കൃഷ്ണൻ ആ സംഭവം ഓർത്തു.

''നിനക്ക് നന്മവരും. നന്മ വരുന്നത് സുന്ദരികളായ സ്ത്രീകൾ മുഖേനയായിരിക്കും. നിനക്ക്, ഇധർ ദേഖോ ചോക്രാ നിനക്ക് ഈ യക്ഷിയെപ്പോലെ സുന്ദരികളായ യുവതികളെ രതിക്രീഢയ്ക്കു കിട്ടും.''

''മാധവാ എന്താണൊന്നും മിണ്ടാത്തത്?''

''ഞാനെന്നെ മറന്നു നില്ക്കുകയാണ് ഭദ്രാ.''

''എങ്കിൽ ശരി. മാധവനൊരു കുറ്റബോധമുണ്ടെന്ന് പറഞ്ഞത് പിന്നെ പറഞ്ഞാമതി. പാട്ടി മുറിയിലേക്ക് വരുന്നുണ്ടെന്ന് തോന്നുന്നു ഞാനിപ്പോ നിർത്തുകയാ. ഓക്കെ... ഗുഡ്നൈറ്റ്.''

അപ്പുവിന്റെ ഗുഡ്നൈറ്റ് കേൾക്കുന്നതിനു മുമ്പുതന്നെ ഭദ്ര ഫോൺഓഫ് ചെയ്തു.

ഭദ്രയ്ക്ക് തോന്നിയത് ശരിയായിരുന്നു. നടന്നുവരുമ്പോൾ ഉണ്ടാകുന്ന വസ്ത്രങ്ങളുടെ ഉലച്ചിൽ ശബ്ദമാണ് ഭദ്ര കേട്ടത്. അത് പാട്ടിയായിരുന്നു.

പാട്ടി മുറിയുടെ വാതിൽക്കൽ വന്നു നിന്നു വിളിച്ചു. ''മക്കളേ...''

''എന്തു പാട്ടീ?''

''ഒന്നിനുമല്ല, സാധാരണ പരിപാടിതന്നെ. അക്ഷരശ്ലോകം. മകളെ വിളിക്കാനും പറഞ്ഞു,''

''പാട്ടിയും കൂടുന്നില്ലേ?''

''പാട്ടിയില്ലാത്ത അക്ഷരശ്ലോകമുണ്ടോ?'' അങ്ങനെ പറഞ്ഞ് പാട്ടി ചിരിച്ചു.

പല രാത്രികളിലും അക്ഷരശ്ലോകം ചൊല്ലൽ ഉണ്ടായിട്ടുണ്ട്. പാട്ടി, പാട്ടിയുടെ ഭർത്താവ് ദേവേന്ദ്രോക്കി, ഭദ്ര, പിന്നെ പ്രമുഖസ്ഥാനത്ത് വലിയ തിരുമേനി. ഒരുത്തരും തോല്ക്കാറുമില്ല. ആരും മടുക്കാറുമില്ല. കൃത്യമായ അക്ഷരത്തിൽ തുടങ്ങി ശ്ലോകങ്ങളുടെ അനർഗളപ്രവാഹമായിരിക്കും പിന്നെ അവിടെ നടക്കുന്നത്. ശ്ലോകങ്ങളുടെ ശുദ്ധി രാത്രിയുടെ മനസ്സിനെ വിശുദ്ധമാക്കും. പാട്ടി ഒന്നാംതരം പാചകക്കാരിയാണ്. ഡ്രൈവറാണ്. അക്ഷരശ്ലോകവിദഗ്ദ്ധയാണ്. അതിസുന്ദരിയും ഒറ്റച്ചേലയുടുക്കുന്നവളുമാണ്. സ്നേഹത്തിന്റെ ഭൂഖണ്ഡങ്ങൾ നിർമിക്കുന്നവളുമാണ്.

''പോകാം.'' ഭദ്രത്തമ്പുരാട്ടി പാട്ടിയുടെ കൂടെ വെളിയിലേയ്ക്ക് നടന്നു. അക്ഷരശ്ലോകങ്ങളുടെ കടലിലേയ്ക്ക് അവർ തോണിയിറക്കാൻ പോവുകയാണ്.

അന്നു രാത്രി ഉറങ്ങാൻ കിടന്നപ്പോൾ അപ്പു ഉണ്ണിക്കൃഷ്ണന്റെ മന

സ്സിൽ നിറഞ്ഞു നിന്നത് ഭദ്രയായിരുന്നു. പെട്ടെന്നാണ് നക്ഷത്രക്കണ്ണുകളുള്ള മറ്റൊരു മുഖംകൂടി അവന്റെ മനസ്സിലേയ്ക്ക് അധികാരപൂർവം കടന്നുവന്നത്. അത് ശോഭയായിരുന്നു. ആശുപ്രതിയിൽവെച്ചു കണ്ട പെൺകുട്ടി. പതിനാറുവയസ്സിന്റെ നിഷ്കളങ്ക സൗന്ദര്യം. ജ്വലിക്കുന്ന നക്ഷത്രക്കണ്ണുകൾ. മനസ്സിൽ സ്നേഹനിലാവ് ഉദിക്കുന്ന പ്രായം. ശോഭ!

പതിനൊന്ന്

ഒരു വൈകുന്നേരം.

ധനുമാസമാണ്. നേരിയ കുളിരുമായി തണുത്ത കാറ്റ് പതുക്കെ വീശുന്നു. കാറ്റിന്റെ മനസ്സിൽ വരുവാൻ പോകുന്ന തിരുവാതിര രാത്രിയുടെ പാട്ടിന്റെ ഈണമുണ്ടായിരുന്നു.

ഭദ്രത്തമ്പുരാട്ടി അകത്തേ മുറിയിൽനിന്നും കസവുകരയുള്ള സെറ്റുമുണ്ടുടുത്ത് വരാന്തയിലെത്തി. അവരുടെ പനങ്കുലപോലത്തെ മുടി കെട്ടിവെയ്ക്കാതെ പുറകോട്ടൊഴുകിക്കിടന്നു. കറുത്ത ഒരരുവിപോലെ നിതംബത്തിന് താഴേയ്ക്ക് മുടി ഒഴുകിപ്പരന്നു. മുടിയുടെ നനവ് അവരുടെ പുറകിലത്തെ വസ്ത്രത്തിൽ ഈറൻ പടർത്തി. കുളി കഴിഞ്ഞശേഷം മുടി ഉണങ്ങിയിരുന്നില്ല. നെറ്റിയിൽ ഭസ്മക്കുറിയും തൊട്ടിരുന്നു ഭദ്ര. ഐശ്വര്യം മുഖത്തും മാദകത്വം ശരീരത്തിലും ഉദിച്ചുനിന്നു.

വലിയ തിരുമേനി വരാന്തയിലൂടെ ഉലാത്തുകയായിരുന്നു. ഭദ്രത്തമ്പുരാട്ടി പുമുഖത്തേക്കിറങ്ങിവന്നപ്പോൾ അവർക്ക് പുറംതിരിഞ്ഞ് നടന്ന് വരാന്തയുടെ അറ്റത്തെത്തിയിരുന്നു തിരുമേനി. ചില നിമിഷങ്ങൾ അങ്ങനെ നിന്നിട്ട് അദ്ദേഹം വീണ്ടും നടക്കാനായി തിരിഞ്ഞു. അപ്പോഴാണ് തിരുമേനി വരാന്തയുടെ നടുക്ക് നിലക്കുന്ന മരുമകളെ കണ്ടത്. അദ്ദേഹം നടക്കാൻ മറന്ന് ഒരു നിമിഷം ഭദ്രയേയും നോക്കിനിന്നു.

മഠത്തിന്റെ പൂമുഖത്ത് മേടമാസത്തിലെ വിഷുവിന് കണിയൊരുക്കാനായി കണിക്കൊന്ന പൂത്ത് നില്ക്കുന്നുവോ, എന്നായി പെട്ടെന്ന് വലിയ തിരുമേനിയുടെ ചിന്ത. ആ നിമിഷംതന്നെ അദ്ദേഹം നഗരങ്ങളിലും ഗ്രാമങ്ങളിലും അലഞ്ഞുതിരിയാനായി വീടുവിട്ടിറങ്ങിയ മകനെ അറിയാതോർത്തുപോവുകയും ചെയ്തു. പെട്ടെന്ന് അറിയാവേദനയുടെ ഒരു കടലല അദ്ദേഹത്തിന്റെ മനസ്സിലൂടെ ഇരച്ചുകയറി കടന്നുപോയി.

വീണ്ടും തിരമാലകൾ അടിച്ചുകയറി. മനോഹാരിയും വിദ്യാസമ്പന്നയും സംസ്കാരചിത്തയുമായ യുവതിയോട് താൻ കാണിച്ച ക്രൂരത കഠിനമായിപ്പോയിയെന്ന് അദ്ദേഹം പലപ്പോഴും എന്നപോലെ ആ നിമിഷവും മനസ്സിൽ ഓർത്തുപോയി. മന്ദബുദ്ധിയും മനോരോഗിയുമായ മകന്റെ വധുവായി കൊണ്ടുവന്ന് ഒരു പെൺകുട്ടിയുടെ ജീവിതത്തിന്റെ സഫലത

നഷ്ടപ്പെടുത്തിക്കളഞ്ഞത് മാപ്പുകിട്ടാത്ത ക്രൂരത ആയിപ്പോയെന്ന് അദ്ദേഹം പലപ്പോഴും എന്നപോലെ അപ്പോഴും സ്വയം പറയുകയും കുറ്റപ്പെടുത്തുകയും ചെയ്തു. അപ്പോഴേയ്ക്കും തിരുമേനി ഭദ്രയുടെ അരികിലെത്തിക്കഴിഞ്ഞിരുന്നു. ഒരു വലിയ മല അരുവിയുടെ അരികിലേയ്ക്കെത്തിയിരിക്കുന്നു!

''അപ്പാ.....'' സ്വന്തം അച്ഛനെ വിളിക്കുന്ന വാത്സല്യനിറവോടെ തിരുമേനിയെ നോക്കി ഭദ്ര വിളിച്ചു. അവൾ മനോഹരമായി മന്ദഹസിക്കുന്നുണ്ടായിരുന്നു. ആ മന്ദഹാസത്തിൽ ലയിച്ച് ചില നിമിഷങ്ങൾ തിരുമേനി നിന്നുപോയി.

''എവിടെ പോകുന്നു മകളേ...''സ്വന്തം അച്ഛൻ തിരക്കുംപോലെ തിരുമേനി ഭദ്രയോട് ചോദിച്ചു. അദ്ദേഹത്തിന് അവളുടെ തലയിൽ തലോടണമെന്നുതോന്നി. പെൺമക്കളില്ലല്ലോ തിരുമേനിയ്ക്ക്. അകലങ്ങളിലേയ്ക്ക് മടക്കയാത്ര പോയ മഹേശ്വരിത്തമ്പുരാട്ടി മകളെ തന്നിട്ടല്ലല്ലോ പോയത് എന്ന ഒരു ദു;ഖം എപ്പോഴും അദ്ദേഹത്തിന്റെ മനസ്സിൽ അണയാതെ കിടന്നിരുന്നു. മകൻ കൊണ്ടുവന്ന വധു മകളായി മുന്നിൽ നില്ക്കുമ്പോൾ അത് മറ്റൊരു ദു;ഖമായി മാറുകയും ചെയ്യുന്നു.

''ഞാൻ കുന്നുംപുറത്തമ്പലത്തിൽ പോകുന്നു അപ്പാ.'' ഭദ്ര പറഞ്ഞു.

''കഴിഞ്ഞ കുറേ രാത്രികളിൽ അറിയാതെ അങ്ങനെ ഒരാഗ്രഹം മനസ്സിൽ തോന്നിക്കൊണ്ടിരുന്നു. ഇന്നലെ രാത്രിയിൽ ആ തോന്നൽ ശക്തമായി...''

കഴിഞ്ഞ കുറേ രാത്രികൾ! അവൾ അറിയാതെ ഓർത്തുപോയി. മംഗല്യമണിയിച്ച പുരുഷൻ കിടപ്പറയിലില്ലാതെ ഒറ്റയ്ക്ക് ഉറങ്ങിയ രാത്രികളായിരുന്നു അത്.

മനോരോഗിയും മന്ദബുദ്ധിയുമാണെങ്കിലും ഭർത്താവ് കൂടെയില്ലാത്ത രാത്രികളിൽ ഒറ്റപ്പെട്ടുപോയ തോന്നലോടെ ഉറങ്ങിയും ഉറങ്ങാതെയും മയങ്ങിയും മയങ്ങാതെയും നേരം വെളുപ്പിച്ചു, ഭദ്ര! ചില നേരങ്ങളിൽ മയക്കം കൺകളിൽ വന്നു ചേരുമ്പോഴെല്ലാം കിടപ്പറവാതിൽ തുറന്ന് ഒരാൾ കയറിവരുന്നു. അയാൾ കുനിഞ്ഞ് ചുണ്ടുകളിൽ ചുംബിക്കുമ്പോൾ ആ ആൾ മാധവനാണെന്ന് മനസ്സിലാകുന്നു. മാധവനെന്നു വിളിക്കുന്ന അപ്പു ഉണ്ണിക്കൃഷ്ണൻ!

വാ മാധവാ, എന്റെ പുഞ്ചേലയഴിച്ചുകളഞ്ഞ് എന്റെ മാറിടം അനാവൃതമാക്കി എന്റെ ശരീരവിടവുകളിലേയ്ക്ക് നീ പ്രവേശിക്ക്.... ഇങ്ങനെ മന്ത്രിക്കുമ്പോൾ ഉറക്കം ഓടിയകലുകയും കണ്ണുകൾ തുറക്കുകയും ചെയ്തു പോകുന്നു... അപ്പോൾ മുറിയിലെ മങ്ങിയ വെളിച്ചത്തിൽ താൻ ഏകയായി കട്ടിലിൽ കിടക്കുകയാണെന്ന് ഭദ്രയ്ക്ക് മനസ്സിലാവുകയും ചെയ്യുന്നു.

എല്ലാം സത്യവും മിഥ്യയും ആകുന്നു. കാമവും രതിയും അങ്ങനെ തന്നെ ആകുന്നു. പക്ഷേ, ജീവിതം പലതും കൊതിക്കുന്നു. ഏകാന്ത രാത്രികളിലെ ചില യാമങ്ങളിൽ സ്ത്രീയും പുരുഷനും പരസ്പരം ആസക്തരായിത്തീരുന്നു.

ഭദ്രയുടെ ഇന്ദ്രിയങ്ങളിൽ കനലുകൾ ജ്വലിച്ചു. എങ്കിലും വെളുപ്പിനെ അറിയാതെ അവൾ മയങ്ങിപ്പോയി. പിന്നെ വീണ്ടും ഞെട്ടി ഉണർന്നപ്പോൾ നേരം നന്നേ പുലർന്നിരുന്നു. എഴുന്നേറ്റയുടൻ ഇന്നു വൈകുന്നേരം പുഴയ്ക്കക്കരെയുള്ള കുന്നുംപുറത്തമ്പലത്തിൽ പോകണമെന്ന് നിശ്ച യിച്ചു ഭദ്ര. അപ്പോൾ മുറിയ്ക്കു വെളിയിൽ പാട്ടി വിളിക്കുന്നതവൾ കേട്ടു. പാട്ടിയുടെ അരികിൽ ദേവേന്ദ്രവർമ്മയും നില്ക്കുന്നുണ്ടായിരുന്നു!

''മകളേ...'' വലിയ തിരുമേനി ചോദിച്ചു, ''ഒറ്റയ്ക്കു പോകണോ അമ്പലത്തിൽ? പാട്ടി കാറിൽ കൊണ്ടുപോകും.''

''വേണ്ടപ്പാ....'' പതുക്കെ ചിരിച്ചു ഭദ്ര ''ഗ്രാമത്തിലൂടെ ഒറ്റയ്ക്കു നടന്നു പോകാം... ഒരു പ്രത്യേക ശാന്തത മനസ്സിനു ലഭിക്കുമപ്പോൾ.''

''ശരി.'' വലിയ തിരുമേനി സമ്മതിച്ചു. ''പോയി തൊഴുതു വരിക മകളേ...''

പാട്ടിയോട് തലേദിവസം നാലുമണി കാപ്പി കഴിക്കുമ്പോൾ അമ്പലത്തിൽ പോകുന്ന കാര്യം ഭദ്ര പറഞ്ഞിരുന്നു. അതുകേട്ട് വാത്സല്യ വും ദു:ഖവും കലർന്ന മുഖത്തോടെ പാട്ടി ഭദ്രയുടെ തലയിൽ തലോടി. ആ തലോടൽ ദേവിയുടേതായിരുന്നു. ആ തലോടൽ അമ്മയുടേതാ യിരുന്നു. പാട്ടി ഉൾമുറിയിലെവിടെയോ ആണിപ്പോൾ...

ഭദ്ര മുറ്റത്തേക്കിറങ്ങി. വിശാലമായ മുറ്റത്തുകൂടെ ഗയിറ്റിങ്കലേയ്ക്ക് നടന്നപ്പോൾ വടക്കേ മുറ്റത്ത് വളർന്നുനില്ക്കുന്ന കൂറ്റൻ മാവിനു ചുവട്ടിൽനിന്നും കൊമ്പുവിളി ഉയർന്നു. ഭദ്ര നോക്കി. പാട്ടിയുടെ ഭർത്താ വ് ദേവേന്ദ്രവർമ്മ കൊമ്പു വിളിക്കുകയാണ്.

ആ വാദ്യനാദത്തിൽ മാവിന്റെ ശാഖികൾ താളം ചവിട്ടുന്നു. അവൾ നിന്നു. പിന്നെ മന്ദഹാസത്തോടെ ദേവേന്ദ്രവർമയുടെ കൊമ്പുവിളി ശ്രദ്ധിച്ചുകേട്ടു. കാഹളം വിളിപോലെ തോന്നി അവൾക്കത്.

നാളെ ദേവേന്ദ്രവർമ്മയ്ക്ക് എവിടെയോ പഞ്ചവാദ്യമുണ്ട്. അപ്പോഴാണ് തലേദിവസം വൈകുന്നേരങ്ങളിലെ ഒരു പ്രത്യേക സമയത്ത് വടക്കുവശത്തു വളർന്നുനില്ക്കുന്ന മാവിന്റെ ചുവട്ടിൽ നിന്നുകൊണ്ട് അയാൾ കൊമ്പു വായിക്കുന്നത്. മണ്ണാറശാലയിലെ സർപ്പദൈവങ്ങൾക്ക് കേൾക്കാനാണ് ആ കൊമ്പുവായനയെന്ന് ദേവേന്ദ്രവർമ്മ പറയുമായിരുന്നു. സർപ്പദൈവങ്ങൾക്ക് ദേവേന്ദ്രവർമ്മയുടെ സംഗീതവഴിപാട്, മഞ്ഞൾ പ്രസാദത്തിനു പകരം സംഗീതയജ്ഞാ

ഞ്ജലി.

പുഞ്ചിരിയോടെ ഭദ്ര ഗയിറ്റുതുറന്ന് വെളിയിലെത്തി. ഗ്രാമവഴി ഭദ്രയോടുപറഞ്ഞു, വരിക തമ്പുരാട്ടി! നാടൻപാട്ടും ഗ്രാമഭംഗിയും ഭദ്രയോട് പറഞ്ഞു, വരിക ദേവീ!

വരുന്നു. ഭദ്ര മന്ത്രിച്ചു. വഴിയോരത്തെ മരച്ചില്ലയിലിരുന്ന് ഒരു പേരറിയാപ്പക്ഷി ഏതോ രാഗത്തിൽ നാടൻപാട്ടു പാടി.പട്ടണത്തിന്റെ തൊട്ടടുത്ത് കിടന്നിട്ടും ഗ്രാമത്തനിമ അതേപടി പുലരുന്ന നാട്ടിലൂടെ നടന്നപ്പോൾ മനസ്സിൽ ചന്ദനം ചാർത്തിയ ഒരു സുഖം ഭദ്രത്തമ്പുരാട്ടിക്ക് അനുഭവപ്പെട്ടു. മനസ്സിന്റെ മ്ലാനതകൾ പെട്ടെന്ന് മാഞ്ഞുപോയതുപോലെ. അവർക്ക് തോന്നി. മനസ്സിന് ശാന്തതയും അനുഭവപ്പെട്ടു.

വഴിക്കിരുവശവും നാടൻ ചെമ്പരത്തി ചെമന്ന പുഷ്പങ്ങളുമായി ഭദ്രത്തമ്പുരാട്ടിയെ നോക്കി കുശലം ചോദിച്ചു. രാവിലെ വിടർന്ന പൂവുകൾ ഇപ്പോഴും പുതുമ മാറാതെ പ്രസന്നഭാവത്തിൽ നില്ക്കുന്നു. പക്ഷേ, നാളെ രാവിലെ ചെടിയുടെ ചുവട്ടിൽ വാടിവീണു കിടക്കും. വിടരുന്നു. കൊഴിയുന്നു.

ശ്രീ ഭുവിലസ്ഥിര...

പെട്ടെന്നാണ് റോഡിറമ്പിൽനിന്നും 'ഭദ്രേ'എന്ന വിളി കേട്ടത്, നോക്കിയപ്പോൾ അപ്പു ഉണ്ണിക്കൃഷ്ണൻ നില്ക്കുന്നു. ഭൂമിയിൽനിന്നും. അപ്പോൾ പൊട്ടിമുളച്ചതുപ്പോലെ. ഇത്തിരിപ്പൂവേ ചുവന്നപുവേ.... ഇത്രയും നാളും നീ എങ്ങുപോയി?

''മാധവാ..''അറിയാതവൾ വിളിച്ചു. രാത്രിയിൽ ഞാൻ ഉറങ്ങാൻ കിടന്നപ്പോൾ എന്റെ ചുണ്ടുകളിൽ ചുംബിച്ച കൊച്ചുചെറുപ്പക്കാരാ, എന്റെ മനസ്സിലെ കാമദേവാ...

''എവിടെപ്പോകുന്നു?'' അപ്പു ചോദിച്ചു.

''അക്കരെ കുന്നുംപുറം കാവിൽ. ദേവിയെ തൊഴുവാൻ.'' അവൾ പതുക്കെ പറഞ്ഞു. ദേവിയാണ് നമ്മളെ...

അപ്പോൾ ഒരു നിമിഷം അപ്പു ഉണ്ണിക്കൃഷ്ണൻ കണ്ണുകളടച്ചുനിന്നു. ചെന്നൈയിൽ വെച്ചു പഠിച്ച സംസ്കൃതം പെട്ടെന്നവനിലേയ്ക്ക് ഒഴുകിയെത്തി.

''ദേവിയെ തൊഴുവാനാണോ?'' അവൻ മന്ദഹസിച്ചു. പിന്നെ പെട്ടെന്ന് അപ്പു ഉണ്ണിക്കൃഷ്ണൻ ചൊല്ലി.

''മനീഷിതായാർച്ച ഗൃഹേഷ്ഠ ദേവതാ;
സ്തവം: ക്വാവത്സേ, കൃചതാവകം വപു:
പദം സഹേത ഭ്രമരസ്യ പേലവം
ഗിരീഷപുഷ്പം, നപുന: പതന്ത്രണ:''

ഭദ്രത്തമ്പുരാട്ടി അതുകേട്ട്, അതിശയിക്കുകയും ആഹ്ലാദിക്കുകയും

ചെയ്തു. കുമാരസംഭവത്തിലെ അഞ്ചാംസർഗ്ഗത്തിലുള്ള നാലാമത്തെ ശ്ലോകമാണ് മാധവൻ ചൊല്ലിയതെന്നവൾ ഓർത്തു. ആ ശ്ലോകത്തിന്റെ അർത്ഥവും അവളുടെ മനസ്സിൽ തെളിഞ്ഞു വന്നു.

''ഓമനേ,
അഭിലാഷസിദ്ധിക്ക് ഗൃഹത്തിലിരുന്ന്
ദേവതകളെ ആരാധിച്ചുകൊള്ളുക;
തപസ്സെവിടെ? നിന്റെ ശരീരമെവിടെ?
നനുത്ത നെന്മേനിവാകപ്പൂവ് വണ്ടിന്റെ കാലേതാങ്ങും, പക്ഷിയുടേതു താങ്ങില്ല...''

അർത്ഥം മനസ്സിൽ പറഞ്ഞ് അവൾ തിളങ്ങുന്ന കണ്ണുകളോടെ അപ്പു ഉണ്ണിക്കൃഷ്ണനെ അവളുടെ മാധവനെ നോക്കിനിന്നു. പെട്ടെന്ന് ശ്ലോകത്തിനവൾ മറുശ്ലോകം ചൊല്ലി. കുമാരസംഭവം തന്നെ. എട്ടാം സർഗം.

''താം വിലംബിതപനീയ മേഖലാ
മുദ്വഹഞ്ജഘനഭാരദുർവഹാം.
ധ്യാനസംഭ്റുത വിഭൂതിഭാസ്വരം
വ്യാവിശന്മണി ശിലാഗൃഹം ഹരം''

അതിന്റെ അർത്ഥം അപ്പു ഉണ്ണിക്കൃഷ്ണനും മനസ്സിൽ മഴപോലെ വർഷിച്ചെത്തി.

''ഹരൻ
പൊന്നരഞ്ഞാൺ അഴിഞ്ഞിഴഞ്ഞു
ജഘനത്തിന്റെ കനംകൊണ്ട് എടുക്കാൻ
പണിയുള്ള അവളെ എടുത്തുംകൊണ്ട്
ധ്യാനിച്ചുവരുത്തിയ വിഭൂതികളാൽ
ഉജ്വലിക്കുന്ന മണിശിലാഗൃഹത്തിലേയ്ക്കു പോയി...''

''കൊണ്ടുപോകട്ടേ?'' പെട്ടെന്ന് വർദ്ധിച്ച ശ്വാസവേഗതയാൽ കിതപ്പോടെ അപ്പു ചോദിച്ചു.

''കൊണ്ടുപൊക്കോളൂ.....''നെഞ്ചെയും അമ്പുമായി നിന്നുകൊണ്ട് ഭദ്ര പറഞ്ഞു.

''എപ്പോ?'' അപ്പുവിന്റെ വാക്കുകളിടറി.

''ഞാൻ വിളിക്കാം.''

പിന്നെ ഒന്നും പറയാതെ ഭദ്രത്തമ്പുരാട്ടി മുന്നോട്ടേയ്ക്ക് നടന്നകന്നു.

''അപ്പൂ'' മേനോൻ സാർ പറഞ്ഞു. ''നമ്മുടെ ഗ്രാമത്തിൽ, തിരുവാർപ്പിൽ പണ്ട്, നിനക്കറിയാമായിരിക്കും ഒരു സഞ്ചാരസ്വാത്രന്ത്യസമരം നടന്നിട്ടുണ്ട്. അതിന്റെ ഒരു സ്മരണ നമുക്ക് പുതുക്കേണ്ടതുണ്ട്. നീ എന്തു

പറയുന്നു?''

''പുതിയ തലമുറയുടെ അറിവിലേയ്ക്ക് അതത്യാവശ്യമാണു സാറേ.''

അപ്പു പറഞ്ഞു. അവൻ ഒത്തിരിയൊത്തിരി കാര്യങ്ങൾ മനസ്സിലാക്കിയിട്ടുണ്ട്. പുസ്തകങ്ങൾ വായിച്ചുവായിച്ച് പക്വമതിയും പണ്ഡിതനുമായി അവൻ വളർന്നിരിക്കുന്നു. നല്ല ആഹാരം കഴിച്ചും വ്യായാമം ചെയ്തും അവന്റെ ശരീരം സുദൃഢമായി തീർന്നിരിക്കുന്നു.

''അടുത്തയാഴ്ച ക്ഷേത്രമൈതാനത്ത് ഒരു യോഗം ചേരുന്നുണ്ട്.'' മേനോൻ സാർ തുടർന്നു. നീ അതിൽ പ്രസംഗിക്കണം.

''ഞാനിതുവരെ പ്രസംഗിച്ചിട്ടില്ല സാർ.''

''അതെനിക്കറിയാം. നിന്റെ ആദ്യ പ്രസംഗമാകട്ടേയിത്.'' അദ്ദേഹം ശിഷ്യന്റെ തോളിൽ തട്ടി.

ആദ്യം വായിച്ച പുസ്തകം, ആദ്യം സ്നേഹിച്ച പെണ്ണ്, ആദ്യം കേട്ട സംഗീതം, ആദ്യം നടത്തിയ പ്രസംഗം. ശരി.

''നമ്മുടെ ഈ ക്ഷേത്രമൈതാനത്ത് ഗാന്ധിജി വന്നിട്ടില്ലേ സാർ?'' അപ്പു ഉണ്ണിക്കൃഷ്ണൻ ചോദിച്ചു.

''ഉണ്ട്. തിരുവാർപ്പിൽ സഞ്ചാരസ്വാത്രന്ത്യത്തിനുവേണ്ടി സമരപരിപാടികൾ തീവ്രമായി നടന്നിരുന്നു. ടി.കെ.മാധവന്റെ നേതൃത്വത്തിൽ തിരുവാർപ്പിലും സഞ്ചാരസ്വാതന്ത്ര്യത്തിനുവേണ്ടി ശക്തമായ സമരം നടന്നു. സമാധാനപരമായിട്ടാണ് സമരം സംഘടിപ്പിച്ചിരുന്നത്. എന്നിട്ടും ടി.കെ.മാധവന് കഠിനമായ മർദ്ദനം ഏല്ക്കേണ്ടിവന്നു.''മേനോൻ സാർ വിശദീകരിച്ചു.

''അതെനിക്കറിയാം സാർ. അതോടൊപ്പം അവർണർക്ക് ക്ഷേത്രത്തിൽ പ്രവേശനം അനുവദിക്കാത്തതിനെതിരേയും പ്രക്ഷോഭങ്ങൾ നടന്നിരുന്നുവല്ലോ.''

''അതേടോ....'' മേനോൻ സാർ ചിരിച്ചു.

അപ്പുവിന് അവർണറെന്നും സവർണരെന്നും എടുത്തു പറയുന്നത് ഇഷ്ടമല്ലായെന്ന് മേനോൻ സാറിനറിയാമായിരുന്നു.

ഒരിക്കൽ ഒരാൾ 'എന്റെ മുസ്ലീം സുഹൃത്തെന്നു' പറഞ്ഞപ്പോൾ അപ്പു കോപിഷ്ഠനായതും അദ്ദേഹം ഓർത്തു.

''സുഹൃത്തുക്കളിൽ അങ്ങനെയുണ്ടോ; മുസ്ലീം സുഹൃത്ത്, ക്രിസ്ത്യൻ സുഹൃത്ത്, ഹിന്ദു സുഹൃത്ത്....?''മുസ്ലീം സുഹൃത്തെന്നു പറഞ്ഞയാളെ ദേഷ്യത്തോടെ നോക്കിക്കൊണ്ട് അപ്പു ഉണ്ണിക്കൃഷ്ണൻ ജ്വലിച്ചു. ''മുസ്ലീം സ്നേഹം, ക്രിസ്ത്യൻ സ്നേഹം, ഹിന്ദു സ്നേഹം എന്നിങ്ങനെയുമുണ്ടോ? അതോടൊപ്പം മുസ്ലീം വേദന, ക്രിസ്ത്യൻ വേദന, ഹിന്ദു വേദന എന്നുമുണ്ടോ?''

ആരൊക്കെയോ ചേർന്ന് എന്തൊക്കെയോ പറഞ്ഞ് അപ്പുവിനെ

അന്ന് സമാധാനിപ്പിച്ചതും മേനോൻസാർ ഓർത്തു. യഥാർത്ഥ കമ്മ്യൂണിസ്റ്റുകാരനാണ് എന്റെ അപ്പു എന്ന് അപ്പോൾ മനസ്സിൽ നിരൂപിക്കുകയും ചെയ്തു അദ്ദേഹം.

''അക്കാലത്ത് ആയിരത്തിയൊരുനൂറ്റിപന്ത്രണ്ട് തുലാമാസം ഇരുപത്തിയേഴിന് തിരുവിതാംകൂർ മഹാരാജാവ് ക്ഷേത്രപ്രവേശനവിളംബരം പുറപ്പെടുവിച്ചു. ഇന്ത്യയിൽ, നിനക്കറിയാമല്ലോ അപ്പൂ, പട്ടികജാതി പട്ടികവർഗവിഭാഗത്തിൽ പെട്ടവർക്ക് ക്ഷേത്രപ്രവേശനത്തിന് അനുമതിയില്ലായിരുന്നു. അപ്പോൾ മഹാത്മാഗാന്ധി ഈ സമയത്ത് പ്രവേശനം നിഷേധിച്ച ക്ഷേത്രങ്ങളിൽ താൻ കയറുന്നതല്ലാ എന്ന് പ്രസ്താവിച്ചു. തിരുവിതാംകൂർ മഹാരാജാവ് ഇതേത്തുടർന്ന് മഹാത്മാഗാന്ധിയെ തിരുവിതാംകൂറിലേയ്ക്ക് ക്ഷണിച്ചു. ആ ക്ഷണം സ്വീകരിച്ച് ആയിരത്തിതൊള്ളായിരത്തിമുപ്പത്തിയേഴ് ജനുവരി പത്തൊമ്പതാം തീയതി ഗാന്ധിജി വൈക്കത്തുനിന്നും നമ്മുടെ തിരുവാർപ്പിലെത്തി. പിന്നെ പിന്നോക്ക വിഭാഗങ്ങളോടൊപ്പം അദ്ദേഹം ക്ഷേത്രത്തിലുമെത്തി. ക്ഷേത്രത്തിനരികിൽ ഗാന്ധിജിക്ക് പ്രസംഗിക്കുവാൻ വേദിയൊരുക്കിയിരുന്നു. വേദിയിലേയ്ക്ക് അദ്ദേഹത്തെ പ്രവർത്തകർ ക്ഷണിച്ചപ്പോൾ ആദ്യം ക്ഷേത്രം, പിന്നെ സ്റ്റേജ് എന്നാണ് ഗാന്ധിജി പറഞ്ഞത്.''

ചെറിയൊരു പ്രസംഗരീതിയിൽ മേനോൻസാർ അപ്പുവിനോട് സംസാരിച്ചു. യോഗത്തിൽ അപ്പുവിന് പ്രസംഗിക്കുവാൻ ചെറിയൊരു വിഷയം മനപ്പൂർവം ഇട്ടുകൊടുക്കുകയായിരുന്നു അദ്ദേഹം. ആ പറയുന്നതെല്ലാം ശ്രദ്ധിച്ചുകേട്ടുതന്നെ അവനിരുന്നു. അവനറിയാവുന്ന കാര്യങ്ങളായിരുന്നു അതെല്ലാം. പക്ഷേ, ഒക്കെയും ആദ്യം കേൾക്കുന്ന കൗതുകത്തോടെ കേട്ടിരുന്നു അപ്പു.

''അങ്ങനെ അന്നു വന്നപ്പോഴാണ് കാളിയമ്മയുടെ കയ്യിൽനിന്നും ഗാന്ധിജി കുഞ്ഞിനെ എടുത്താശ്ലേഷിച്ചത്.'' മേനോൻ സാർ പറഞ്ഞു നിർത്തി. ''അവർ അന്നത്തെ ഏറ്റവും താഴ്ന്ന സമുദായക്കാരിയായിരുന്നു.''

'ഇന്ന്, അന്ന് തീണ്ടപ്പാടകലെ വഴിയോരത്തു കൂടി നടന്നുപോയിരുന്ന, അടിമയെപ്പോലെ പാടവരമ്പത്ത് കുത്തിയിരുന്നിരുന്ന കാളി ഉള്ളാടത്തിയുടെ ചെറുമക്കളെല്ലാം ഉന്നതനിലയിലാണെന്നുള്ള കാര്യം അഭിമാനത്തോടെ അപ്പു ഉണ്ണിക്കൃഷ്ണൻ ഓർത്തു.

''അതുകൊണ്ട് ഇക്കാര്യങ്ങൾ എല്ലാം ഓർത്തുവെച്ച് തീർച്ചയായും നീ പ്രസംഗിക്കണം.'' മേനോൻ സാർ തീർപ്പ് കല്പിച്ചു.

''ഓ! പ്രസംഗിച്ചോളാം സാർ.'' അപ്പു ഉണ്ണിക്കൃഷ്ണൻ സമ്മതിച്ചു.

നാട്ടിലെ അവർണർക്കുവേണ്ടി നടത്തിയ സഞ്ചാരസ്വാതന്ത്ര്യത്തിനും ക്ഷേത്രപ്രവേശനത്തിനും വേണ്ടി സമരം ചെയ്ത് ജീവിതം താറുമാറാക്കി

ക്കളയുകയും പിന്നെ ആരുടേയും ഓർമകളിൽ വരാതാവുകയും ചെയ്ത ഒരാളെപ്പറ്റി പ്രസംഗത്തിൽ പരാമർശിക്കണമെന്ന് അപ്പു ഉണ്ണിക്കൃഷ്ണൻ മനസ്സിൽ നിശ്ചയിച്ചുറച്ചു. ആ നിശ്ചയം നിറഞ്ഞ മനസ്സുമായി അപ്പു വീട്ടിലേയ്ക്ക് യാത്രയായി.

ആ ആൾ രാമനിളയതായിരുന്നു. മൂവാറ്റുപുഴക്കാരൻ. വൈക്കം സത്യാഗ്രഹത്തിൽ പങ്കെടുത്ത് സവർണ്ണർ അന്ധനാക്കിക്കളഞ്ഞ രാമനിളയത്.

വീട്ടിലേയ്ക്കു പോകുംവഴി അപ്പുവിന്റെ ഫോണിൽ കിളി ചിലച്ചു. ഫോണിൽ ഭദ്രത്തമ്പുരാട്ടി. മനസ്സിനും ശരീരത്തിനും ഉരുക്കിന്റെ കരുത്തുണ്ടായിരുന്നെങ്കിലും ഒരു നിമിഷനേരത്തേയ്ക്ക് അപ്പുവിന്റെ ഹൃദയമിടിപ്പ് പെട്ടെന്ന് വർദ്ധിച്ചു. ഒരുനിമിഷനേരത്തേയ്ക്ക് ശ്വാസഗതിയും വർദ്ധിച്ചു.

''തമ്പുരാട്ടി...'' അറിയാതങ്ങനെ വിളിച്ചുപോയി അപ്പു.

''മാധവാ...''ഫോണിൽക്കൂടി ചുടുനിശ്വാസം ഒഴുകി തന്റെ ഹൃദയത്തിലേയ്ക്ക് ലാവപോലെ പതിക്കുന്നതായി അപ്പു ഉണ്ണിക്കൃഷ്ണന് തോന്നി.

''നീ എവിടെ മാധവാ?''

''ഞാൻ വീട്ടിലേയ്ക്കുള്ള പാതി വഴിയിൽ...''

''മാധവാ എനിക്കു വയ്യ... ഇന്നു നീ എന്റെ അരികിൽ വരണം''

''വരാം.'' അപ്പു കുടിനീരിറക്കി.

''മഠത്തിൽ നായയെ വളർത്തുന്നില്ല.'' ഭദ്ര പറഞ്ഞു. ''റോഡിന്റെ തെക്കുവശത്തെ മതിലിന് ചെറിയൊരു ഗയിറ്റുണ്ട്. ആ ഗയിറ്റ് അകത്തുനിന്നും പൂട്ടിയിരിക്കുകയാണ്. ഞാനത് തുറന്നിട്ടോളാം. അകത്തുകയറി പറമ്പിലൂടെ പടിഞ്ഞാറോട്ടു നടന്ന് മഠത്തിന്റെ മുറ്റത്തു വരണം. അവിടെ നാലു മുറികളുണ്ട്. നടുവിലായി കാണുന്നതാണ് എന്റെ കിടപ്പറ. മുറ്റത്തുവന്ന് ഇളം വരാന്തയിൽ കയറി നീ വാതിലിനു മുട്ടണം. വാതിൽ തുറന്നോളാം ഞാൻ..'' നെഞ്ച് പൊത്തിപ്പിടിച്ചാണ് ഭദ്രത്തമ്പുരാട്ടി സംസാരിക്കുന്നതെന്ന് അപ്പുവിന് തോന്നി. അവർ കിതയ്ക്കുന്ന ശബ്ദം, ഫോണിലൂടെ വ്യക്തമായും കേൾക്കുന്നുണ്ടായിരുന്നു അപ്പു. അപ്പുവിന്റേയും ഹൃദയം തുടികൊട്ടി.

''വരുമോ നീ?''ഭദ്ര കിതയ്ക്കുന്നു. അവരുടെ ശരീരത്തിൽ ഇന്ദ്രിയങ്ങളിൽ കാമം തിളച്ചുമറിയുന്നു.

''ഷുവർ.'' വരും. വരും. അകലെ മല മുകളിലിരുന്ന് കിളി ഇണയോട് പറഞ്ഞു. വരും. രാത്രിയിൽ ഞാൻ പറന്നു വരും. അപ്പോൾ നിലാവൊഴുകുന്നുണ്ടാകും.

''എപ്പോ?'' ഭദ്ര തിരക്കി. രാത്രിയുടെ ഏതു യാമത്തിൽ, പ്രിയനേ കാമം ഉറങ്ങുംമുമ്പ് ഇറങ്ങുംമുമ്പ് വായോ... വായോ...

''എപ്പോ വരണം?'' അപ്പു ചോദിച്ചു. ഒരു വല്ലാത്ത ചോദ്യം. ഉത്ക്കണ്ഠ

തുടികൊട്ടുന്ന ചോദ്യം.

''പതിനൊന്നുമണി കഴിയുമ്പോ.'' ഒരു വല്ലാത്ത നിശ്വാസത്തോടെ ഭദ്ര പറഞ്ഞു. ഭാര്യാഭർത്താക്കന്മാർ ഇണ ചേരുന്ന സമയം. കാമുകി കാമുകന്മാർ സ്വപ്നം കാണുന്ന നേരം.

''ശരി.''അപ്പു ഫോൺ ഓഫാക്കി. അവന്റെ ഇന്ദ്രിയങ്ങൾ ഓണായി. അപ്പോൾ നിലാവുദിച്ചുപൊങ്ങി.

അപ്പു ഉണ്ണിക്കൃഷ്ണൻ വീടിന്റെ മുറ്റത്തെത്തി. സമയമപ്പോൾ രാത്രി എട്ടു മണി കഴിയുന്നു. ഇനിയും മൂന്നു മണിക്കൂർ. അപ്പുവിന് മുന്നുമണിക്കൂറെന്നത് മുന്നു കൊല്ലമായി തോന്നി. മുന്നു യുഗമായും തോന്നി

അവൻ അത്താഴവും കഴിച്ച് കാത്തിരുന്നു. പതിനൊന്നു മണിയാകുവാൻ. പത്തേമുക്കാലായപ്പോൾ അവൻ മുറ്റത്തേയ്ക്കിറങ്ങി. അപ്പോൾ അവന്റെ ഫോണിൽ കിളി ചിലച്ചു. ഫോണിൽ ഭദ്ര.

''വേഗം വാ മാധവാ...''

''വരുന്നു.''

പക്ഷേ, അന്നവന് ഭദ്രയുടെ വീട്ടിൽ പോവാനായില്ല. രാത്രിയിൽ തമ്പുരാട്ടിയുടെ മുറിയിലേയ്ക്ക് കയറിച്ചെല്ലുവാൻ അവന് സാധിച്ചില്ല. അവിടേയ്ക്കു പോകുവാൻ ഗ്രാമവഴിയിലൂടെ നടക്കുമ്പോളാണ് ആ സംഭവം നടന്നത്.

സംഭവിക്കേണ്ടതെല്ലാം അതാത് സമയങ്ങളിൽ സംഭവിച്ചേ തീരു എന്ന് അപ്പു ഉണ്ണിക്കൃഷ്ണനോട് പലപ്പോഴും ആരോ പറയുമായിരുന്നു. അപ്പോഴും പറഞ്ഞു. പക്ഷേ, അപ്പു ഉണ്ണിക്കൃഷ്ണൻ ആ സമയം അതു കേട്ടില്ല. അവന്റെ മനസ്സിൽ ഭദ്ര മാത്രമായിരുന്നു അപ്പോൾ നിറഞ്ഞു നിന്നിരുന്നത്. പൂമുഖത്ത് കത്തിച്ചുവെച്ച നിലവിളക്കുപോലെ ഭദ്ര അങ്ങനെ കത്തിനിന്നു.....

പന്ത്രണ്ട്

അപ്പു വഴിയുടെ വളവ് തിരിയുകയായിരുന്നു. പെട്ടെന്ന് അകലെ നിന്ന് ഒരു കാർ പാഞ്ഞുവന്ന് റോഡിൽ തെന്നി നിരങ്ങി നിന്നു. കാറിനകത്തുള്ള ആരുടെയോ ഇടപെടൽ കാരണം നിയന്ത്രണം നഷ്ടപ്പെട്ടാണ് റോഡിൽ കാർ നിന്നതെന്ന് അപ്പുവിന് പെട്ടെന്ന് മനസ്സിലായി. കാർ നിന്നയുടൻ ഡോർ തുറന്ന് ഒരു യുവതി ആർത്തനാദത്തോടെ വെളിയിലേയ്ക്ക് ചാടിയിറങ്ങി.

നിലാവും വഴിവിളക്കിന്റെ വെളിച്ചവും ചുറ്റിനും ലയിച്ചു കിടക്കുകയായിരുന്നു. കാറിൽനിന്നും ചാടിയിറങ്ങിയ യുവതി അലറിക്കരഞ്ഞുകൊണ്ട് അപ്പു നിന്നിരുന്ന ഭാഗത്തേയ്ക്ക് ഓടിവന്നു. പിന്നെ അപ്പുവിന്റെ എതിർ

ദിശയിലുള്ള ഇലക്ട്രിക്പോസ്റ്റിൽ പിടിച്ചു നിന്നുകൊണ്ടവൾ ദീർഘ നിശ്വാസം വിട്ടു.. അവളെ വല്ലാതെ കിതയ്ക്കുന്നുണ്ടായിരുന്നു.

രാത്രിയുടെ നിഴലിൽ നില്ക്കുന്ന അപ്പുവിനെ ആരും കണ്ടതില്ല. അപ്പു യുവതിയെ ഇപ്പോൾ വ്യക്തമായി കണ്ടു. അവൾ അർദ്ധനഗ്ന യായിരുന്നു. മുടി അഴിഞ്ഞുലഞ്ഞ് നീണ്ടുനിവർന്നുകിടന്നു. അടുത്ത നിമിഷം രണ്ടു ചെറുപ്പക്കാർ കാറിൽനിന്നും ഇറങ്ങി അതിവേഗം ഓടി അവളുടെ അരികിലെത്തി. അവരിരുവരും ഓടുന്നതിന്റെ പാദപതനം രാത്രി യുടെ നിശ്ശബ്ദതയിൽ പ്രകമ്പനം കൊണ്ടു.

യുവതി ഇലക്ട്രിക് പോസ്റ്റിൽ ചുറ്റിപ്പിടിച്ചുനിന്നുകൊണ്ട് അപേക്ഷിച്ചു. ‘‘നോ... നോ... എന്നെ ഉപദ്രവിക്കരുത്.... ’’

എത്രയോ കാലമായി സ്ത്രീകളുടെ ഈ അപേക്ഷ ഉയരുന്നു. എന്നെ ഉപ്രദവിക്കരുത്, തല്ലരുത്, നശിപ്പിക്കരുത് പ്ലീസ്...

‘‘നിന്നെ ഉപദ്രവിക്കത്തില്ലെടി... നിന്നെ ഞങ്ങൾക്ക് ഒന്നനുഭവിക്കണം. അത്രയേ വേണ്ടൂ...’’ ചെറുപ്പക്കാരിലൊരാൾ കിതച്ചുകൊണ്ട് പറഞ്ഞു. പോസ്റ്റിൽ കെട്ടിപിടിച്ചുനില്ക്കുന്ന യുവതിയെ അവിടെ നിന്നും പിടിച്ചുമാറ്റാൻ അവരിൽ ഒരാൾ ശ്രമിച്ചപ്പോൾ രണ്ടാമൻ അവളുടെ ശരീരഭാഗങ്ങളിൽ തലോടിക്കൊണ്ടുനിന്നു. അവളുടെ മാറിടത്തിലാ യിരുന്നു അവന്റെ കൈ കൂടുതൽ സമയവും.

‘‘ഛീ...’’ രണ്ടാമന്റെ തലോടൽ കണ്ടരിശം പൂണ്ട് മറ്റേയാൾ അലറി. ‘‘എടുത്ത് പൊക്കി കാറിൽ കൊണ്ടിടടാ...’’

രണ്ടുപേരുംകൂടി പോസ്റ്റിലെ പിടിത്തം വിടുവിച്ച് യുവതിയെ പൊക്കിയെടുക്കാൻ ശ്രമിച്ചുതുടങ്ങി. ഒരു ചെടി പിഴുതെടുക്കാൻ ഒരുങ്ങുന്നതുപോലെ, ആനിമൽ പ്ലാന്റിലെ രണ്ടു കാട്ടുമൃഗങ്ങൾ ഒരു മാൻപേടയെ കടിച്ചുപറിക്കുന്നത് നേരിൽ കാണുന്നതുപോലെ തോന്നി, അപ്പുവിന്. കൊടുംകാട്ടിലെ വന്യമൃഗം ഇരയെ പിടിക്കുന്നു.

പെട്ടെന്ന് ഒരു പ്രത്യേക സ്വരത്തിൽ എന്തോ പറഞ്ഞു കൊണ്ട് യുവതി ചെറുപ്പക്കാരുടെ നേരെ വെട്ടിത്തിരിഞ്ഞു നിന്നുകൊണ്ട് കൈ നിവർത്തി ഒരാളുടെ മുഖത്തിനിട്ടാഞ്ഞടിച്ചു. ആ അടി തടഞ്ഞുകൊണ്ട് ആ ആൾ അവളുടെ കവിളിൽ തിരിച്ചടിച്ചിട്ട് അമർത്തിയ ശബ്ദത്തിൽ പറഞ്ഞു.

‘‘നിന്നെ ഞങ്ങൾ കടിച്ചുകീറുമെടി... പൊക്കെടാ... ഇവളെ...’’

യുവതിയെ രണ്ടുപേരുംകൂടി ബലംപ്രയോഗിച്ച് പൊക്കിയെടുത്ത സമയം അപ്പു ഉണ്ണിക്കൃഷ്ണൻ ഇടപെട്ടു. അതിനു മുൻപുതന്നെ വളരെ ചുരുങ്ങിയ സമയംകൊണ്ട് അവൻ പൊലീസ് കൺട്രോൾ റൂമിലേയ്ക്ക് വിവരം അറിയിച്ചിരുന്നു. വിവരം ലഭിച്ച ആ നിമിഷം തന്നെ മൂന്നുകി ലോമീററിനപ്പുറമുള്ള പൊലീസ്റ്റേഷനിൽനിന്ന് രണ്ടു ജിപ്പ്, നിറയെ പൊ

ലീസുകാരുമായി സംഭവസ്ഥലത്തെത്താൻ കുതിച്ചുകഴിഞ്ഞിരുന്നു.

കുതറിത്തെറിക്കാൻ ശ്രമിക്കുന്ന യുവതിയേയും കൊണ്ട് രണ്ടോ മൂന്നോ ചുവട് അവർ നടന്നു കഴിഞ്ഞപ്പോഴേയ്ക്കും അപ്പു അവരിലൊരാളെ പുറകിൽനിന്നും ആക്രമിച്ചു കഴിഞ്ഞു. പെട്ടെന്ന് അവർ യുവതിയെ സ്വതന്ത്രയാക്കി. ആ നിമിഷംതന്നെ രണ്ട് ചെറുപ്പക്കാരും കൂടി അപ്പുവിന്റെ നേരെതിരിഞ്ഞു. ആ സമയം മാനസികവും ശാരീരികവുമായ ആഘാതം താങ്ങാനാവാതെ യുവതി ബോധംകെട്ട് വഴിയുടെ മദ്ധ്യഭാഗത്ത് വീണു കിടന്നു. ചെറിയ ഒരു പുമരം വെട്ടിയിട്ടതു പോലെ വഴിയിൽ അനാഥയായി കിടന്നു ആ യുവതി.

റോഡിലെ ബഹളവും എവിടെനിന്നൊക്കെയോ ഓടിവന്ന നായ്ക്കളുടെ കുരയും എല്ലാം കേട്ടുകൊണ്ട് ചുറ്റുമുള്ള വീടുകളിൽ വെളിച്ചം തെളിഞ്ഞു. ഇരുട്ടിൽ വെളിച്ചം പരന്നു. ഇപ്പോൾ കാറിൽ വന്ന രണ്ടുചെറുപ്പക്കാരും യുവതിയെ ഉപേക്ഷിച്ച് കാറിൽ കയറി രക്ഷപ്പെടുവാനായിട്ടാണ് ശ്രമിക്കുന്നത്. കരുത്തനായ അപ്പുവിന്റെ പിടുത്തത്തിൽനിന്നും അവരിൽ ഒരാൾക്കുപോലും രക്ഷപ്പെടുവാൻ ആവുന്നതുമില്ല. മല്പിടിത്തം തുടരുകയാണ്. ഇടയ്ക്ക് ചെറുപ്പക്കാരിലൊരാൾ കത്തിയെടുത്ത് വീശിയത് അപ്പുവിന്റെ വലതു തോളിനിട്ട് ആഞ്ഞു കൊണ്ടു. മുറിവിൽ നിന്നും രക്തം പുറത്തേയ്ക്ക് ചീറ്റിത്തെറിച്ചു. ഒരു ചെമന്ന റിബൺ പോലെ രക്തം പ്രവഹിക്കുവാൻ തുടങ്ങി.

ഒരു നിമിഷനേരത്തേയ്ക്ക് അപ്പു നിന്നനില്പിൽ ഒന്നാടി. പക്ഷേ, ചെറുപ്പക്കാർ കാറിനരികിലേയ്ക്ക് പോകാതെ അപ്പു പ്രതിരോധം തീർത്തുകൊണ്ട് നിന്നു. അപ്പോഴേയ്ക്കും ചുറ്റുമുള്ള വീടുകളിൽ നിന്നും ആൾക്കാർ ടോർച്ചും എമർജൻസി വിളക്കുമൊക്കെയായി അവരുടെ അരികിലേയ്ക്ക് ഓടിവന്നുകൊണ്ടിരുന്നു. ആ സമയം പൊലീസ് ജീപ്പുകൾ ഹോൺ മുഴക്കിക്കൊണ്ട് അവിടേയ്ക്ക് പാഞ്ഞെത്തി.

പിന്നെ കാര്യങ്ങളെല്ലാം വളരെ വേഗമാണ് നടന്നത്. പൊലീസുകാർ വന്നയുടൻതന്നെ ചെറുപ്പക്കാരുടെ കരണത്തിനിട്ട് മാറിമാറി ആഞ്ഞടിച്ചു. പിന്നെ വിലങ്ങുവെച്ച് ജീപ്പിനുള്ളിലേയ്ക്ക് കയറ്റി. മറ്റുള്ള പൊലീസുകാർ ഇപ്പോഴും റോഡിൽ മോഹാലസ്യപ്പെട്ടു കിടക്കുന്ന പെൺകുട്ടിയുടെ മുഖംകണ്ട് അന്തിച്ചുപോയി. സ്ഥലത്തെ സർക്കിൾ ഇൻസ്പെക്ടറുടെ ഇളയ അനുജത്തിയായിരുന്നു ആ പെൺകുട്ടി. ഇതെങ്ങനെ സംഭവിച്ചു എന്നോർത്ത് പൊലീസുകാർ മരിച്ചതുപോലെ നിന്നുപോയി!

സമീപമുള്ള വീടുകളിൽനിന്ന് ഇറങ്ങിവന്ന സ്ത്രീകൾ പെൺകുട്ടിയുടെ മുഖത്ത് വെള്ളം തളിച്ചു. അവൾ ഒരു നടുക്കത്തോടെ കണ്ണുകൾ തുറന്ന് ഒരു നിമിഷം ഒന്നും മനസ്സിലാവാതെ അങ്ങനെ കിടന്നിട്ട് പെട്ടെന്ന് ചാടിയെഴുന്നേറ്റു.ജീൻസും ബ്രേസിയറുമായിരുന്നു ഇപ്പോൾ അവ

ളുടെ വേഷം. ജീൻസിന്റെ കൂടെ ധരിച്ചിരുന്ന ടോപ്പ് കാറിനുള്ളിൽ നടന്ന മല്പിടിത്തത്തിനിടയിൽ കീറിപ്പോയിരുന്നു. വീട്ടിനുള്ളിൽ നിന്നും ഒരു കോളജ് വിദ്യാർത്ഥിനി കൊണ്ടുകൊടുത്ത ഒരു ജുബ്ബ അതിവേഗം അവൾ ധരിച്ചു. പിന്നെ കത്തുന്ന കണ്ണുകളോടെ അവൾ പൊലിസുകാരോട് ചോദിച്ചു

‘‘ആ റാസ്ക്കൽസ് എവിടെ?’’

‘‘ജീപ്പിലുണ്ട്.’’

‘‘എന്നെ കാണിച്ചിട്ടേ അവരെ സ്റ്റേഷനിലേയ്ക്ക് കൊണ്ടുപോകാവൂ.’’

‘‘ശരി.’’

‘‘എന്റെ ചേട്ടനെ വിളിച്ചോ?‘ അവൾ ചോദിച്ചു. അവൾക്കിപ്പോൾ കോപമല്ല, സങ്കടമാണ്.

‘‘ഇല്ല. വിളിയ്ക്കാം.’’ പൊലീസുകാർ അറിയിച്ചു.

‘‘എന്റെ മൊബൈൽ ഫോൺ നഷ്ടപ്പെട്ടുപോയി. അതുകൊണ്ടാണ് ഇങ്ങനെയൊക്കെ സംഭവിച്ചത്.’’ ചില മാത്രകൾ മൗനമായിട്ടവൾ നിന്നു. പെട്ടെന്ന് അവൾ അപ്പുവിനെ കണ്ടു, ഇപ്പോൾ അപ്പുവിന്റെ കയ്യിലെ മുറിവേറ്റ ഭാഗം അടുത്തുള്ള വീട്ടിൽ നിന്നും കൊണ്ടുവന്ന തുണി കൊണ്ട് ഭദ്രമായി കെട്ടിവെച്ചിരിയ്ക്കുന്നു. എങ്കിലും ചോര കിനിയുന്നത് എല്ലാവർക്കും കാണാം. ഇപ്പോൾ അപ്പുവിന് നല്ല വേദന അനുഭവപ്പെടുകയും ചെയുന്നു. എങ്കിലും മനസ്സിനൊരു ലാഘവം.

അവൾ അപ്പുവിന്റെ മുന്നിലേയ്ക്ക് നീങ്ങിനിന്നിട്ട് പെട്ടെന്ന് കൈകൂപ്പി തൊഴുതു. ‘‘എന്നെ രക്ഷിച്ചതിന് നന്ദി. എന്താണ് പേര്?’’

‘‘അപ്പു ഉണ്ണിക്കൃഷ്ണൻ.’’

‘‘ഞാൻ അനു. വീട് കഞ്ഞിക്കുഴിയിലാണ്..’’ അവൾ ആദരവോടെ പറഞ്ഞു.

കുറച്ചു കിലോ മീറ്ററുകൾക്കകലെ മാത്രമാണ് വീട്. എന്നിട്ടാണ് ഇങ്ങനെ! അവൾക്കിപ്പോൾ അമ്പരപ്പാണ്.

‘‘ഇവിടത്തെ സർക്കിൾ ഇൻസ്പെക്ടർ രവീന്ദ്രനാഥിന്റെ ഇളയ അനുജത്തിയാണ് ഞാൻ.’’ വീണ്ടും അവൾ പറഞ്ഞു. ഇപ്പോളവൾക്ക് നിസ്സാഹയതയുമുണ്ട്.

‘‘രവീന്ദ്രൻ സാറിന്റെ ഇളയ അനുജത്തിയോ?’’ അത്ഭുതത്തോടെ അപ്പു ഉണ്ണിക്കൃഷ്ണൻ അറിയാതെ ചോദിച്ചുപോയി. അവൻ അവളെ ഉറ്റുനോക്കിനിന്നു.

‘‘ഏട്ടനെ അറിയുമോ?’’

‘‘പിന്നെ!’’ ആഹ്ലാദത്തോടെ അപ്പു പറഞ്ഞു. ‘‘ഞങ്ങൾ അടുത്ത സുഹൃത്തുക്കളാണ്.’’

മേനോൻ സാർ മുഖേനയാണ് അപ്പു സർക്കിൾ ഇൻസ്പെക്ടർ രവീന്ദ്രനാഥ

നുമായി പരിചയപ്പെടുന്നത്. അദ്ദേഹത്തിന്റെ ''സ്വസ്ഥി'' എന്ന പുതിയ നോവൽ അപ്പു പിന്നീട് വായിക്കുകയും ചെയ്തു. ക്രമസമാധാന രംഗത്തും സാഹിത്യരംഗത്തും രവീന്ദ്രനാഥൻ പ്രശസ്തനാണ്. നോവൽ വായിച്ചശേഷം പുസ്തകത്തേപ്പറ്റി സുദീർഘമായ ഒരാസ്വാദനക്കുറിപ്പ് തയ്യാറാക്കി അപ്പു സർക്കിൾ ഇൻസ്പെക്ടർ രവീന്ദ്രനാഥൻ അയച്ചു കൊടുത്തു. കുറച്ചു ദിവസങ്ങൾക്കകം ആ കത്തിന് മറുപടി വരികയും കത്തിൽ രവീന്ദ്രനാഥൻ സ്വന്തം ഫോൺ നമ്പറെഴുതിയിട്ട് വിളിക്കണം എന്നെഴുതുകയും ചെയ്തിരുന്നു. പിന്നീട് രണ്ടാൾക്കാരും ഫോണിലൂടെ സംസാരിക്കുമായിരുന്നു പലപ്പോഴും. എങ്ങനെയാണ് നിങ്ങൾ തമ്മിൽ അടുത്ത സുഹൃത്തുക്കളായതെന്ന് അനു ചോദിച്ചില്ല. പറയുവാൻ കയ്യിലെ വേദന കാരണം, അപ്പുവിന് ആയതുമില്ല. വേദന കൂടി വരുന്നു.

അവൾ അപ്പു ഉണ്ണിക്കൃഷ്ണനെ ഇമകളനക്കാതെ നോക്കി നിന്നു. മിടുക്കനായ ഈ ചെറുപ്പക്കാരനില്ലായിരുന്നുവെങ്കിൽ ഒരുപക്ഷേ തന്റെ ശരീരം ആ ചെകുത്താൻമാർ അനുഭവിച്ചേനെ യെന്ന് നടുക്കത്തോടെ ഓർത്തുപോയി അനു. കഴിവതും പിടിച്ചു നില്ക്കുമായിരുന്നു. എങ്കിലും, അവൾക്ക് അപ്പു ദൈവമായി തോന്നി. കാറിനുള്ളിൽ വെച്ച് ചെകുത്താൻമാർ എന്തെല്ലാമാണ് ചെയ്തത്. ശരീരമാകെ അവർ ആക്രമിക്കുകയായിരുന്നു. ചുണ്ടുകൾ കടിച്ചു പറിക്കുകയായിരുന്നു. ഹാ! അവൾക്ക് മനം മറിഞ്ഞു.

പെട്ടെന്നവൾ ഓർത്തു, കാറിൽ മൂന്നാൾക്കാരുണ്ടായിരുന്നല്ലോ. പിടിച്ചത് രണ്ടാൾക്കാരെയുമാണ്. ഒരുത്തൻ എവിടെ?

''സാർ.'' അനു പെട്ടെന്ന് പൊലീസുകാരോട് പറഞ്ഞു, ''കാറിൽ മൂന്നാൾക്കാരുണ്ടായിരുന്നു. അവനേയും കൂടി പിടിക്ക് സാർ.''

''സണ്ണി മൂന്നാൾക്കാർ കാറിലുണ്ടായിരുന്നു എന്നാണ് അനുമോൾ പറയുന്നത്. ഒരുത്തൻ ഇവിടെയെവിടെയെങ്കിലും പതുങ്ങി ഇരിപ്പുണ്ടാവും നോക്ക്... ക്വിക്ക്.'' എ.എസ്.ഐ. പറഞ്ഞു.

''ശരി സാർ...'' പൊലീസുകാർ ഇരയെ പിടിക്കാനെന്നപോലെപാഞ്ഞു.

പക്ഷേ, കാർ എങ്ങനെയോ നിർത്തിയിട്ട് അനു ചാടി വെളിയിലിറങ്ങിയതോടെ വാഹനത്തിനുള്ളിലുണ്ടായിരുന്ന മൂന്നാമൻ അപകടം അറിഞ്ഞ് പുറത്തിറങ്ങി ഓടിയകന്നു. അയാൾ ഏതൊക്കെയോ ഊടുവഴികളിലൂടെ പട്ടണത്തിലേയ്ക്ക് രക്ഷപ്പെടുകയായിരുന്നു അപ്പോൾ.

''അപ്പു... നമുക്ക് ഹോസ്പിറ്റലിലേയ്ക്കു പോകാം.'' എ.എസ്.ഐ. വാത്സല്യത്തോടെ പറഞ്ഞു. കയ്യിലെ മുറിവിൽനിന്നും കെട്ടിവെച്ച തുണിക്കുവെളിയിലൂടെ രക്തം കിനിഞ്ഞിറങ്ങുന്നുണ്ടായിരുന്നു, അപ്പുവിന് വേദന കൂടിക്കൂടി വരികയും ചെയുന്നു. നേരിയ തളർച്ചയും തോന്നിത്തുടങ്ങി.

''ജീപ്പിലേയ്ക്ക് കയറിക്കോളൂ...'' എ.എസ്.ഐ. അപ്പുവിനോട് പറഞ്ഞു.

''നമുക്കാദ്യം ഹോസ്പിറ്റലിലേയ്ക്ക് പോകാം.''

''ശരി'' അപ്പു ഉണ്ണിക്കൃഷ്ണൻ ജീപ്പിനുള്ളിലേയ്ക്ക് കയറാനൊരുങ്ങവേ അനുവിനെ നോക്കി പുഞ്ചിരിയോടെ പറഞ്ഞു '' പോകട്ടെ അനു...''

''ശരി...'' അനു സ്നേഹത്തോടെയും ആദരവോടെയും തലയാട്ടി. ''ഞാൻ നാളെ രാവിലെ ഹോൻപിറ്റലിൽ വന്ന് കണ്ടുകൊള്ളാം.''

അവൾ അപ്പുവിനെ ആരാധനയോടെ അടിമുടി നോക്കി. കടഞ്ഞെടുത്ത ചന്ദനവിഗ്രഹം പോലുള്ള ശരീരമെന്ന് അവൾ മനസ്സിൽ പറഞ്ഞു. ഇരുപത് വയസ്സാകുന്നതേയൊള്ളു അപ്പുവിന് എന്നവൾ ഒരിക്കലും ചിന്തിച്ചിരുന്നില്ല. ഇരുപത്തൊമ്പത് മുപ്പത് വയസ്സുള്ള തികഞ്ഞ യുവാവ് എന്നാണവൾ പെട്ടെന്ന് അപ്പുവിനെപ്പറ്റി കരുതിയത്. തനിക്കു ചേർന്ന ചെറുപ്പക്കാരനെന്ന് പെട്ടെന്നറിയാതെ ഓർക്കുകയും ചെയ്തു അനു. അപ്പുവുമായി എ.എസ്.ഐ. ഹോസ്പിറ്റലിലേയ്ക്ക് യാത്രയായി. ആ സമയം സർക്കിൾ ഇൻസ്പെക്ടർ സംഭവസ്ഥലത്തേയ്ക്ക് പുറപ്പെടുവാൻ വീട്ടിൽനിന്നും പരിഭ്രമത്തോടെ കാറിലേയ്ക്ക് കയറുകയായിരുന്നു. പിന്നെ കാർ അതിവേഗം പാഞ്ഞു.

ഒരു മണിക്കൂറിനകം അപ്പുവിന്റെ മുറിവ് കഴുകി ഡ്രസ്സ് ചെയ്ത് രണ്ട് ഇഞ്ചക്ഷനും കൊടുത്ത് ഭംഗിയുള്ള ചെറിയ മുറിയിലേയ്ക്ക് അപ്പുവിനെ വിശ്രമിക്കുവാൻ വിട്ടു. കട്ടിലിൽ നീണ്ടുനിവർന്ന് കിടന്നു കൊണ്ട് താൻ രക്ഷപ്പെടുത്തിയ അനു എന്ന പെൺകുട്ടിയുടെ മുഖം അവനോർത്തു. പിശാചിന്റെ സന്തതികളായ ആ രണ്ടു ചെറുപ്പക്കാരെയോർത്തു. സർക്കിൾ ഇൻസ്പെക്ടർ രവീന്ദ്രനാഥിനേയും ഓർത്തു.

പെട്ടെന്നാണവൻ ഭദ്രയെ ഓർത്തത്... എന്റെ തമ്പുരാട്ടി! എന്റെ കാമസ്വരൂപിണി! ഇപ്പോൾ കഴിഞ്ഞുപോയ സംഭവങ്ങളെ നേരിടേണ്ടി വന്നില്ലായിരുന്നുവെങ്കിൽ ഭദ്രയോടൊപ്പം കിടപ്പറയിലായിരുന്നേനെ എന്ന ഓർമയിൽ അവന്റെ കൈയിലെ മുറിവിന് കൂടുതൽ വേദനയുണ്ടായി. ഭദ്ര താൻ ചെല്ലാത്തതുകൊണ്ട് എന്തു വിചാരിച്ചിരിക്കും? രാത്രിയിലെ യാത്രയിൽ തനിക്കെന്തെങ്കിലും പറ്റിയിരിക്കും എന്നു കരുതിയിരിക്കുമോ? പരിഭ്രമം കൂടിക്കൂടി മനസ്സിൽ ആധിവന്നു കയറിയിരിക്കുമോ? അപ്പുവിന്റെ മനസ്സും തകിടം മറിയുവാൻ തുടങ്ങി.

പെട്ടെന്ന് അപ്പു ഷർട്ടിന്റെ പോക്കറ്റിൽ നോക്കി. ഇത്രയും വലിയ മല്ലയുദ്ധം നടന്നിട്ടും പോക്കറ്റിൽ ഫോൺ ഭദ്രമായിരിക്കുന്നതുകണ്ട് അവന് ആശ്ചര്യം തോന്നി. പോകേണ്ടാത്തതൊന്നും

പോകുന്നില്ലയെന്ന് അപ്പു ആ സമയം മനസ്സിൽ തീർച്ചപ്പെടുത്തി. സംഭവിക്കേണ്ടതെല്ലാം സംഭവിക്കുകയും ചെയ്യുന്നു.

ഫോണിൽ ഭദ്രയുടെ ഇരുപത് മിസ്ഡ്കോളുകൾ നിറഞ്ഞു കിടക്കുന്നതു കണ്ട് അപ്പുവിന്റെ മനസ്സ് പെട്ടെന്ന് പതറി. അപ്പോൾ ത്ധടിതിയിൽ അപ്പു ഫോണിൽ ഭദ്രയെ വിളിച്ചു. ആദ്യബെല്ലിൽതന്നെ ഭദ്ര ഫോണെടുത്തു.

''ഹലോ മാധവാ...'' ഭദ്രയുടെ വിളിയിൽ ഒരു കടലിരമ്പി. സ്നേഹത്തിന്റെയും കാമത്തിന്റെയും സംഭ്രമത്തിന്റെയും കടലായിരുന്നു അത്.

സമയമിപ്പോൾ ഒരു മണി.. രാത്രിയുടെ യാമങ്ങൾ എത്ര കടന്നുപോയി. എന്നിട്ടും ഈ സമയംവരെയും ഉറങ്ങാതിരിക്കുന്നു ഭദ്ര...

അപ്പുവിന് രാത്രിയാത്രയിൽ എന്തെങ്കിലും പറ്റിയിരിക്കുമോ എന്നോർത്ത് ഭദ്രയുടെ മനസ്സ് ഒരു ചിതയിൽ കിടക്കുകയായിരുന്നു. അപ്പോഴാണ്... കത്തിയെരിയുകയായിരുന്നു. അപ്പോഴാണ്...

''നീ എവിടെയാ എന്റെ മാധവാ.'' ഭദ്രയുടെ ചോദ്യത്തിൽ കരച്ചിലിന്റെ ചെറിയ ഒരു തിരയുണ്ടോ എന്നവൻ സ്വയം ചോദിച്ചെങ്കിലും ഭദ്ര കരയില്ലായെന്ന് അപ്പുവിന് തീർച്ചയുണ്ട്. ധീരയായ ഭദ്രയുണ്ടോ കരഞ്ഞിടുന്നു...

നടന്നു കഴിഞ്ഞ യുദ്ധാനുഭവങ്ങൾ ചെറിയ ഒരു ഖണ്ഡികയിലൊതുക്കി അപ്പു ഭദ്രയെ പറഞ്ഞു കേൾപ്പിച്ചു. അതുകേട്ട് ഭദ്ര അഭിമാനത്തോടെ ജ്വലിച്ചു. അവരുടെ മനസ്സിൽ നിലവിളക്ക് കത്തി. സുഗന്ധപുഷ്പങ്ങൾ വിടർന്നു.

''മാധവാ, നീയാണ് പുരുഷൻ... ആ പെൺകുട്ടിയെ രക്ഷിക്കാതെ എന്റെ അരികിൽ നീ വന്നിരുന്നെങ്കിൽ നിന്നെ ഞാൻ വെറുത്തേനെ. മാധവാ, സ്ത്രീയുടെ മാനം കാക്കുന്നവനാണ് ധീരനായ പുരുഷൻ... നീ എന്റെ കൃഷ്ണനാണ്... നീ ഏത് ഹോസ്പിറ്റലിലാണ് മാധവാ?'' ഭദ്രയുടെ വാക്കുകളിൽ അഭിമാനത്തിന്റെ സൂര്യൻ ഉദിച്ചു നിന്നു.

അപ്പു ഹോസിപിറ്റലിന്റെ പേര് പറഞ്ഞു.

''ഞാനിപ്പോൾതന്നെ അങ്ങോട്ടോടിവരട്ടേ മാധവാ?''ഭദ്ര ചോദിച്ചു. ആ ചോദ്യത്തിൽ ഇടിമിന്നലിന്റെ പ്രഭയുണ്ടായിരുന്നു. ''ഒറ്റയ്ക്ക് ഞാനീ രാത്രിയിൽ വരും...'' ആ സ്വരത്തിൽ ഇടിനാദമുണ്ടായിരുന്നു.

''വേണ്ടാ...'' ഇഞ്ചക്ഷന്റെ ശക്തിയിൽ പെട്ടെന്ന് അപ്പുവിന്റെ വാക്കുകളിൽ മയക്കം കടന്നുവന്നു. എങ്കിലും അവൻ പറഞ്ഞു.

''ഒറ്റയ്ക്ക് രാത്രിയിൽ വന്നാൽ ആ പെൺകുട്ടിയെപ്പോലെ എന്റെ തമ്പുരാട്ടിയേയും ആരെങ്കിലും പുഷ്പകവിമാനത്തിൽ തട്ടിക്കൊണ്ടുപോകും...''

''ഇല്ലാ മാധവാ.... എന്നെ ആരും കാണില്ല. ഞാൻ തിരസ്കരണി മന്ത്രം ജപിച്ച് അപ്രത്യക്ഷയാകും. അല്ലെങ്കിൽതന്നെ എന്റെ അനുവാദമില്ലാതാരും എന്നെ തൊടില്ല. തൊടുന്നവന്റെ കൈ പൊള്ളും.''

ഭദ്രയും അപ്പുവും ഒന്നിച്ച് ചിരിച്ചു. ചിരിയിലും അപ്പുവിന് തളർച്ച വന്നു. അവൻ പറഞ്ഞു. ''ഭദ്രേ! എനിക്കുറക്കം വരുന്നു. ഇഞ്ചക്ഷന്റെ ശക്തി... ഉറങ്ങണം എനിക്ക്...''

''എന്റെ മോൻ ഉറങ്ങിക്കോ...'' പെട്ടെന്ന് അപ്പു തന്റെ മകനാണെന്ന് ഭദ്രക്കു തോന്നി. അവനെ മാറിൽ ചേർത്തു കിടത്തി താൻ താരാട്ടു പാടി ഉറക്കുകയാണ്. ഓമനത്തിങ്കൾ കിടാവോ.... താരാട്ടുപാടി, ചന്തിയിൽ താളംപിടിച്ച്.... താളംപിടിച്ച്.... ഭദ്രയും അറിയാതുറങ്ങിപ്പോയി.

അപ്പോഴേയ്ക്കും അപ്പു ഉറങ്ങിക്കഴിഞ്ഞിരുന്നു.

അപ്പു ഉണ്ണിക്കൃഷ്ണൻ കണ്ണുകൾ തുറന്നപ്പോൾ അന്തിച്ചുപോയി.

മുറിയിൽ നിറയെ ചാനലുകാരും പത്രക്കാരും ഫോട്ടോ ഗ്രാഫർമാരും!

''ക്ഷീണം മാറിയോ അപ്പൂ.... ''കട്ടിലിന്റെ മറുവശത്തു നിന്നും ആരൊക്കെയോ ചോദിച്ചു. ആരോ ചോദിക്കുന്നു. ഒത്തിരിപ്പേർ ചോദിക്കുന്നു. സർക്കിൾ ഇൻസ്പെക്ടർ രവീന്ദ്രനാഥാണ് ചോദിക്കുന്നത്. പിന്നെ മറ്റു പലരും ചോദിക്കുന്നു. പെട്ടെന്ന് അപ്പു എഴുന്നേല്ക്കാൻ ഒരുങ്ങിയപ്പോൾ വേണ്ട, വേണ്ട എന്നാരോ വിലക്കി. അത് മേനോൻ സാറായിരുന്നു. അപ്പോൾ നേഴ്സ് വന്ന് ട്രിപ്പിട്ടിരിക്കുന്നത് തീർന്നതിനാൽ ഊരിമാറ്റി. സാവധാനം അപ്പു ഉണ്ണിക്കൃഷ്ണൻ കട്ടിലിൽ ചാരിയിരുന്നു. ഒരു സ്വപ്നത്തിൽ നിന്നുണർന്നതുപോലെ അവനു തോന്നി.

''ഒരു പത്തുമിനിട്ട് നിങ്ങൾക്കു ചോദിക്കാം.''മുറിക്കുള്ളിൽ നിന്നിരുന്ന ഡോക്ടർ പറഞ്ഞു. അദ്ദേഹം മാധ്യമപ്രവർത്തകർക്ക് പത്തു മിനിട്ട് സ്നേഹപൂർവ്വം നല്കുന്നു. ശരി, ക്യാമറയും ചോദ്യങ്ങളും ഉത്സാഹത്തോടെ തയ്യാറായി. അപ്പുവിനെ ലോകർക്കു മുമ്പിൽ കൊണ്ടുവരണം. അപ്പു ഉണ്ണിക്കൃഷ്ണൻ നടന്ന കാര്യങ്ങൾ ചുരുക്കിപ്പറയുവാൻ ആരംഭിച്ചു.

ആ സമയം ''മക്കളേ'' എന്നാർത്തു വിളിച്ചുകൊണ്ട് അപ്പുവിന്റെ അരികിലേയ്ക്ക് മുറിക്കുള്ളിലെ തിരക്ക് വകഞ്ഞുമാറ്റി കേശുവേട്ടനും യശോദിയും ഓടിവന്നു. അച്ഛനും അമ്മയും...

''ഒന്നുമില്ലച്ഛാ... ഒന്നുമില്ലമ്മാ....''അരികിലേയ്ക്ക് ആർത്തലച്ചു വന്നടുത്ത കേശുവേട്ടനേയും യശോദിയേയും നോക്കി അപ്പു സ്നേഹത്തികവോടെ പുഞ്ചിരിച്ചു. എന്തിനോ അവന്റെ കണ്ണുകളപ്പോൾ നിറഞ്ഞു. എന്റെ അച്ഛനും അമ്മയും! എന്റെ ദൈവങ്ങൾ.

അപ്പു ഉണ്ണിക്കൃഷ്ണന്റെ അച്ഛായെന്നും അമ്മായെന്നും ഉള്ള വിളി കേട്ടിട്ട് കേശുവേട്ടനും യശോദിയും സന്തോഷംകൊണ്ട് മോഹാത്സ്യം

വരുന്നെന്നു തോന്നി. ആദ്യമായാണ് അവനങ്ങനെ വിളിക്കുന്നത്.

ഈശ്വരാ ആദ്യമായി ഞങ്ങളുടെ മകൻ ഞങ്ങളെ അച്ഛനെന്നും അമ്മയെന്നും വിളിക്കുന്നു. ആദ്യമായി... ആദ്യമായി...

മക്കളേ! ഞങ്ങളുടെ മക്കളേ... അന്നുതൊട്ട് അപ്പു ഉണ്ണിക്കൃഷ്ണന് കേശുവേട്ടനും യശോദിയും അച്ഛനും അമ്മയുമായി മാറി. അന്നുതൊട്ട് അവൻ വിളിച്ചു

അച്ഛാ...!

അമ്മാ...!

അനു അച്ഛനോടും അമ്മയോടും ജ്യേഷ്ഠൻ സർക്കിൾ ഇൻസ്പെക്ടർ രവീന്ദ്രനാഥനോടും പറഞ്ഞു. ‘‘ഇനിയും ഞാനൊറ്റയ്ക്ക് രാത്രിയിൽ യാത്ര ചെയ്യും. പതിനെട്ടു വയസ്സു കഴിഞ്ഞ ഒരു യുവതിയാണ് ഞാൻ. കാറിലാണ് ഞാൻ യാത്ര വന്നത്. നിർഭാഗ്യവശാൽ ഏട്ടാ, കാർ കേടായി. ഫോൺ എങ്ങനെയോ നഷ്ടപ്പെടുകയും ചെയ്തു. വിജനമായ ഒരു സ്ഥലത്തുവെച്ചാണ് കാർ കേടായത്. അപ്പോഴാണ് അവന്മാർ കാറിൽ വന്നത്. അടുത്തുള്ള പൊലീസ് സ്റ്റേഷനിൽ കൊണ്ടിറക്കാമോ എന്നു ചോദിച്ചപ്പോൾ, തീർച്ചയായും എന്നു പറഞ്ഞുകൊണ്ട് അവരെന്നെ കാറിൽ കയറ്റി. പിന്നെ അവർ വഴിതിരിച്ച് ഓടി. വേഗത്തിൽ കാറോടിക്കൊണ്ടിരുന്നു. ഞാൻ സർക്കിൾ ഇൻസ്പെക്ടർ രവീന്ദ്രനാഥന്റെ അനിയത്തിയാണെന്നു പറഞ്ഞപ്പോൾ പോലീസ് മന്ത്രിയുടെ അനുജത്തിയാണെങ്കിലും ഞങ്ങൾ നിന്നെ വലിച്ചു കീറി ഭക്ഷിക്കുമെന്നാണവർ പറഞ്ഞത്.’’

അനുവിന്റെ കണ്ണുകളിൽ അഗ്നി ജ്വലിച്ചു. ‘‘അവന്മാരെ മൂന്നുപേരെയും വെടിവെച്ചുകൊല്ലണം.’’

ടി.വി.യിലും പത്രങ്ങളിലും അനുവിന്റെ മുഖം ക്ലോസപ്പിലെത്തി. ജ്വലിക്കുന്ന കണ്ണുകളോടെ അവൾ പറഞ്ഞു. ‘‘എന്റെ നാട്ടിൽ എനിക്കിഷ്ടമുള്ള സ്ഥലത്ത് ഇഷ്ടമുള്ള സമയത്ത് ഞാൻ യാത്ര ചെയ്യും. എനിയ്ക്കിഷ്ടമുള്ള ഭക്ഷണം ഞാൻ, കഴിക്കും. എനിക്കിഷ്ടമുള്ള സംഗീതം ഞാൻ കേൾക്കും. പുസ്തകം വായിക്കും. ഞാൻ ലൈസൻസുള്ള തോക്കും കരുതിയിരിക്കും. എന്നെ തൊടുന്നവനെ, തൊടുവാൻ വരുന്നവനെ, എന്റെ അനുവാദമില്ലാതെ എന്നെ സ്പർശിക്കുന്നവനെ ഞാൻ വെടിവെച്ചുകൊല്ലും. കൂട്ടുകാരികളെ... നിങ്ങളുംഎന്നോടൊപ്പം തയ്യാറാകുക. സ്വതന്ത്രത്തോടെ അഭിമാനത്തോടെ അടിമകളല്ലാതെ ജീവിക്കുക. നിങ്ങൾ കൈയ്യിൽ ആയുധവും കരുതുക’’

അതു കേട്ടതും കയ്യടിച്ചതും ആരാണ്?

അപ്പു ഉണ്ണിക്കൃഷ്ണന്റെ മുഖവും വലിയ പ്രാധാന്യത്തോടെ ടി.വി.യിലും പത്രത്തിലും പ്രത്യക്ഷപ്പെട്ടു.

അപ്പു പറഞ്ഞു. ''നമ്മുടെ നാട്ടിലെ ഞരമ്പുരോഗികളായ ആണുങ്ങളെ ഓർത്ത് ഞാൻ ലജ്ജിക്കുന്നു.''

''നമ്മുടെ ഗ്രാമത്തിലെ ധീരനായ ചെറുപ്പക്കാരൻ അപ്പു ഉണ്ണിക്കൃഷ്ണനെ ഓർത്ത് ഞാനഭിമാനിക്കുന്നു. അപ്പു, മകനെ! നിന്നെയോർത്ത് നമ്മുടെ ഗ്രാമം മത്രാമല്ലാ, ഈ രാജ്യം തന്നെ അഭിമാനിക്കുന്നു. അപ്പു എനിക്ക് മകനായി മാറിയിരിക്കുന്നു.''

ഗ്രാമത്തിൽ അപ്പുവിനെ അനുമോദിക്കുവാൻ കൂടിയ യോഗത്തിൽ വലിയമഠത്തിലെ വലിയസ്വാമി ഇങ്ങനെ പറഞ്ഞപ്പോൾ അപ്പു ഉണ്ണിക്കൃഷ്ണൻ ഇരിപ്പിടത്തിൽനിന്നും എഴുന്നേറ്റ് അദ്ദേഹത്തിന്റെ കാലിൽതൊട്ട വന്ദിച്ചു. ആ സമയം അപ്പുവിനെ പിടിച്ചെഴുന്നേല്പിച്ചിട്ട് കയ്യിൽ കരുതിയിരുന്ന ഒരു വീരാളിപ്പട്ട് വലിയസ്വാമി അവനെ അണിയിച്ചു. അപ്പോൾ വലിയസ്വാമി അവനോട് പതുക്കെ തിരക്കി. ''നിനക്ക് ഞാനെന്തു തരണം മകനേ... നീ എന്റെയും മകനാണ്. നീ എന്റെ അഭിമാനമാണ്.''

''അങ്ങയുടെ അനുഗ്രഹം മതി എനിക്ക്!'' അപ്പു പറഞ്ഞു. വേദിക്കു മുൻപിൽ ഭദ്രയുണ്ടായിരുന്നു. ഭദ്രയാണ് ആ സമയം ആദ്യം കയ്യടിച്ചത്. അപ്പോൾ വേദിക്കു മുമ്പിലിരുന്നിരുന്ന ഗ്രാമത്തിലെ ജനങ്ങൾ ഒന്നടങ്കം കയ്യടിച്ചു.

അന്നുരാത്രി അപ്പു ഉണ്ണിക്കൃഷ്ണൻ ഭദ്രത്തമ്പുരാട്ടിയുടെ കിടപ്പറയിലെത്തി!

പതിമൂന്ന്

പുറകിലത്തെ വാതിലിൽ അപ്പു ഉണ്ണിക്കൃഷ്ണൻ മുട്ടിയപ്പോൾ ഭദ്ര ചാടിയെഴുന്നേറ്റു. ഭദ്ര കസവുകരയുള്ള ഒരു പുടവകൊണ്ട് മുലക്കച്ച അണിഞ്ഞിരുന്നു. മുടി തലയ്ക്കു മുകളിൽ കെട്ടിവെച്ചിരുന്നു. നെറ്റിയിൽ ഭസ്മക്കുറിയും തൊട്ടിരുന്നു. വയനാടൻ മഞ്ഞൾ മുറിച്ചതുപോലെയും ഭൂമിയിൽനിന്നും പൊട്ടിമുളച്ചതുപോലെയും മാനത്തുനിന്നും ഇറങ്ങി വന്നതുപോലെയുമായിരുന്നു ഭദ്ര!

''വരു മാധവാ...'' ഉയർന്നുതാഴുന്ന നെഞ്ചുമായി ഭദ്ര പറഞ്ഞു. ''വന്നാട്ടെ...''

അവൾ വലതു കൈ നീട്ടി. ആ കയ്യിൽ തന്റെ കയ്യർപ്പിച്ച് ചില നിമിഷങ്ങൾ അവർ പരസ്പരം നോക്കിനിന്നു.

''വാതിലടയ്ക്കട്ടെ....''കിതപ്പോടെ അപ്പു ചോദിച്ചു.

''അടയ്ക്ക് മാധവാ...'' കിതപ്പോടെ ഭദ്രപറഞ്ഞു.

''ജനൽ അടയ്ക്കട്ടെ...''

''വേണ്ടാ... മാനത്തെ താരകളും ചന്ദ്രനും നമ്മളെ കാണട്ടെ, വെളിയിലത്തെ ചെടികളും മരങ്ങളും നമ്മളെ നോക്കട്ടെ... വാ മാധവാ...''

ഭദ്രയ്ക്ക് കിതപ്പുകൊണ്ട് നെഞ്ചകം തകരുന്നതുപോലെ തോന്നി.

ഇപ്പോൾ അപ്പുവിന്റെ ആലിംഗനത്തിലാണ് ഭദ്ര!

അപ്പോൾ, കുമാരസംഭവം...

''താം വിലംബിനപനീയമേഖലാ
മുദ്വപിഞ്ജഘനഭാരവഹാം....''

''ഹരൻ,

പൊന്നരഞ്ഞാൺ അഴിഞ്ഞിഴഞ്ഞു, ജഘനത്തിന്റെ കനം കൊണ്ട് എടുക്കാൻ പണിയുള്ള അവളെ എടുത്തുംകൊണ്ട് ധ്യാനിച്ചുവരുത്തിയ വിഭൂതികളാൽ ഉജ്ജ്വലിക്കുന്ന മണിശിലാഗൃഹത്തിലേയ്ക്കു പോയി.''

ഭദ്രയുടെ പുടവ എവിടെയോ ചെന്നുവീണു. അവരുടെ മുടി അഴിഞ്ഞുലഞ്ഞ് പുറകോട്ടൊഴുകിക്കിടന്നു.

അപ്പു ഭദ്രയെ എടുത്തുകൊണ്ട് കട്ടിലിലേയ്ക്കു പോയി. നഗ്നമായ ഭദ്രയുടെ ശരീരം സ്വർണ്ണനാഗത്തേപ്പോലെ കിടക്കയിൽ പുളഞ്ഞു. എവിടെനിന്നാണ് മകുടി സംഗീതം ഒഴുകിയെത്തുന്നത്?

''തത്രഹംസധവളോത്തരച്ഛദം...''

''അവിടെ അദ്ദേഹം പ്രിയയോടുകൂടി അരയന്നത്തെപ്പോലെ വെളുത്ത വിരിപ്പോടുകൂടി ഗംഗയുടെ മണൽത്തിട്ടപോലെ കാഴ്ചയ്ക്കഴകുറ്റ മെത്തയിൽ രോഹിണിയുടെ പതി ചന്ദ്രൻ ശരത്ക്കാലത്തെ മേഘത്തിലെന്നപോലെ കിടന്നു.''

ഭദ്രയും അപ്പുവും ഒന്നായി മാറി. ഭദ്ര അപ്പുവിൽ അപ്രത്യക്ഷയായി. സുരതത്തിന്റെ കിതപ്പ് മുറിക്കുള്ളിൽ ഓളംതല്ലി.

''ക്ലിഷ്ടകേശമവലുപ്തചന്ദനം...''

''തലമുടി ഉലഞ്ഞുചിന്നിയും ചന്ദനം അഴിഞ്ഞുതീർന്നും ക്രമമെന്ന്യേ നഖമൂന്നിയും, വാശിപിടിച്ചും അരഞ്ഞാൺ പൊട്ടിവീണുമുള്ള ആ പാർവ്വതീസുരതം അദ്ദേഹത്തിന് മതിവരുത്തുകയുണ്ടായില്ല....''

അപ്പു കാമകലയുടെ പൂർണത മുഴുവനും ഭദ്രയിൽ അർപ്പിച്ചു. സുഖത്തിന്റെ കൊടുമുടിയിലെത്തിയ ഭദ്ര പൊട്ടിക്കരഞ്ഞു. പിന്നെപ്പിന്നെ സാവധാനം ഭദ്ര ശാന്തമായ കടലായി മാറി. കടൽ അപ്പുവെന്ന കരയിൽ മുഖം ചേർത്ത് ഉറങ്ങിക്കിടന്നു.

വെളുപ്പാൻകാലമായപ്പോൾ പാൽക്കാരൻ പാടിക്കൊണ്ട് സൈക്കിൾ ചവിട്ടിപോയി. ''ഏഴരവെളുപ്പിനുണർന്നവരേ, എന്റെ സഖിമാരേ.... എന്തിനെന്നെ വിളിച്ചുണർത്തി...''

എല്ലാ വെളുപ്പാൻകാലത്തും പാൽക്കാരൻ പാടുന്ന പഴയ ആ പാട്ടു കേട്ടാണ് ഉറക്കത്തിൽനിന്നും എന്നും ഭദ്ര ഉണരുന്നത്. എന്നും മയക്കത്തിൽനിന്നും ആ പാട്ടാണ് ഭദ്രയെ ഉണർത്തിയത്. ''ഏഴരവെളുപ്പിനുണർന്നവരേ...''

ഉണർന്ന ഭദ്ര അപ്പുവിൽ നിന്നും തന്നെ സ്വയം തപ്പി എടുത്തു കൊണ്ട്

സാവധാനം എഴുന്നേറ്റിരുന്നു. അവൾ താഴെ കിടക്കുന്ന തന്റെ ഉടയാടകളിലേയ്ക്കും അതിനു മുകളിൽ ഇട്ടിരിക്കുന്ന അപ്പുവിന്റെ വസ്ത്രത്തിലേയ്ക്കും നോക്കി ഒരു നിമിഷമിരുന്നു. പെട്ടെന്നവൾക്ക് ലജ്ജതോന്നി.

ലജ്ജയോടെ അവൾ അപ്പുവിനെ ഉണർത്തി, തമ്പുരാനേ ഉണരു... ഉണരു...

അപ്പു വലിയമഠത്തിലെ വലിയതിരുമേനിയുടെ മകനാണെന്നും താൻ തിരുമേനിയുടെ പുത്രവധുവാണെന്നും ഭദ്രയ്ക്കു തോന്നി. അപ്പുവിനെ അനുമോദിക്കുന്ന ചടങ്ങിൽവെച്ച് തിരുമേനി അപ്പുവിനെ മകനാക്കുകയും ചെയ്തുവല്ലോ!

അപ്പോൾ അപ്പു ഉണർന്നു. ആ നിമിഷം വീണ്ടും ഭദ്ര മതിയാകാത്തതുപോലെ അപ്പുവിന്റെ നെഞ്ചിലേയ്ക്ക് തലചേർത്തു.

ഒന്നിടവിട്ട രാത്രികളിൽ അപ്പു ഉണ്ണിക്കൃഷ്ണൻ ഭദ്രത്തമ്പുരാട്ടിയുടെ കിടപ്പറയിലെത്തി. ഓരോ രാത്രിയിലും പുതിയ പുതിയ കാമകലകൾ അപ്പുവും ഭദ്രയും പരസ്പരം അഭ്യസിക്കുകയും അഭ്യസിപ്പിക്കുകയും ചെയ്തുപോന്നു.

വാതിലടച്ചും ജനാല തുറന്നിട്ടും ആകാശത്തെ അമ്പിളിയേയും നക്ഷത്രങ്ങളേയും സാക്ഷി നിർത്തിക്കൊണ്ട് രതിസുഖസാരം നഗ്നരായി ആടിത്തകർത്ത് അവർ രാത്രി വെളുപ്പിച്ചു.

മറ്റൊരു രാത്രി. അന്ന് പൗർണമി ആയിരുന്നു. ഭൂമി നിറയെ നിലാവ് പരന്നൊഴുകി.

കിടപ്പറയിലെ മങ്ങിയ വെളിച്ചത്തിൽ അജന്താശില്പങ്ങളെപ്പോലെ ആലിംഗനബദ്ധരായി നില്ക്കുകയാണ് അപ്പുവും ഭദ്രയും. രാവൊടുങ്ങാറായി. അവർക്ക് പരസ്പരം പിരിയേണ്ട സമയവുമായി. പക്ഷേ ഉടലും മനസ്സും വേർപെടുത്താനാവാതെ നില്ക്കുകയാണവർ. അതിനവർക്ക് പറ്റുന്നില്ല.

ആ സമയം തുറന്നു കിടക്കുന്ന ജനലിനു വെളിയിൽ ഒരു നാഴികനേരമായി അകത്തു നടക്കുന്ന രതികേളികൾ കണ്ടുകൊണ്ട് ഒരാൾ നില്പുണ്ട്. അയാൾ ചിലപ്പോഴൊക്കെ മരിച്ചുനില്ക്കുകയാണ്. ചിലപ്പോഴൊക്കെ ജീവൻ വയ്ക്കുകയും ചെയ്യുന്നുണ്ട്. അയാളറിയാതെ കണ്ണുകൾ നിറഞ്ഞൊഴുകുന്നുമുണ്ട്.

''പൊയ്ക്കോ മാധവാ...'' ദീർഘമായ ഒരു ചുംബനം നല്കി ഭദ്ര ഉണ്ണിക്കൃഷ്ണന് വിട നല്കി.

അപ്പു വെളിയിലേക്കിറങ്ങുംമുമ്പ് ജനാലയ്ക്കരികിൽ നിന്നിരുന്ന ആൾ സാവധാനം അവിടെനിന്നും മുറ്റത്തേയ്ക്കിറങ്ങി വടക്കുവശത്ത് വളർന്നുനില്ക്കുന്ന മാവിന്റെ മറവിൽ ഒളിച്ചിരുന്നു.

എല്ലാം കണ്ടുകൊണ്ട് കർമസാക്ഷിയായ രാത്രി നിശ്ശബ്ദമായി ദീർഘ

നിശ്വാസം വിട്ടുകൊണ്ട് ഒരിളംകാറ്റായി വീശിയകന്നു.

അപ്പു ഉണ്ണിക്കൃഷ്ണൻ ഭദ്രയോട് യാത്ര പറഞ്ഞു വെളിയിലേക്കിറങ്ങി. അപ്പോൾ സുഖാലസ്യം കലർന്ന പുഞ്ചിരിയോടെ ഭദ്ര കുളിമുറിയിലേക്ക് നടന്നു. ആ സമയം പാൽക്കാരൻ റോഡിലൂടെ പാടിക്കൊണ്ട് സൈക്കിൾ ചവുട്ടി അകന്നുപോയി. ''ഏഴരവെളുപ്പിനുണർന്നവരേ...''

നേരം പുലർന്നുവരുന്നു. വെളിച്ചം പതുക്കെ പരന്നു കഴിഞ്ഞു. രാവിലെ അടുക്കളയിൽ നിന്നിരുന്ന പാട്ടി വെളിയിൽ കാക്കകളുടെ കലമ്പൽ കേട്ടു. അസഹ്യമായ രീതിയിൽ കാക്കകൾ ബഹളം വെയ്ക്കുന്നു. പെട്ടെന്ന് പാട്ടി അടുക്കളയിൽനിന്ന് മുൻവശത്തെ മുറിയിലേയ്ക്ക് ചെന്ന് അവിടെ നിന്നും വരാന്തയിലേയ്ക്കിറങ്ങി മുറ്റത്തെത്തി. കാക്കകൾ മാവിനു മുകളിലേയ്ക്ക് കരഞ്ഞുകൊണ്ട് പറക്കുന്നു. താഴേയ്ക്ക് തിരിച്ചുവരുന്നു. പാട്ടി പെട്ടെന്ന് മാവിന്റെ മുകളിലേയ്ക്ക് നോക്കി. മുകളിൽ മാവിന്റെ താഴ്ന്ന ശാഖിയിൽ ജഗദീശ്വരവർമ്മ കഴുത്തിൽ കുരുക്കിട്ട് തുങ്ങിനില്ക്കുന്നു.

ഭദ്രയുടെ തമ്പുരാൻ തൂങ്ങിമരിച്ചു.

എന്തിനായിരുന്നു മകനേ?

എപ്പോഴായിരുന്നു ഉണ്ണിത്തിരുമേനി?

''ഹയ്യോ...''

ചാരുകസേരയിൽ തളർന്ന സിംഹത്തെപ്പോലെ വലിയ തിരുമേനി മരിച്ചതുപോലെ കിടക്കുന്നു. ജഗദീശ്വരവർമയുടെ ജ്യേഷ്ഠന്മാർ, അവരുടെ ഭാര്യമാർ, കൂട്ടത്തിൽ പാട്ടിയും ഭർത്താവ് ദേവേന്ദ്രവർമയും ഒപ്പം ഭദ്രയും.

അവർ തിരുമേനിയുടെ മുമ്പിൽ പടഞ്ഞിരിക്കുന്നു. ഒരു ചാഞ്ചല്യവുമില്ലാതെ ഭദ്ര അവരോട് പറഞ്ഞു. ''ദേശാടത്തിനു പോയതിന്റെ മൂന്നാം ദിവസം രാത്രിയിൽ ആരും അറിയുകയോ കാണുകയോ ചെയ്യാതെ തമ്പുരാൻ എന്റെ മുറിയിൽ വന്നു. ഞാനിങ്ങനെ വരുന്ന വിവരം ആരോടും പറയരുത്, അറിയിച്ചാൽ ഞാൻ തൂങ്ങിമരിക്കും എന്നും പറഞ്ഞു. അതുകൊണ്ട് ഞാനാരേയും ആ വരവ് അറിയിച്ചില്ലപ്പാ...''

പെട്ടെന്ന് ഒരു നിമിഷം നിശ്ശബ്ദയായിട്ടിരുന്നു ഭദ്ര. ഭദ്രയുടെ തല കുനിഞ്ഞു. പ്രത്യേകസ്വരത്തിൽ പിന്നെ അവൾ പറഞ്ഞു. ''അന്നാണ് ആദ്യമായി അദ്ദേഹം ഭർത്താവായത്. ഞാൻ സ്ത്രീയായതും അന്നാണ്.'' അപ്പോൾ അവിടെ നിശ്ശബ്ദത പരന്നു. പാട്ടിയുടെ കണ്ണു നിറഞ്ഞുവോ? പ്രകൃതി ദീർഘനിശ്വാസം വിട്ടു എന്നത് തീർച്ച.

''അതിൽപിന്നെ രണ്ടുമൂന്നു ദിവസം കൂടുമ്പോൾ ജഗദീശ് വരികയും വെളുപ്പിനെ പോവുകയും ചെയ്തു. ഈ ജീവിതത്തിന് ഒരു പ്രത്യേകരസ

മുണ്ടെന്നും രണ്ടുമാസക്കാലം ഇങ്ങനെ ജീവിക്കാം എന്നും പറഞ്ഞു തമ്പുരാൻ ചിരിക്കുമായിരുന്നു. പക്ഷേ, ഇന്നലെ...'' ഒരു നിമിഷം കണ്ണുകളടച്ചിരുന്നിട്ട് ഭദ്ര ദീർഘനിശ്വാസം വിട്ടുകൊണ്ട് പതുക്കെ പറഞ്ഞു. ''തമ്പുരാൻ ഇങ്ങനെ വരുന്ന വിവരം ഞാൻ അപ്പായോട് പറഞ്ഞിട്ടുണ്ടെന്ന് രാത്രിയിലെപ്പോഴോ ഞാൻ തമ്പുരാനോട് പറഞ്ഞു! വെറുതേ അങ്ങനെയങ്ങ് പറഞ്ഞുപോയതാണ്. അതുകേട്ടപ്പോൾ എന്നോട് തമ്പുരാൻ ഭയങ്കരമായി പിണങ്ങി. കുറച്ചുനേരം കഴിഞ്ഞ് സാധാരണ വന്നിട്ടുപോകുന്ന സമയത്തിനുമുമ്പ് ഒന്നും മിണ്ടാതെ പോകുകയും ചെയ്തു.''

''ഇനി വരില്ലേ?''

''ഇല്ല. ഭദ്ര എന്നോട് സത്യലംഘനം ചെയ്തിരിക്ക്ണു. ഞാനിനി ദേശാടനം കഴിഞ്ഞേവരു....''

''തമ്പുരാൻ പോയി.'' ഭദ്ര എഴുന്നേറ്റിട്ട് വീണ്ടും ഇരുന്നു. ''തമ്പുരാൻ തൂങ്ങിമരിക്കും എന്നു പറഞ്ഞത് മറന്നുപോയിരിക്കുന്നു എന്നാണ് ഞാൻ വിശ്വസിച്ചത്. തമ്പുരാന്റെ മനസ്സിന്റെ വിഭ്രമം തീർത്തും മാറിയെന്നും എനിക്ക് തോന്നിയിരുന്നു... പക്ഷേ...''

പെട്ടെന്ന് ഭദ്രയ്ക്ക് തല കറങ്ങി. അവൾ സാവധാനം നിലത്തേയ്ക്ക് മറിഞ്ഞുവീണു. എല്ലാവരുംകൂടി പരിഭ്രമത്തോടെ അവളെ എടുത്ത് കട്ടിലിൽ കിടത്തി.

'' സാരമില്ല കുഞ്ഞേ... സാരമില്ല മക്കളേ...'' എല്ലാവരും ചേർന്നു അവളെ ആശ്വസിപ്പിച്ചു.

''ഞാൻ നുണ പറഞ്ഞില്ലല്ലോ!'' അവൾ സ്വയം ചോദിച്ചു. രാത്രികളിൽ എന്റെ കിടപ്പറയിൽ വന്നിരുന്നത് ജഗദീശവർമ്മ തന്നെയാണ്. ജഗദീശ വർമ്മ അല്ലാതെ ആരു വരാൻ? അപ്പു ജഗദീശവർമ്മയാണ്. അപ്പുവാണ് ജഗദീശവർമ്മ. എന്റെ തമ്പുരാൻ. എന്റെ ഭർത്താവ്!

അപ്പു മകനാണെന്ന് ഒരു സദസ്സിൽവെച്ച്, സദസ്സിനെ നോക്കി വലി യതിരുമേനി പറഞ്ഞതുമാണ്. അപ്പോൾ ഈ ഭദ്ര നുണ പറഞ്ഞിട്ടില്ല.

മഹാഭാരതത്തിലെ ധർമ്മപുത്രർ അശ്വത്ഥാമാ ഹന്ത: എന്നു പറഞ്ഞത് ആനയെപ്പറ്റിയായിരുന്നല്ലോ. പക്ഷേ, അത് ദ്രോണാചാര്യരുടെ മകനാ ണെന്ന് വിചാരിച്ചത് ആരുടെ കുറ്റം... അതുപോലെ ഈ ഭദ്രയും... അവൾ മനസ്സിലുറപ്പിച്ചു. അശ്വത്ഥാമാ ഹന്ത: അശ്വത്ഥാ മാ ഹന്ത: അശ്വത്ഥാ മാ ഹന്ത: അശ്വത്ഥാ ...

ഭദ്ര ആ വാചകം മനസ്സിലുരുവിട്ടുകൊണ്ടിരുന്നു, ഒരു രാത്രി മുഴുവൻ ഉറങ്ങാതെ, അവസാനം പുലർകാലത്ത് അറിയാതെ മയങ്ങിപ്പോയി. ഉണർന്നപ്പോൾ മെതിയടിപ്പുറത്ത് വന്ന ആരോ ഒരാൾ ഭദ്രയോട് പറ ഞ്ഞു. ''നുണ പറഞ്ഞതിന് യുധിഷ്ഠിരനു കിട്ടിയ ശിക്ഷ നരകം കാണി

ക്കലായിരുന്നു. യുധിഷ്ഠിരൻ നരകം കണ്ടു''

ഭദ്ര പെട്ടെന്ന് കട്ടിലിൽനിന്നും ചാടിയെഴുന്നേറ്റു. ആരാണ് ആ പറഞ്ഞത്? ഭദ്ര കിതച്ചു. അവൾ തുറന്നു കിടന്ന ജനാലയ്ക്കരികിലേയ്ക്ക് വേഗം ചെന്നു.

ജനാലയ്ക്കു വെളിയിൽ ഒരശോകമരം നിന്നിരുന്നു. നിറയെ പുഷ്പങ്ങളുമായി നിന്നിരുന്ന മരത്തിന്റെ ജനാലയ്ക്കരികിലേയ്ക്ക് നീളുന്ന ശാഖിയിൽ ഒരു വലിയ കാക്ക ഇരിക്കുന്നു. കാക്ക ജഗദീശവർമ്മയാണോ?

അവൾ കാക്കയെ നോക്കിനിന്നു. കാക്ക തലചെരിച്ച് അവളേയും നോക്കുന്നു! കാക്ക മരിച്ചുപോയവരുടെ ആത്മാവാണെന്ന് ഭദ്രയ്ക്കു തോന്നി. പെട്ടെന്ന് നട്ടെല്ലിലൂടെ തണുപ്പ് പാഞ്ഞു കയറുന്ന രീതിയിൽ ഭദ്രയെ നോക്കി കാക്ക ഭീകരമായി കരയുവാൻ തുടങ്ങി. അപ്പോൾ കാ, കാ, എന്ന ആർത്തനാദത്തോടെ കാക്കകളുടെ പട അശോകമരച്ചില്ലകളിലേയ്ക്ക് പറന്നുവന്നിരുന്നു. ആത്മാക്കൾ കൂട്ടംചേർന്ന് പറന്നു വരികയാണോ.

ആ സമയം മഠത്തിലെ വരാന്തയിൽ പൂജ നടക്കുകയായിരുന്നു. ജഗദീശവർമ്മയുടെ ആത്മാവിന് നിത്യശാന്തി കിട്ടുവാനുള്ള കർമ്മം. അലഞ്ഞുതിരിയാതെ ആത്മാവ് ഒരു വെളിച്ചമായി അനന്തതയിൽ അലിഞ്ഞുതീരട്ടേ...

കാക്കകളുടെ ആസുരശബ്ദത്തിൽ ചില നിമിഷങ്ങൾ നിശ്ചലയായിനിന്നുപോയി ഭദ്രത്തമ്പുരാട്ടി. പിന്നെ കാക്കകളെ നോക്കാതെ ജനലിന്റെ വാതിലുകൾ കൊട്ടിയടച്ചു ഭദ്ര.

''ഇനി ഈ ജനൽപാളികൾ ഒരിക്കലും തുറക്കില്ല ഞാൻ.'' ഭദ്ര ഉറക്കെ പറഞ്ഞു. മനസ്സിന്റെ പാളികളും അടയ്ക്കുമോ ഭദ്ര.

പലതിന്റെ വാതിൽപാളികളും ഓരോന്നായി, ഓരോന്നായി അടയ്ക്കുവാൻ തുടങ്ങുകയായി ഭദ്ര.

''ഇനി എന്റെ ജീവിതത്തിൽ ഒരു പുരുഷനില്ല!'' ഭദ്ര തീരുമാനിച്ചുറച്ചു. പുരുഷന്റെ ഒരു നിഴൽപോലും ഇനി എന്നിൽ വീഴില്ല.

മാധവാ, നീ എന്റെ ജീവിതത്തിലിനി ഒരിക്കലും വന്നുചേരില്ല. നീ മരിച്ചു. മാധവനെന്ന അപ്പു ഉണ്ണിക്കൃഷ്ണൻ പടിഞ്ഞാറെ മാനത്തെത്തി കടലിൽ താഴ്ന്നു. നീ ഇരുളിലായി. ഞാൻ പുലർകാലത്തേയ്ക്കു വരട്ടേ. കൃഷ്ണാ! എന്റെ കൈ പിടിച്ച് നീ വഴികാട്ടു, അച്യുത!

കൃഷ്ണാ,

ഭദ്ര ഭഗവദ് ഗീത ഓർത്തു

''മാം ഹി പാർത്ഥ വ്യപാശ്രിത

യേ/പി സ്യു; പാപയോനയ;

സ്തീയോ വൈശ്യാസ്തഥാ ശുദ്രാ:
തേ/പി യാന്തി പരാംഗതിം.''

ഭദ്ര അതിന്റെ അർത്ഥവും മനസ്സിൽ നിരൂപിച്ചു.

''ഹേ! അർജ്ജുനാ, സ്ത്രീകളായും വൈശ്യരായും ശൂദ്രരായും ആരെല്ലാമുണ്ടോ അതുപോലെതന്നെ നീചകുലത്തിൽ ജനിച്ച വരായി ആരെല്ലാം ഉണ്ടോ അവരുകൂടി എന്നെ ആശ്രയിച്ച് ഏറ്റവും പരമമായ ഗതിയെ നിശ്ചയമായും പ്രാപിക്കുന്നു!''

അപ്പോൾ പാട്ടി മുറിയിലേയ്ക്കു വന്നു, അവർ ഭദ്രയുടെ അരി കിലിരുന്നു. ഭദ്രയുടെ തലയിൽ അവർ തലോടിക്കൊണ്ടിരുന്നു. പെട്ടെ ന്ന് ഭദ്ര പാട്ടിയുടെ ചുമലിൽ തല ചേർത്തുവച്ചു. ചില നിമിഷങ്ങൾ കഴിഞ്ഞപ്പോൾ ഭദ്ര നിശ്ശബ്ദയായി കരയുവാൻ തുടങ്ങി. ഒന്നും പറ യാതെ പാട്ടി ഭദ്രയെ തഴുകിക്കൊണ്ടിരുന്നു. പാട്ടിക്ക് ഭദ്ര സ്വന്തം മകളാണെന്നുതോന്നി. അല്ലെങ്കിലും ഭദ്രയെ അവർ സ്വന്തം മകളായി തന്നെയാണ് കരുതിയിരുന്നത്. ഇപ്പോൾ പാട്ടിക്ക് ദദ്ര തന്നിൽ നിന്നും പിറ ന്നതാണെന്ന് തോന്നുവാൻ തുടങ്ങി.

ഭദ്ര നിശ്ശബ്ദയായി കരഞ്ഞുകൊണ്ടിരുന്നപ്പോൾ പാട്ടി പെട്ടെന്ന് ശബ്ദമു യർത്തി ലളിതാസഹ്രസനാമത്തിലെ ധ്യാനം ചൊല്ലുവാൻ തുടങ്ങി.

''സിന്ദുരാരുണ വിഗ്രഹാം ത്രിനയനാം
മാണിക്യമൗലിസ്ഫുരത് -
താരാനയകശേഖരാം സ്മിത മുഖീ
മാപീനവക്ഷോരുഹാം
പാണിഭ്യാമളിപൂർണരത്നചഷകം
രക്തോത്പലം ബിഭ്രതിം
സൗമ്യാം രത്നഘടസ്ഥരക്തചരണാം
ധ്യായേത് പരമാംബികാം.
ധ്യായേത് പദ്മാസനസ്ഥാം വികസിതവദനാം
പദ്മപത്രയതാക്ഷീം
ഹേമാഭാം പീതവസ്ത്രാം കരകലിതലസത്
ഹേമപദ്മാം വരാംഗീം.
സർവ്വാലങ്കാരയുക്താം സതതമഭയദാം
ഭക്ത നമ്രാം ഭവാനീം
ശ്രീവിദ്യാം ശാന്തമൂർത്തിം സകലസുരനുതാം
സർവ്വസമ്പദ്പ്രദാത്രീം.''

മൂന്നു തവണ ഭക്തിപാരവശ്യത്തോടെ പാട്ടി ധ്യാനം ശബ്ദമുയർത്തി ചൊല്ലിത്തീർത്തപ്പോൾ ഭദ്രയുടെ ഉള്ളിലെ തീയണഞ്ഞു. ശാന്തത യുടെ ഒരിളംകാറ്റ് മനസ്സിലൂടെ മന്ദമായി വീശുന്നതായി തോന്നി

ഭദ്രയ്ക്ക്. അപ്പോൾ ആരോ അവളോട് മൃദുവായ സ്വരത്തിൽപറഞ്ഞു. ‘‘എഴുന്നേല്ക്ക് മകളേ....’’

ആ പറഞ്ഞത് പാട്ടി ആയിരുന്നില്ല. ആരായിരുന്നു പിന്നെ അത്?

പാട്ടി കണ്ണുകളടച്ച് ഭക്തിയിൽ ലയിച്ചിരിക്കുകയാണ്. അപ്പോൾ ഭദ്ര എഴുന്നേറ്റു. ആ സമയം പാട്ടി കണ്ണുകൾ തുറന്നു.

‘‘പോകരുതേ അമ്മാ...’’ അവൾ പാട്ടിയെ അമ്മാ എന്നു വിളിച്ചു. ഇനി മുതൽ അമ്മയെന്നാണ് പാട്ടിയെ ഭദ്ര വിളിക്കുന്നത്!

‘‘ഒരു നിമിഷം!‘ അവൾ ശാന്തമായി പാട്ടിയെ നോക്കി പുഞ്ചിരിച്ചിട്ട് കുളിമുറിയിലേയ്ക്കു കയറി.

വളരെ പെട്ടെന്ന് അവൾ കുളികഴിഞ്ഞ് വസ്ത്രം മാറി ഇറങ്ങി. വെളുത്ത ചുരിദാറിണിഞ്ഞിരുന്നു അവൾ. ശുഭ്രവേഷം. വെള്ളയും വെള്ളയും ! മുടി ഉച്ചിയിൽ കെട്ടിവെച്ചിരിക്കുന്നു. നെറ്റിയിൽ ഭസ്മക്കുറി.

ഇതാര് യോഗിനിയോ? പാട്ടി അറിയാതെ സ്വയം ചോദിച്ചുപോയി . പകച്ചുപോയി പാട്ടി. യുവസന്ന്യാസിനിയെപ്പോലെ പാട്ടിയുടെ മുമ്പിൽ വന്നു നിന്നു ഭദ്ര! ശാന്തമായ മുഖം! സൗമ്യമായ സ്വരം, ദീപ്തം. മനോ ഹരം.

‘‘ അമ്മേ! ഈ മുറിയൊന്ന് സുഭദ്രയെക്കൊണ്ട് കഴുകിക്കണം. പിന്നെ അമ്പലത്തിൽ നിന്നും കുറച്ച് പുണ്യാഹം കൊണ്ടുവന്നു തളി ക്കണം.’’ ഭദ്ര പറഞ്ഞു.

‘‘ഇപ്പോൾ അമ്പലത്തിൽ പോകുവാൻ പറ്റില്ല മകളേ!‘ പാട്ടിയുടെ സ്വരമിടറി. ‘‘പുല കഴിഞ്ഞില്ല.’’

‘‘ഓ! എങ്കിൽ അത് കഴിയട്ടെ! അതൊക്കെക്കഴിഞ്ഞ് നമുക്കിവിടെയൊരു പൂജാമുറി ഒരുക്കണം. കേട്ടോ അമ്മാ...’’

‘‘ശരി മകളേ!’’ തെല്ലുനേരം ഭദ്രയെ നോക്കി നിന്നശേഷം പാട്ടി പ തുക്കെ പറഞ്ഞു, ‘‘എങ്കിൽ വന്ന് കാപ്പി കഴിക്ക് മക്കളേ! നേരം പത്തുമണി കഴിയുന്നു.’’

‘‘ഇല്ല അമ്മാ! ഞാനീ മുറിക്കകത്തുനിന്നും ഇനി ഒരിക്കലും വെളി യിലിറങ്ങില്ല! കുറച്ചു പലഹാരവും കാപ്പിയും സുഭദ്രയുടെ കൈയിൽ കൊടുത്തുവിടാമോ?’’ അവൾ പാട്ടിയുടെ രണ്ടു ചുമലിലും പിടിച്ചു കൊണ്ട് പുഞ്ചിരിയോടെ പറഞ്ഞു. ‘‘ചെല്ല്! എനിക്ക് വിശക്കുന്നമ്മാ’’

ഭദ്രത്തമ്പുരാട്ടി പറയുന്നതും കേട്ടുകൊണ്ട് മുറിയുടെ വാതിൽക്കൽ വലിയ തിരുമേനി നില്പുണ്ടായിരുന്നു.

മഠത്തിന്റെ തെക്കേ തളത്തിൽ മകനുവേണ്ടിയുള്ള പൂജ നടക്കുന്നതി നിടയിൽ ഭദ്രയെ കാണുവാൻ വന്നതാണ് തിരുമേനി. അപ്പോഴാണ് ഭദ്ര പറഞ്ഞത് അദ്ദേഹം കേൾക്കുന്നത്.

പാട്ടി അടുക്കളയിലേയ്ക്ക് പോയപ്പോൾ ഭദ്രയെ വിളിക്കാതെ വലി

യതിരുമേനി വീണ്ടും പൂജാസ്ഥലത്തേയ്ക്കു പോയി.

അവിടെനിന്നും കഠോപനിഷത്തിലെ ശ്ലോകമുയരുന്നത് വലിയ തിരുമേനി കേട്ടു.

"ഓം സഹനാവവതു
സഹനൗ ഭുനക്തു
സഹവീര്യം കരവാവഹൈ
തേജസ്വിനാ വധീതമസ്തു
മാ വിദ്വേഷാവഹൈ
ഓം ശാന്തി... ശാന്തി... ശാന്തി..."

ആ ശ്ലോകത്തിലെ ശാന്തതയുടെ അലൗകികതയിലേയ്ക്ക് പതുക്കെ ചെന്നുചേരുകയായിരുന്നു ഇപ്പോൾ ഭദ്ര!

ഭദ്രയുടെ മുറി വലിയതാണ്. ഒരു ഹാളിന്റെ വലിപ്പമുണ്ടായിരുന്നു ആ മുറിയ്ക്ക്. എല്ലാ സൗകര്യങ്ങളും നിറഞ്ഞതുമായിരുന്നു....

ഭദ്ര മുറിക്കുള്ളിലൂടെ നടക്കുകയാണ്. അവൾ മറ്റേതോ ലോകത്തിലാണ്. അങ്ങനെ നടക്കവേ പെട്ടെന്നവൾ നിന്നു. മഠത്തിൽ നാലഞ്ച് സ്ത്രീകൾ ജോലിക്കായുണ്ട്. അവൾ ഓർത്തു പെട്ടിയിലുള്ള കളർ വസ്ത്രങ്ങളെല്ലാം നാളെത്തന്നെ അവർക്ക് വീതിച്ചുനല്കണം. എനിക്കിനി നിറമുള്ള വസ്ത്രങ്ങൾ വേണ്ട! വെളുത്ത വസ്ത്രങ്ങൾ, വെളുത്ത പുഷ്പങ്ങൾ, ഭസ്മക്കുറി, എന്റെ കൃഷ്ണാ, പിന്നെ ഭഗവാനേ അങ്ങും എന്റെ ദേവി മഹാമായയും!

അവൾ വീണ്ടും നടന്നുകൊണ്ടിരുന്നു.

ദിവസങ്ങൾക്കുമുമ്പ് അപ്പുവിന്റെ ഫോൺ നമ്പർ ഡിലീറ്റു ചെയ്തുകളഞ്ഞു അവൾ! അതോടൊപ്പം സിം കാർഡ് നശിപ്പിക്കുയും ചെയ്തു. ഫോൺ അവൾ ആർക്കോ കൊടുത്തു. ആർക്കാണെന്ന് അവൾ ഓർക്കുന്നില്ല. സുഭദ്രയ്ക്കാണോ? ഇനിയും ഭദ്രയ്ക്ക് ഫോണില്ല! അവൾ ഓർത്തു, അപ്പുവിൽനിന്നും അല്ലെങ്കിൽ പഴയ മാധവനിൽനിന്നും മറ്റൊരു ദീപനാളം എന്നിലേയ്ക്ക് പകർന്നിട്ടുണ്ടെങ്കിൽ അത് ഞാൻ നശിപ്പിക്കില്ല. വലിയതമ്പുരാന്റെ പേരക്കുട്ടിയാണ്.

"അച്യുതം കേശവം രാമനാരായണം..." ഭദ്ര പതുക്കെ ജപിച്ചുകൊണ്ട് വീണ്ടും മുറിക്കുള്ളിൽ നടക്കാനാരംഭിച്ചു.

അപ്പു ഉണ്ണിക്കൃഷ്ണൻ അന്ന് ആൾക്കൂട്ടത്തിൽനിന്നുകൊണ്ട് ഒന്നേ നോക്കിയതൊള്ളൂ.

മാവിൻ ശാഖിയിൽ തൂങ്ങിമരിച്ചുകിടക്കുന്ന ജഗദീശ് വർമ്മയെ രണ്ടാമതൊന്നു നോക്കുവാൻ അവനായില്ല.

മാസങ്ങൾക്കൊക്കെ മുമ്പ് ഹൈസ്കൂളിന്റെ മുമ്പിൽനിന്നുകൊണ്ട്

തന്നെനോക്കി അപമാനവാക്കുകൾ വിളിച്ചു പറയുന്ന ജഗദീശ് വർമ്മയെ അറിയാതോർത്തുപോയി അപ്പു! ദൈവമേ!

സംഭവിക്കേണ്ടതെല്ലാം അതാത് സമയങ്ങളിൽ സംഭവിച്ചേ തീരു എന്ന് അപ്പു ഉണ്ണിക്കൃഷ്ണനോട് പലപ്പോഴും ആരോ പറയുമായിരുന്നു. ഇപ്പോളും അങ്ങനെ ഒരാൾ പുറകിൽനിന്നുകൊണ്ടു പറയുന്നതായി അവനു തോന്നി. പിന്നെ ഇടതുവശത്തുനിന്നുകൊണ്ട് പറയുന്നു. എല്ലാം കഴിഞ്ഞ് മനസ്സിനകത്തിരുന്നുകൊണ്ട് പറയുന്നു. സംഭവിക്കേണ്ടതെല്ലാം അതാത് സമയങ്ങളിൽ സംഭവിച്ചേ തീരു അപ്പു ഉണ്ണിക്കൃഷ്ണാ... ഇതാ! അതും സംഭവിച്ചിരിക്കുന്നു. ജഗദീശവർമ്മ യാത്രപോയിരിക്കുന്നു. എവിടെയോ യാത്ര പോയ ആൾ തിരിച്ചുവന്ന് കാണാത്ത കാഴ്ചകൾ കണ്ടിട്ട് മടങ്ങിവരാത്തിടത്തേയ്ക്ക് വീണ്ടും യാത്ര പോയിരിക്കുന്നു. യാത്ര, യാത്രാമൊഴി ചൊല്ലാതെ യാത്ര!

വലിയ താമസം കൂടാതെ പൊലീസെത്തുകയും മൃതദേഹം താഴെയിറക്കുകയും ചെയ്തു.

സർക്കിൾ ഇൻസ്പെക്ടർ രവീന്ദ്രനാഥനും പൊലീസ് സംഘത്തിലുണ്ടായിരുന്നു. അദ്ദേഹം അപ്പുവിനെ കണ്ടയുടൻ ഹസ്തദാനം നല്കി. സി.ഐ. യുടെ മുഖത്ത് പ്രയാസമുണ്ടായിരുന്നു. അദ്ദേഹം വേദനയോടെ അപ്പുവിനെ നോക്കി ചെറിയതായി പുഞ്ചിരിച്ചു. വലിയ തിരുമേനിക്കുണ്ടായ ദുരന്തം സർക്കിൾ ഇൻസ്പെക്ടർ രവീന്ദ്രനാഥനെ നടുക്കിക്കളഞ്ഞു. അദ്ദേഹത്തിന്റെ അച്ഛന്റെ ഏറ്റവും അടുത്ത സുഹൃത്തായിരുന്നു വലിയ തിരുമേനി. മരിച്ചുപോയ അച്ഛന്റെ സ്ഥാനത്തായിരുന്നു തിരുമേനിയെ സി.ഐ. കരുതിയിരുന്നതെന്ന് ആർക്കും അറിയാനും പാടില്ലായിരുന്നു. ഒത്തിരിയൊത്തിരി സഹായങ്ങൾ വലിയതിരുമേനി സി.ഐ.രവീന്ദ്രനാഥന്റെ അച്ഛന് ചെയ്തുകൊടുത്തിരുന്നു!

“അപ്പു...” താഴ്ന്ന സ്വരത്തിൽ രവീന്ദ്രനാഥൻ പറഞ്ഞു. “അപ്പുവിന്റെ കാര്യം അനു എപ്പോഴും പറയും. അവളുടെ ഹീറോയാണ് താൻ.”

അതുകേട്ട് വിനയപൂർവം അപ്പു വെറുതേ ചിരിച്ചു. അവന്റെ മനസ്സിൽ പതിവില്ലാത്തതുപോലെ അഭിമാനത്തിന്റെ ഒരല ഉയർന്നുപൊങ്ങി തിരിച്ചുപോകാതെ നിന്നു!

“അപ്പുവിനെ രണ്ടു തവണ അനു ഫോണിൽ വിളിച്ചിരുന്നു. സ്വിച്ചോഫാണെന്ന് പറഞ്ഞത്രെ.” വീണ്ടും രവീന്ദ്രനാഥൻ പറഞ്ഞു.

“ഓ! ഫോൺ കേടായിരുന്നു സാർ!”

“അതു ശരി... ഏതായാലും അപ്പുവിന്റെ വീട്ടിലേയ്ക്ക് ഞങ്ങൾ വരുന്നുണ്ട്, വീട്ടുപേര് ഓലകെട്ടിയപുര എന്നല്ലേ?”

“അതേ സാർ!” അപ്പു വീണ്ടും ചിരിച്ചു. അനുവിന്റെ ഫോൺ നമ്പർ തന്റെ കയ്യിലില്ലല്ലോ എന്നവൻ പെട്ടെന്നോർത്തു. എന്നാൽ പെട്ടെന്നവൻ

അത് മറക്കുകയും ചെയ്തു. പിന്നെ എന്തിനോ തന്റെ വീട്ടുപേരും ഓർത്തു. ഓലകെട്ടിയ പുര! അതും പെട്ടെന്നുതന്നെ അവൻ മനസ്സിൽ നിന്നും മായിച്ചുകളഞ്ഞു! ഉടൻതന്നെ അവൻ വിഷമകരവും ദുഃഖകരവുമായ വർത്തമാനകാലത്തിലേയ്ക്ക് തിരിച്ചെത്തി.

അപ്പു മുറ്റത്തു നിന്നുകൊണ്ട് വരാന്തയിലേയ്ക്കു നോക്കി. അവിടെ വലിയ തിരുമേനിയില്ല. അപരിചിതരായ ആരൊക്കെയോ കൂടി നില്ക്കുന്നുണ്ട്. വരാന്തയിൽ നല്ല തിരക്കുമുണ്ട്. മുറ്റത്തും വലിയ തിരക്കാണ്. റോഡിൽ അതിനേക്കാൾ തിരക്കാണ്. ഉത്സവം പോലെ! കൊലപാതകം കാണാനും ആത്മഹത്യ കാണാനുമാണ് ആൾക്കാർ കലാപരിപാടി കാണുന്നതിനേക്കാൾ ഒന്നിച്ച് ഓടിവരുന്നതെന്ന് അപ്പു തെല്ലുവിഷമത്തോടെ മനസ്സിലോർത്തു.

വീടിന്റെ ഉൾമുറിയിലെവിടെനിന്നോ അകലെനിന്നും കേൾക്കുന്ന കടലിരമ്പം പോലെ കരച്ചിലുയരുന്നുണ്ട്.

അപ്പു അപ്പോൾ ഭദ്രയെ അറിയാതോർത്തുപോയി. ആ സമയം അവനെ വിയർത്തുപോയി. ഇന്നലെ തങ്ങൾ ബന്ധപ്പെട്ടുകൊണ്ടിരുന്നത് മുഴുവനും ജഗദീശവർമ്മ വെളിയിൽ നിന്നുകൊണ്ടു കണ്ടുകാണും. എന്നവൻ തീർച്ചപ്പെടുത്തി. ജീവിതത്തിൽനിന്നും ഒരിക്കലും കഴുകിക്കളയുവാനാവാത്ത ഒരു പാപക്കറ തന്റെമേൽ പതിച്ചിരിക്കുന്നതായി അപ്പുവിന് തോന്നി.

അപ്പുവിന് അവിടെ നില്ക്കുവാൻ സാധിക്കുന്നില്ല. എന്നിട്ടും മനസ്സിന്റെ കരുത്തുകൊണ്ട് അവനവിടെ നിന്നു. ശരീരത്തിന്റെ ശക്തി കാരണം അവന് തളർച്ച വന്നതുമില്ല. അവനവിടെ കുറച്ചുനേരംകൂടിനിന്നു.

ജഗദീശവർമ്മയുടെ മൃതദേഹം പോസ്റ്റുമോർട്ടത്തിനായി ഹോസ്പിറ്റലിലേയ്ക്കു കൊണ്ടുപോയി. പൊലീസ് ജീപ്പും അകന്നുപോയി. പതുക്കെപ്പതുക്കെ എല്ലാവരും അകന്നു. വീടിന്റെ വരാന്തയിൽ അപ്പോഴും തിരക്കുണ്ടായിരുന്നു. അപ്പു ഉണ്ണിക്കൃഷ്ണൻ മുറ്റത്തുനിന്നുകൊണ്ട് വരാന്തയിലേയ്ക്ക് നോക്കി. വലിയതിരുമേനിയെ കാണുവാൻ പറ്റുന്നില്ല. ഭദ്രത്തമ്പുരാട്ടിയെ ഓർക്കാതിരിക്കാൻ അവൻ ശ്രമിച്ചു.

പക്ഷേ,

ഭദ്രത്തമ്പുരാട്ടിയെ പെട്ടെന്ന് കൺമുമ്പിൽ കണ്ടതുപോലെ അവൻ നടുങ്ങിപ്പോയി. ഇപ്പോൾ ഭദ്ര എന്തെടുക്കയാവും എന്നവൻ ഓർത്തു. അവരുടെ മനസ്സ് എങ്ങനെ ഇതിനെയൊക്കെ നേരിട്ടു?

അപ്പു മുറ്റത്തുതന്നെ കുറച്ചുനേരംകൂടി നിന്നു. ഇനിയും ജഗദീശവർമ്മയുടെ മൃതദേഹം കൊണ്ടുവരുമ്പോൾ വീണ്ടും തിരക്കുണ്ടാവും ആ തിരക്കിൽ ഇനി അപ്പു ഉണ്ടാവില്ല. അപ്പു ഇനി ഇങ്ങോട്ടു വരില്ല.

അപ്പു ഇറങ്ങി നടന്നു. പിന്നെ വീട്ടിലെത്തി. ഉമ്മറത്തിരുന്ന് കേശുവേട്ടനും

യശോദിയും ബീഡി തെറുക്കുന്നു.

മകന്റെ ക്ഷീണിതമുഖം കണ്ട് കേശുവേട്ടനും യശോദിയും നടുങ്ങി.

''മക്കളേ'' അവരൊന്നിച്ചു വിളിച്ചു. ''അവിടുന്നു വരികയാണോ?''

''അതെ അച്ഛാ'' അപ്പു പറഞ്ഞു. അവൻ വരാന്തയിലിരുന്നു.

പിന്നെ കേശുവേട്ടൻ ഒന്നും ചോദിച്ചില്ല, അയാൾ ബീഡി തെറുത്തു കൊണ്ട് ഇരുന്നു. ഇടയ്ക്കിടയ്ക്ക് അപ്പുവിനെ അയാൾ വത്സല്യത്തോടെ നോക്കി. എന്തുമാത്രം മാറിയിരിക്കുന്നു ഞങ്ങളുടെ മകൻ. പഴയ നിർബന്ധമില്ല. വാശിയില്ല. പക്വമതിയായിരിക്കുന്നു. പക്ഷേ, ഇനി ഇവൻ എന്തു ചെയ്യുവാനാണ് ഉദ്ദേശിക്കുന്നത്? മേനോൻ സാറുമായി ആലോചിച്ച് വേണ്ടതു ചെയ്യുമായിരിക്കും. അയാൾ ആശ്വസിച്ചു.

''നാരങ്ങാവെള്ളം എടുക്കട്ടെ മക്കളേ?'' യശോദി തിരക്കി.

''എടുക്കമ്മാ''

അവൻ നാരങ്ങാവെള്ളം കുടിക്കുന്നതു കണ്ടപ്പോൾ എന്തിനോ കേശുവേട്ടനും യശോദിക്കും സങ്കടം വന്നു. അവരങ്ങനെയാണ്. മകന്റെ കാര്യത്തിൽ പെട്ടെന്ന് സങ്കടപ്പെടുന്നു. അതിനേക്കാൾ വേഗം സന്തോഷിക്കുന്നു.

അപ്പുക്കുട്ടൻ എഴുന്നേറ്റ് പറമ്പിലേയ്ക്ക് ചെന്നു. പിന്നെ ചക്കരമാവിന്റെ ചുവട്ടിലേയ്ക്കു നടന്നു.

ഏറെ നേരം മാവിൽ ചാരി അവനിരുന്നു. അപ്പോൾ മാവും അവനും തമ്മിൽ സംസാരിച്ചതേയില്ല. മാവ് നിസ്സംഗഭാവത്തിൽ അങ്ങനെ ഉയർന്നു നിന്നു.

അപ്പു ഉണ്ണിക്കൃഷ്ണൻ പെട്ടെന്നറിയാതെ ഓമനക്കുഞ്ഞമ്മയെ ഓർത്തുപോയി. അവരെപ്പറ്റി ഒരു വിവരവുമില്ല. അവരൊന്നിച്ചു കഴിഞ്ഞ രാത്രികൾ അവൻ ഇപ്പോൾ ഓർത്തുപോയി. അവരിപ്പോൾ, എന്തുചെയ്കയാവും.

ഓമനക്കുഞ്ഞമ്മയുടെ അച്ഛനും അമ്മയും അയൽപക്കത്തുണ്ടായിരുന്നില്ല. അവർ വീട് വാടകയ്ക്ക് കൊടുത്തിട്ട് മകളോടൊപ്പം വിദേശത്തേയ്ക്കു പോയിരിക്കുന്നു.

ഇനി ഓമനക്കുഞ്ഞമ്മയെ കാണില്ലാ എന്നവൻ മനസ്സിൽ ദൃഢമായി വിശ്വസിച്ചു. ജീവിതം അവരെ ഒരിക്കലും തന്റെ മുമ്പിൽ കൊണ്ടുവന്നു നിർത്തില്ല. പെട്ടെന്ന് അപ്പു ഭദ്രത്തമ്പുരാട്ടിയേയും ഓർത്തു. അവരേയും ഇനി കാണുവാൻ പറ്റില്ലായെന്ന് ഒരു വല്ലാത്ത വേദനയോടെ അപ്പു മനസ്സിൽ പറഞ്ഞു. മനസ്സിൽ പറഞ്ഞു.

അതിവിസ്തൃതമായി പരന്നുകിടക്കുന്ന പീഠഭൂമിയിലൂടെ ഒരാൾ ഏകനായി നടന്നുപോകുന്നത് അപ്പു കണ്ടു.

ഏകാന്തപഥികനായിട്ട് ഒരാൾ! ഈ ലോകത്ത് എല്ലാവരും ഏകരാ

ണ്. ഏകാന്തപഥികരാണ്. ആകാശത്തെ ഒരേകാന്തനക്ഷത്രംപോലെ എല്ലാവരും ഒറ്റപ്പെട്ടുപോവുകയാണ്.

''അല്ല. '' പെട്ടെന്ന് മാവ് പറഞ്ഞു. ''നീ ഏകനല്ലാ! നിനക്കു ഞാനുണ്ട്. നിനക്ക് അച്ഛനും അമ്മയും ഉണ്ട്. നോക്ക്, നീ കൊതിച്ചിരുന്ന ഈ നീണ്ടു കിടക്കുന്ന വിസ്തൃതമായ ചിറ നിന്നെ കാത്തു കിടക്കുന്നു. നിനക്കീ ഭൂമി വേണ്ടേ? ഈ ഭൂമി വാങ്ങി നിനക്കു കൃഷി ചെയ്യണ്ടേ; നാട്ടിലുള്ള ജനങ്ങൾക്ക് ഉപകാരപ്പെടുംവിധം ഈ ഭൂമി നിനക്കു സ്വന്തമാക്കണ്ടേ? അതിനുള്ള വഴി കണ്ടുപിടിക്ക്. എഴുന്നേക്ക്, എഴുന്നേലക്ക്.''

''ഉത്തിഷ്ഠത! ജാഗ്രത...!'' പ്രകൃതി മന്ത്രിക്കുന്നു. ''ഉത്തിഷ്ഠത! ജാഗ്രത...''

സാവധാനം അപ്പു ഉണ്ണിക്കൃഷ്ണൻ എഴുന്നേറ്റുനിന്നു. അവനിൽ ഒരു പുതിയ ഊർജം എവിടെ നിന്നോ ഒഴുകിയെത്തി. അപ്പോൾ മേനോൻ സാർ തന്റെ അരികിലേയ്ക്ക് വരുന്നത് അപ്പു ഉണ്ണിക്കൃഷ്ണൻ കണ്ടു. അവൻ സാറിന്റെ അരികിലേയ്ക്ക് വേഗം നടന്നുചെന്നു.

ഭദ്രത്തമ്പുരാട്ടിയുടെ വലിയ കിടപ്പുമുറി ഒരമ്പലം പോലെ ആയിരിക്കുന്നു. ഇപ്പോൾ! കൃത്യമായ സ്ഥലത്ത് പൂജാമുറി വിശുദ്ധിയോടെ രൂപപ്പെടുത്തിയിരിക്കുന്നു. കൃഷ്ണന്റെ ഓമനത്തം തുളുമ്പുന്ന വലിയ ചൈതന്യം നിറഞ്ഞ ഒരു വിഗ്രഹവും ശക്തിസ്വരൂപിണിയായ ദേവിയുടെ ഫോട്ടോയും ഉയർന്ന പീഠത്തിൽ വെച്ചിരുന്നു. താഴെ നിരനിരയായി വലിയ നിലവിളക്കുകൾ രാവിലെയും വൈകിട്ടും അഞ്ചുതിരിയിട്ട് പ്രകാശിച്ചു. നിലവിളക്കുകൾ സ്വർണംപോലെ തിളങ്ങുന്നുണ്ടായിരുന്നു. നടുവിലുള്ള ഒരു നിലവിളക്കുമാത്രം സദാ ജ്വലിച്ചുനിന്നു. അത് കെടാവിളക്കായി മാറി. രാത്രിയിലും പകലിലെ എല്ലാ വേളകളിലും കെടാവിളക്കിലെ ദീപനാളങ്ങൾ ഏകാഗ്രതയോടെ പ്രാർത്ഥിച്ചുനിന്നു, ഭദ്രയേപ്പോലെ!

ഇപ്പോഴും പാൽക്കാരൻ ''ഏഴരവെളുപ്പിനുണർന്നവരേ, എന്റെ സഖിമാരേ...'' എന്ന അതിപുരാതനഗാനം പാടിക്കൊണ്ട് സൈക്കിൾ ചവിട്ടി പോകാറുണ്ട്! അവന്റെ രീതിയിലുള്ള എല്ലാ പാൽക്കാരും സൈക്കിൾ മാറ്റി ടൂ വീലറെടുത്തു. പക്ഷേ, അവൻ മാത്രം തന്റെ പുരാതനമായ സൈക്കിളിൽ അതിപുരാതനഗാനവും പാടി ഒരു മാറ്റവുമില്ലാതെ വെളുപ്പാൻ കാലം മുതൽ ജീവിതം ആരംഭിക്കുന്നു.

അവന്റെ പാട്ടുയരുന്ന സമയത്ത് ഭദ്രത്തമ്പുരാട്ടി കുളികഴിഞ്ഞിറങ്ങിയിരിക്കും. എന്നും വെളുത്ത വസ്ത്രം. വെളുത്ത ചുരിദാറും കമ്മീസും! മുടി ഉച്ചയാകുംവരെ നെറുകയിൽ കെട്ടിവെച്ചിരിക്കും! നെറ്റിയിലെ ഭസ്മക്കുറി ആകാശഗംഗയെ ഓർമിപ്പിക്കുംപോലെ മായാതെനിന്നു.

കെടാവിളക്കിൽനിന്നും മറ്റുള്ള വിളക്കുകളിലേയ്ക്ക് അഗ്നി പടർ

ത്തിയശേഷം കൃഷ്ണന്റേയും ദേവിയുടേയും മുൻപിൽ ജ്വലിക്കുന്ന നില വിളക്കിനു മുമ്പിൽ, പത്മാസനത്തിലിരിക്കും ഭദ്ര. പിന്നെ ധ്യാനമാണ്. പ്രപഞ്ചത്തേപ്പോലും മറന്ന് ധ്യാനത്തിന്റെ അരുവിയിലൂടെ പതുക്കെ നീന്തി നീന്തി അവർ ശ്രീകൃഷ്ണന്റെ പാദാന്തികെ എത്തുന്നു. ദേവിയുടെ ചേവടികളിൽ ചെന്നുചേരുന്നു.

പത്തു മണി കഴിയുമ്പോഴാണ് അവർ ധ്യാനത്തിൽ നിന്നൂണ രുന്നത്. ഭദ്രയുടെ മനസ്സപ്പോൾ നിലാകാശംപോലെ ശാന്തമായി. ഒരു വെൺമേഘശകലം പോലുമില്ലാതെ കഴുകിത്തൂടച്ച നീലാകാശം പോലെ ഭദ്രത്തമ്പുരാട്ടിയുടെ മനസ്സ് സ്വസ്ഥവുമായി. നിതാന്തമായ സമാധാനത്തിന്റെ അനുഭൂതിയിൽ, ശാന്തിയുടെ തീരങ്ങളിൽ അവിശ്വസനീയ മായ വേഗതയോടെ അവരുടെ ജീവിതം വിശ്രാന്തിതേടി.

പത്തുമണി കഴിയുമ്പോൾ പാട്ടി ആഹാരവുമായെത്തി. പ്രഭാത ഭക്ഷണം. അമ്മ മകൾക്കു കൊണ്ടുവരുംപോലെ! കൊടുക്കുംപോലെ!

വളരെ കുറച്ചാഹാരമാണ് മൂന്നുനേരവും ഭദ്ര കഴിച്ചത്. രാവിലേയും വൈകുന്നേരവും വളരെ നേരം അവർ ധ്യാനിച്ചു. പുരാണഗ്രന്ഥങ്ങൾ വായിക്കുകയായിരുന്നു ബാക്കി സമയങ്ങളിൽ ഭദ്ര ചെയ്തിരുന്നത്. ഇപ്പോൾ, ഗീതാ ദർശനമാണ് വായിക്കുന്നത്.

ഒരു ദിവസം പാട്ടി വരുമ്പോൾ ഭദ്ര ശർദ്ദിക്കുകയായിരുന്നു. പാട്ടി പുറം തിരുമ്മിക്കൊടുത്തു.

''മോളേ...'' പാട്ടി പതുക്കെ തിരക്കി ''വിശേഷം ഉണ്ടോ?''

അപ്പോൾ പാട്ടിയുടെ കൈകൾ കൂട്ടിപ്പിടിച്ച് ഒരു പ്രത്യേക മന്ദഹാ സത്തോടെ ഭദ്ര പറഞ്ഞു ''അമ്മാ! മുത്തശ്ശിയാകുവാൻ പോകുന്നു... ശരിയാണ്. ഞാൻ അമ്മയാകുവാൻ പോകുന്നു.''

കുറച്ചുനേരം ഭദ്രയുടെ മുഖത്തേയ്ക്ക് നിറഞ്ഞ ചിരിയോടെ നോക്കി നിന്നശേഷം പാട്ടി ഒരാലിംഗനത്തിൽ ആഹ്ലാദം നിറച്ചു. പാട്ടിയുടെ കണ്ണുകൾ നിറഞ്ഞു. പക്ഷേ, ഭദ്രത്തമ്പുരാട്ടിയുടെ മുഖത്ത് ശാന്തമായ ഒരു മന്ദഹാസമാണ് മായാതെ നിന്നത്!

വിവരമറിഞ്ഞ വലിയ തിരുമേനി ഏറെ സമയം നിറഞ്ഞ മനസ്സോടെ അങ്ങനെ നിന്നു. പിന്നെ പൊതുവായ പൂജാമുറിയിൽ കയറി സാഷ്ടാംഗം നമസ്കരിച്ചു കിടന്നു, ഏറെ സമയം.

പാട്ടിയുടെ ഭർത്താവ് ദേവേന്ദ്രവർമ്മ, വിവരമറിഞ്ഞപ്പോൾ കൊമ്പുവാദ്യം വിളിച്ചു. മാവ് ഉണ്ടായിരുന്ന സ്ഥലത്തു നിന്നുകൊണ്ടാണ് ദേവേന്ദ്രവർമ്മ കൊമ്പുവാദ്യം വിളിച്ചത്. കൊമ്പുവാദ്യം മാവിന്റെ ആത്മാവ് കേൾക്കുന്നുണ്ടാവും

മാവ് മുറിച്ചുമാറ്റിയിരിക്കുന്നു. ആ മാവ് കാണുമ്പോൾ, മാവിന്റെ ആ ശാഖി കാണുമ്പോൾ വലിയ തിരുമേനിയടക്കം എല്ലാവരുടേയും

ഇടനെഞ്ച് തകർന്നു. വീടിന്റെ മനസ്സ് പൊട്ടിക്കരഞ്ഞു. ആ മാവ്, മുത്തശ്ശൻമാവ് കണ്ണുനീരോടെ ഭൂമിയോട് യാത്ര പറഞ്ഞു...

''അമ്മാ'' ഒരു ദിവസം ഭദ്രത്തമ്പുരാട്ടി പാട്ടിയോട് പറഞ്ഞു. ''എനിക്കൊരാഗ്രഹം.''

ഹ! പാട്ടിയുടെ മനസ്സ് ചാടിയെഴുന്നേറ്റു. എന്റെ മകൾക്ക് ആഗ്രഹമോ?

''പറയു മോളെ...'' എന്താഗ്രഹമുണ്ടെങ്കിലും ഈ വീട്ടിലുള്ളവർ അത് സാധിച്ചുതരും. മാനത്തുനിന്നു ചാടുന്ന മാനിന്റെ കൊമ്പത്തെ ചന്ദ്രക്കല വേണമെങ്കിൽ അതു ഞങ്ങൾ മക്കൾക്കു കൊണ്ടുത്തരും. ഇങ്ങനെയൊക്കെയുള്ള അതികല്പനകൾ മനസ്സിൽ നിറച്ചുകൊണ്ട് പാട്ടി പറഞ്ഞു. ''എന്റെ മകൾക്ക് എന്താണ് വേണ്ടത്. പറയു...''

ഭദ്ര പറഞ്ഞു. ''അമ്മ, കവലയിലെ വായനശാല അറിയില്ലേ?''

''അറിയും.''

ഭദ്ര പറഞ്ഞു. ''അമ്മാ, ആ വായനശാലയുടെ മുമ്പിൽ ഒരു നല്ല ചായക്കടയുണ്ട്.''

''പറയൂ...''

ഭദ്ര പറഞ്ഞു. ''അമ്മ അവിടെ ചെന്നിട്ട് രണ്ട് ഏത്തയ്ക്കാപ്പം വാങ്ങി വരണം. എപ്പോഴും ചുടുള്ള പലഹാരം അവിടെ കിട്ടും.! വാഴയിലയിൽ പൊതിഞ്ഞു തരുവാൻ പറയണം.''

''ശരി മക്കളേ...'' പാട്ടി സമ്മതിച്ചു, അവർക്ക് സന്തോഷമായി! ഭദ്ര എന്തെങ്കിലും വേണമെന്നു പറയുന്നത് കേൾക്കുമ്പോൾ പാട്ടിക്ക് ആഹ്ലാദമാണ്.

ഒറ്റച്ചേലയുമുടുത്ത് നെറ്റിയിൽ വലിയകുങ്കുമപ്പൊട്ടുമായി, വലിയ തമ്പുരാനോട് പറഞ്ഞിട്ട് പാട്ടി കാറോടിച്ച് കവലയിലേയ്ക്ക് യാത്രയായി.

ഭദ്രയുടെ ആവശ്യമറിഞ്ഞ് വലിയ തിരുമേനിയ്ക്കും സന്തോഷമായി, സംതൃപ്തിയായി! അദ്ദേഹം ഭദ്രയെ കാണാറേയില്ല. പാട്ടി പറഞ്ഞാണ് ഭദ്രയുടെ വിവരങ്ങൾ അദ്ദേഹം അറിയുന്നത്! എങ്കിലും മകന്റെ വേർപാടിൽ ദു;ഖം ഒരു കടലോളം മനസ്സിൽ തിരയടിക്കുന്നുണ്ടെങ്കിലും മകനൊരു കുഞ്ഞുണ്ടാകുവാൻ പോകുന്നു എന്ന സന്തോഷം തിരുമേനിയുടെ മനസ്സിൽ ഒരു സൂര്യനെപ്പോലെ ഉദിച്ചുനിന്നു. ഭദ്രയുടെ ജീവിതം മുറിക്കകത്ത് ഒതുങ്ങിപ്പോയതിന്റെ വേദനയും അദ്ദേഹത്തെ എപ്പോഴും വിഷമിപ്പിച്ചുകൊണ്ടിരുന്നു. സദാസമയവും അദ്ദേഹം ഗുരുവായൂരപ്പനെ പ്രാർത്ഥിച്ചു.

''ഓം നമോ! ഭഗവതേ വാസുദേവായ
ഓം നമോ നാരായണായ...''

പാട്ടി വായനശാലയ്ക്കു മുമ്പിലെത്തി കാർ നിർത്തിയപ്പോൾ ഹോട്ടൽ അടഞ്ഞുകിടക്കുന്നു. അവർ കാർ ചായക്കടയുടെ മുമ്പിലേക്കൊതുക്കി!

വലിയ മഠത്തിലെ കാറാണ് വന്നിരിക്കുന്നതെന്നറിഞ്ഞ് വഴിയിൽ നിന്നിരുന്നവർ ഓടിച്ചെന്നു. അവർക്കെല്ലാം പാട്ടിയെ അറിയാം!

"എന്താ പാട്ടി?"

"ഈ ചായക്കട എന്താ തുറക്കാഞ്ഞത്?" പാട്ടി തിരക്കി.

"അതിനി തുറക്കില്ല പാട്ടി. ഒരാഴ്ചയായി അടച്ചിട്ട്."

"അയ്യോ! അതന്താ?"

"സീതയുടെ വീട്ടുകാർ വടക്കേന്ത്യയിൽനിന്നും വന്ന് സീതയേയും രാമനേയും കൂട്ടിക്കൊണ്ടുപോയി. ഇനി ഈ സ്ഥലവും വീടും വാടകയ്ക്കു കൊടുക്കാനിട്ടിരിക്കയാണ്"

"ഓ" പാട്ടി ചില നിമിഷങ്ങൾ എന്തോ ആലോചിച്ചിരുന്നു. പിന്നെ കാറിനരികിൽ നിന്നവരോട് തിരക്കി. "ഇവിടെ ഏത്തയ്ക്കാപ്പം കിട്ടുന്ന ചായക്കടയുണ്ടോ?"

"ദാ, ആ വളവിനിപ്പുറത്തുണ്ട്! സീത പോയപ്പോൾ തുടങ്ങിയതാണ്!"

"ശരി."

പാട്ടി കുറച്ച് മുന്നോട്ട് കാറോടിച്ച് പുതിയ കടയുടെ മുമ്പിലെത്തി! കടയുടെ മുന്നിലെ ചില്ലലമാരയിൽ അവർ നോക്കി. ഏത്തയ്ക്കാപ്പമുണ്ട്.

കടക്കാരനും വല്യ മനയ്ക്കലെ കാർ തിരിച്ചറിഞ്ഞു. അയാൾ ഓടി കാറിനരികിലേയ്ക്കുവന്നു. "എന്താ പാട്ടി?"

"രണ്ട് ഏത്തയ്ക്കാപ്പം വാഴയിലയിൽ പൊതിഞ്ഞു തരാമോ?"

"അയ്യോ! പിന്നെന്താ?" കടക്കാരൻ അകത്തേയ്ക്ക് തിരിച്ചോടി. നിമിഷങ്ങൾക്കകം കടക്കാരൻ പൊതിയുമായി തിരിച്ചെത്തി. പാട്ടി ഡാഷ്തുറന്ന് ഇരുപത് രുപായെടുത്ത് കടക്കാരനു നല്കി.

"മതിയ്യോ?"

"ധാരാളം."

പാട്ടി തിരിച്ചുപോയി.

ഏത്തയ്ക്കാപ്പവുമായി പാട്ടി ഭദ്രയുടെ മുറിയിലേയ്ക്കു ചെന്നു. ഭദ്ര മുറിയിലൂടെ അങ്ങോട്ടും ഇങ്ങോട്ടും നടക്കുകയായിരുന്നു. ഭദ്ര വായിക്കുമ്പോഴും പ്രാർത്ഥിക്കുമ്പോഴും അല്ലാതെ ഒരു നിമിഷം വെറുതേ ഇരിക്കില്ല! നടക്കുന്ന സമയത്തും മനസ്സ് പ്രാർത്ഥനാനിർഭരമായിരിക്കും!

"ഇതാ മക്കളേ!" പാട്ടി പൊതി നീട്ടി. ഭദ്ര അതു വാങ്ങിയിട്ടു പറഞ്ഞു. "ഒന്നെനിക്ക്. ഒന്ന് പാട്ടിക്ക്..."

അവർ ഏത്തയ്ക്കാപ്പം കഴിച്ചു.

"ഞാൻ പിന്നെ വരാം മക്കളേ!" പാട്ടി വെളിയിലേയ്ക്ക് നടന്നു.

"അമ്മാ!" പെട്ടെന്ന് പാട്ടിയെ വിളിച്ചു, ഭദ്ര, പാട്ടി തിരിഞ്ഞു നിന്നു.

"ഈ ഏത്തയ്ക്കാപ്പം സീതയുടെ കടയിൽനിന്നും കിട്ടയതല്ലാ, അല്ലേ"

"അയ്യോ?" പാട്ടിയുടെ മുഖം വിവർണമായി!

“സാരമില്ല അമ്മാ! എന്നോടുള്ള സ്നേഹം കൊണ്ടല്ലേ മറ്റൊരു കടയിൽ നിന്നും വാങ്ങിയത്!” ഭദ്ര മനോഹരമായി ചിരിച്ചു.

പാട്ടി ഭദ്രയുടെ കയ്യിൽ പിടിച്ചുകൊണ്ട് പറഞ്ഞു. “മക്കളേ ഞാൻ”

“സാരമില്ല! സാരമില്ല... സീതയും ഭർത്താവും പോയി അല്ലേ? സീതയുടെ വീട്ടുകാർ കൂട്ടിക്കൊണ്ടുപോയി, ഇല്ലേ?” ഭദ്ര വളരെ ശാന്തയായി തിരക്കി. അവർ അപ്പോഴും മന്ദഹസിക്കുന്നുണ്ടായിരുന്നു.

ഭദ്ര പറയുന്നതുകേട്ട് പാട്ടി അന്തിച്ചുനിന്നു. ഭദ്രയെ ആദ്യം കാണും പോലെ അവർ ആ മുഖവും നോക്കിനിന്നു, നിശ്ചലയായി നിന്നു!

സാവധാനം പാട്ടിയുടെ രണ്ടു തോളിലും പിടിച്ചുകൊണ്ട് വളരെ വളരെ ശാന്തമായി ഭദ്ര പറഞ്ഞു. “ഇനി ഞാൻ ഏത്തയ്ക്കാപ്പം കഴിക്കില്ല?”

ചില നിമിഷങ്ങൾ അങ്ങനെ നിന്നശേഷം പാട്ടിയുടെ തോളിലേയ്ക്ക് ഭദ്ര തല ചായിച്ചു.

ഒരു ജനാലയും കൂടി ഭദ്ര അടച്ചുകളഞ്ഞു!

പതിനഞ്ച്

അപ്പു ഉണ്ണിക്കൃഷ്ണൻ മേനോൻ സാറിന്റെ കവലയിലുള്ള മുറിയിൽ ഇരിക്കുകയാണ്. ഇപ്പോൾ രണ്ട് കമ്പ്യൂട്ടറുണ്ട്. രാവിലേയും വൈകുന്നേരവും അമ്പതിനു മുകളിൽ പ്രായമുള്ള പുരുഷന്മാർ കമ്പ്യൂട്ടർ പഠിക്കാൻ വരുന്നു. സൗജന്യമായാണ് പഠിപ്പിക്കുന്നത്. ദിലീപ് എന്ന കൊച്ചു ചെറുപ്പക്കാരൻ പഠിപ്പിക്കാനെത്തും. അയാൾ സി.പി.എം.ന്റെ ബ്രാഞ്ച് സെക്രട്ടറിയാണ്. ദിലീപ് നല്ലൊരു പ്രസംഗകനുമാണ്.

ഇപ്പോൾ സമയം മധ്യാഹ്നം കഴിയുന്നു. രാവിലത്തെ ഊണും കഴിഞ്ഞിറങ്ങിയതാണ് അപ്പു! കുറച്ചു ദിവസങ്ങളായി, ജഗദീശവർമ്മയുടെ മരണം തൊട്ട്, അപ്പുവിന്റെ മനസ്സ് ഒരു ചുഴിയലകപ്പെട്ടതുപോലാണ്! ഉൾക്കടലിൽ ഒറ്റയ്ക്ക് എടുത്തെറിയപ്പെട്ടതുപോലെ അവൻ ചിലപ്പോൾ അസ്വസ്ഥനാകുന്നു!

ഇവിടെ കമ്പ്യൂട്ടറുകൾ ഇരിക്കുന്ന മുറിയിൽ മറ്റൊരു കമ്പ്യൂട്ടർ പോലെ അവൻ നിശ്ചലനായിട്ടിരിക്കുന്നു. വന്നുകയറിയപ്പോൾ തൊട്ട് ഒരേയിരിപ്പ്!

അവനറിയാതെ ഓമനക്കുഞ്ഞമ്മയെ ഓർത്തു. ഭദ്രയെ ഓർത്തു.

ഒപ്പം സീതയേയും.

കത്തിച്ചുവെച്ച മൺചെരാതുകളൊക്കെയും ആരോ ഊതിക്കെടുത്തുന്നതായി അപ്പുവിനു തോന്നി.

സീതയുടെ കടയുടെ മുമ്പിൽ രണ്ട് ആഡംബരക്കാറുകൾ വന്നു നിന്നപ്പോൾ അപ്പു കടയിലുണ്ടായിരുന്നു.

രാവിലത്തെ ജിമ്മും ഓട്ടവും ഒക്കെക്കഴിഞ്ഞ് വായനശാലയിലെ പത്രവായനയും തീർത്ത് സീതയുടെ കടയിൽനിന്നും പതിവുഭക്ഷണം

കഴിക്കുകയായിരുന്നു അപ്പു.

സീത ക്യാഷിലിരിക്കുന്നു. ഇപ്പോൾ അവൾ ഒരു ജീൻസും ജുബ്ബായും ആണ് ധരിച്ചിരിക്കുന്നത്! പഴയ ടൈറ്റ് പാന്റ്സും ടി ഷർട്ടും ഒക്കെ അവൾ ഉപേക്ഷിച്ചിരിക്കുന്നു.

ജഗദീശവർമ്മയുടെ മരണശേഷം സീത ഒരു പ്രത്യേക ഭാവത്തോടെയാണ് അപ്പു ഉണ്ണിക്കൃഷ്ണനോട് സംസാരിക്കുന്നത്. ആ പ്രത്യേക ഭാവമെന്താണെന്ന് സീതയ്ക്കറിയുകയുമില്ല! ആ ഭാവം മറ്റാരും ശ്രദ്ധിച്ചിട്ടുമില്ല!

''സീത.'' അപ്പു ചോദിച്ചു. ''മകൻ ഉറക്കമാണോ?''

''ഓ!'' അവൾ ആഹ്ലാദത്തോടെ ചിരിച്ചു. ''മുലപ്പാലും കുടിച്ച് തൊട്ടിലിൽ കിടന്നുറങ്ങുന്നു!'' ആ പറഞ്ഞതിൽ ഒരമ്മയുടെ അഭിമാനം നിറഞ്ഞുനിന്നിരുന്നു!

''എങ്കിലും.'' അപ്പു ചിരിച്ചു. ''പ്രസവിച്ചിട്ട് പത്തു ദിവസം കഴിയും മുമ്പ് സീത ജോലി ചെയ്യാൻ തുടങ്ങിയ്ല്ലോ! വിശ്രമം വേണ്ടേ?''

അന്ന് കടയിൽ കാപ്പി കുടിക്കാൻ ആൾക്കാർ വളരെ കുറവായിരുന്നു. അപ്പുവിന്റെ ചോദ്യംകേട്ട് സീത കുറേനേരം ചിരിച്ചു. ഇവൾ ഇത്രയും ചിരിക്കാൻ വേണ്ടി എന്താണ് താൻ'ചോദിച്ചതെന്നോർത്ത് അപ്പു അത്ഭുതപ്പെട്ടിരിക്കുകയും ചെയ്തു.

അപ്പോൾ സീത പറഞ്ഞു. ''ഇവിടെ ഇരിക്കുന്നതും വിശ്രമമല്ലേ അപ്പുക്കുട്ടാ? ഞാനിവിടെ ചുമടൊന്നും എടുക്കുന്നില്ലല്ലോ''

പിന്നേയും അവൾ എന്തോ പറയാനൊരുങ്ങിയപ്പോഴേയ്ക്കുമാണ് ആഡംബരക്കാറുകൾ കടയുടെ മുമ്പിൽ വന്നുനിന്നത്. പുറകേ പോലീസ് ജീപ്പും! പൊലിസ് ജീപ്പിൽ സി.ഐ.രവീന്ദ്രനാഥനുണ്ടായിന്നു.

പിന്നെ നടന്ന സംഭവങ്ങളൊക്കെ സിനിമാക്കഥയെ തോല്പിക്കുന്ന രീതിയിലാണ്!

കാറിന്റെ മുൻപിൽ നിന്നും ഒരു ദീർഘകായനിറങ്ങി. പുറകിൽ നിന്നും സീതയുടെ മുഖമുള്ള സുന്ദരിയായ സ്ത്രീയും. പിന്നെ കാറിൽ നിന്നും പലരും ഇറങ്ങി. പുറകിലത്തെ കാറിൽ രണ്ട് പൊലീസ് ആഫീസേഴ്സുമുണ്ടായിരുന്നു! എല്ലാം കണ്ട് ചുറ്റുമുള്ളവർ ഓടിക്കൂടി!

കാറിൽനിന്നും ആദ്യം ഇറങ്ങിയ പുരുഷനേയും സ്ത്രീയേയും കണ്ട സീത ചാടി എഴുന്നേറ്റു. ചില നിമിഷങ്ങൾ സീതയും മറ്റുള്ളവരും നിശ്ചലരായി നിന്നുപോയി.

പെട്ടെന്ന് സീത കൊച്ചുകുട്ടികളേപ്പോലെ ഒറ്റുക്കരച്ചിൽ. പിന്നെ ഉറക്കെ വിളിച്ചു. ''മേരീ മാ, മേരീ പിതാ... മാംജി, പിതാജീ....''

അവൾ അവരുടെ അരികിലേയ്ക്ക് ഓടാൻ ഭാവിച്ചപ്പോൾ അവർ പറഞ്ഞു, ''ന, ബേട്ടീ, ഹം ലോഗ് ഉധർ ആയഗാ.''

നോക്കുമ്പോൾ അവരും കരയുന്നു. പൊലീസാഫീസേഴ്സൊഴികെ

എല്ലാവരും കരയുന്നു.

നോക്കുമ്പോൾ സീതയുടെ മാറിടം നനഞ്ഞിരിക്കുന്നു. മുലകൾ ചുരന്നിരിക്കുന്നു!

വാത്സല്യംകൊണ്ട്, വാത്സല്യംകൊണ്ട്....

പിന്നെ നോക്കുമ്പോൾ സീതയും രാമനും അവരുടെ കുഞ്ഞും വന്നവരുടെ സംഘത്തിന് നടുവിലാണ്.

സീതയുടെ അച്ഛൻ ഹിന്ദിയിൽ പറയുവാൻ തുടങ്ങി. ''ഇവൾ സുനന്ദാ ബേട്ടി ഞങ്ങളുടെ ഏക മകളാണ്. ഞങ്ങളെ ദേഖോ, ബഹുമാൻ ലോഗ്, ആദരണീയ ബന്ധുലോഗ്, ഇവൾ ഞങ്ങളെ വേദനിപ്പിച്ചിട്ടു പോന്നു. ഞങ്ങളുടെ ജോലിക്കാരനായിരുന്നു രാമൻ, വിശ്വസ്തൻ. സദ്സ്വഭാവി. ഞങ്ങൾക്ക് മകനില്ല. മറ്റൊരു മകളുമില്ല, ഞങ്ങൾ ഭഗവൻ സഹായിച്ച് കുറെയൊക്കെ ഭൂമിയും കച്ചവടവും കെട്ടിടവും ഒക്കെ ഉള്ളവരാണ്! ഞങ്ങളുടെ കണ്ണടഞ്ഞാൽ, അതിനൊരവകാശി വേണ്ടേ? അതുകൊണ്ട് ഞങ്ങൾ സുനന്ദാ ബേട്ടിയേയും രാമനേയും ഞങ്ങളുടെ പുന്നാര പേരക്കുട്ടിയേയും കൊണ്ടുപോകുന്നു. ഞങ്ങളുടെകൂടെ പുലീസ് സേനയിലെ ഉയർന്ന ആഫീസർസാബുമാർ വന്നിട്ടുണ്ട്. ഇവിടത്തെ പൊലീസ് സാബും ഉണ്ട്! ഞങ്ങൾ പുലീസ് സ്റ്റേഷനിൽ ഉടമ്പടി എല്ലാം എഴുതി വെച്ചിട്ടുമുണ്ട്. ബേട്ടീ, സുനന്ദാബേട്ടി നീ ഒരു വാക്കു പറഞ്ഞിരുന്നെങ്കിൽ ഞങ്ങൾ നിങ്ങളുടെ സാദി നടത്തിത്തരില്ലായിരുന്നോ?''

അപ്പോഴേയ്ക്കും മേനോൻ സാറും വന്നുചേർന്നു. സുനന്ദയോട് അവളുടെ പിതാജി എല്ലാം പറഞ്ഞു. രാമനോട് പറഞ്ഞു. പേരക്കുട്ടിയോടും പറഞ്ഞു. നമുക്കു പോകാം. ഇനി നമ്മുടെ ജീവിതം ഭോപ്പാലിലാണ്. നമുക്ക് ആണ്ടിൽ ഒരിക്കൽ ഇവിടെ വരാം. എല്ലാവരേയും കാണാം,

രണ്ടു മണിക്കൂറിനകം സീതയും രാമനും കുഞ്ഞും പോയി. മദ്ധ്യപ്രദേശിലേയ്ക്ക്. ഭോപ്പാലിലേയ്ക്ക്. ഭോപ്പാലിലെ ബഡാതാലാബിന്റെ തീരത്തേയ്ക്ക്...

കടയിലെ എല്ലാ സാധനങ്ങളും നാട്ടുകാർക്ക് വിതരണം ചെയ്തു. കടയിലെ ജോലിക്കാരോട് കട നടത്താമോ എന്ന് മേനോൻ സാറടക്കം എല്ലാവരും ചോദിച്ചു.

''ഇല്ല സാർ രാമനും സീതയും ഇല്ലാതെ ഞങ്ങൾക്കു പറ്റില്ല. ഞങ്ങൾ വീടുകളിലേയിക്ക് പോവുകയാണ്.''

''ഞങ്ങളുടെ കൂടെ പോരുന്നോ?'' സുനന്ദയുടെ പിതാജി ചോദിച്ചതനുസരിച്ച് രാമൻ ജോലിക്കാരോട് തിരക്കി.

''ഇല്ല! രാമാ കേരളംവിട്ട് ഞങ്ങൾ ഒരിടത്തേയ്ക്കുമില്ല.!'' അവർ ജോലിക്കാർ പറഞ്ഞു. കേരളത്തിൽ ജോലിചെയ്തു ജീവിക്കുന്ന സുഖം വേറെ

ഒരിടത്തും കിട്ടില്ല. അവർ മനസ്സിൽ പറഞ്ഞു. നമ്മുടെ ഭക്ഷണം, നമ്മുടെ പച്ചപ്പ്, നമ്മുടെ നദികൾ, ഇങ്ങനേയും സ്വയം പറയുവാൻ അവർക്ക് സാധിച്ചു.

മേനോൻസാറിനെ കടപൂട്ടി താക്കോൽ രാമൻ ഏല്പിച്ചു. എല്ലാവരും കൂടി ഇങ്ങനെ തീരുമാനിച്ചെന്ന് ഗ്രാമത്തിൽ വീശി നടന്ന കാറ്റ് അയൽ ഗ്രാമത്തിലേയ്ക്ക് ഓടിച്ചെന്നു പറഞ്ഞു.

''എങ്ങനെ തീരുമാനിച്ചു'' അയൽഗ്രാമം ചോദിച്ചു.

''ആർക്കെങ്കിലും കടയും വീടും വാടകയ്ക്കുകൊടുക്കുക! വാടകരൂപ ബാങ്കിലിട്ടാൽ മതി. സീതയും രാമനും അവരുടെ പിതാജിയും മാതാജിയും പേരക്കുട്ടിയുമായി ആണ്ടിൽ ഒരിക്കൽ ഗ്രാമത്തിലെത്തും. മേനോൻ സാറും മറ്റുള്ളവരുംകൂടി തീരുമാനിക്കുന്നതനുസരിച്ച് ആ തുക ഏതെങ്കിലും പാവപ്പെട്ടവനു നല്കും. ചെറിയകൃഷിക്കാരനു നല്കും. ലോട്ടറിക്കച്ചവടം ചെയ്യുന്നവനു കൊടുക്കും. പാവപ്പെട്ട കലാകാരനും നല്കും...''

ശരി ശരി? അയൽഗ്രാമം അതൊക്കെകേട്ട് തലകുലുക്കി! എല്ലാവർക്കും സന്തോഷമായി. ലോകം മുഴുവൻ സുഖം പകരാനായി സ്നേഹദീപമേ മിഴി തുറക്കൂ... ആരോ അകലെയെവിടെയോ ഒരു പൂമരത്തണലിൽ മറഞ്ഞിരുന്നുകൊണ്ട് പാടി. !

കടയിലെ ജോലിക്കാർക്ക് അമ്പതിനായിരം രൂപവീതം സീതയുടെ പിതാജി നല്കി. സഹായിക്കാൻ നിന്ന, സ്ത്രീയ്ക്ക് ഇരുപതിനായിരം രൂപയും കൊടുത്തു.

നന്മ വരട്ടേ... നന്മ മാത്രം വരട്ടേ! ജോലിക്കാരവർ നിറകണ്ണുകളോടെ അവരെ നോക്കി നിശ്ശബ്ദമായി പ്രാർത്ഥിച്ചു.

അവസാനം.

സീത അപ്പു ഉണ്ണിക്കൃഷ്ണനെ ഒരു നിമിഷം നോക്കിനിന്നു. പിന്നെ പുഞ്ചിരിയോടെ പോകട്ടേ എന്ന അർത്ഥത്തിൽ തല കുലുക്കി യാത്ര ചോദിച്ചു.

യാത്ര! യാത്രാ മൊഴി! എല്ലാവരും ഓരോരോ സന്ദർഭങ്ങളിൽ ആരോടൊക്കെയോ നിശ്ശബ്ദരായി യാത്രാമൊഴി കേൾക്കുന്നു. യാത്ര പോകുന്നു! ചിലപ്പോൾ മടങ്ങിവരാം! ചിലപ്പോൾ...

''അപ്പു.'' ആരുടെയോ വിളികേട്ട് അപ്പു ഉണ്ണിക്കൃഷ്ണൻ നടുങ്ങി. മേനോൻ സാർ മുന്നിൽ നില്ക്കുന്നു.

''വാ.. നമുക്ക് പാർട്ടി ആഫീസുവരെ പോകാം. നമുക്ക് ഒരു ലേഖനം ദേശാഭിമാനിക്കു വേണ്ടി തയ്യാറാക്കണം!'' മേനോൻ സാർ പറഞ്ഞു.

''ശരി സാർ.'' മേനോൻ സാറിന്റെ പുറകേ അപ്പു ഉണ്ണിക്കൃഷ്ണനിറങ്ങി.

അവർ മൗനരായിട്ടാണ് പാർട്ടി ആഫീസിലേയ്ക്ക് ഇപ്പോൾ നടക്കുന്നത്.

അങ്ങനെ നടക്കുംവഴി, സീതയെ കൊണ്ടുപോകുവാൻ അവളു

ടെ ആൾക്കാർ വന്നദിവസം അവിടെ എത്തിച്ചേർന്നിരുന്ന സർക്കിൾ ഇൻസ്പെക്ടർ രവീന്ദ്രനാഥൻ തിരിച്ചുപോകുംമുമ്പ് പറഞ്ഞത് അപ്പു ഓർത്തു. ''അപ്പു, ഞങ്ങൾ ഓലകെട്ടിയ പുരയിലേയ്ക്ക് താമസിയാതെ വരുന്നുണ്ട്.''

''ശരി സാർ'' അപ്പു ചിരിച്ചു. ഇത് രണ്ടാമത്തെ തവണയാണ്, സർക്കിൾ ഇൻസ്പെക്ടർ ഇങ്ങനെ പറയുന്നതെന്ന് അപ്പു ഓർത്തു. പക്ഷേ, ഒരിക്കൽപോലും എന്തിനാണെന്ന് അദ്ദേഹം പറഞ്ഞിട്ടല്ല. എന്തിനാണെന്ന് അപ്പു ചോദിച്ചതുമില്ല.

മേനോൻ സാർ സാവധാനം നടക്കുകയാണ്! അതിനേക്കാൾ സാവധാനം അദ്ദേഹത്തിന്റെ പുറകേ അപ്പു ഉണ്ണിക്കൃഷ്ണൻ നടന്നു. എതിരേ വരുന്നവർ മേനോൻ സാറിനോട് ബഹുമാനത്തോടെയും സ്നേഹത്തോടെയും ഒന്നോ രണ്ടോ വാക്ക് ചോദിക്കുകയും ചിരിക്കുകയും ചെയ്തു. അപ്പു ഉണ്ണിക്കൃഷ്ണനോടും കുശലം ചോദിച്ചു ചിരിച്ചു. തോളിൽ തട്ടി. പെട്ടെന്നാണ് അപ്പുവിന്റെ ഫോണിൽ കിളി ചിലച്ചത്. ഒരു പുതിയ നമ്പർ തെളിഞ്ഞുവന്നു. അപ്പു റോഡിറമ്പിലേയ്ക്ക് മാറിനിന്നുകൊണ്ട് ഫോൺ അറ്റൻഡ് ചെയ്തു. ''ഹലോ ആരാണ്?''

അപ്പുറത്തുനിന്നും മനോഹരമായ ഒരു ചിരി ഉയർന്നു. പുറകേ ഒരു സ്ത്രീ ശബ്ദം. ''എന്റെ ധീരനായകനു വന്ദനം.''

അപ്പുവിന് ആളെ മനസ്സിലായി. അനു. സർക്കിൾ ഇൻസ്പെക്ടർ രവീന്ദ്രനാഥന്റെ അനുജത്തി.

അപ്പു ഉണ്ണിക്കൃഷ്ണനറിയാതെ ആ പഴയ രാത്രി ഓർത്തുപോയി. രാത്രികളിൽ പലതും സംഭവിക്കുന്നു. ഇലക്ട്രിക് പോസ്റ്റിൽ കെട്ടിപ്പിടിച്ചുകൊണ്ട് അനു നില്ക്കുന്നു. അർദ്ധനഗ്ന. അവളെ അതിൽനിന്നും പിടിവിടുവിച്ച് എടുത്തുകൊണ്ടു പോകാൻ രണ്ട് ചെറുപ്പക്കാർ ശ്രമിക്കുകയാണ്. അവരിൽ ഒരാൾ അതിനിടയ്ക്ക് യുവതിയുടെ ശരീരഭാഗങ്ങളിൽ തലോടുകയും ചെയ്യുന്നു.

''ഹലോ! ഇതു ഞാനാണ്, അപ്പു ഉണ്ണിക്കൃഷ്ണാ, അനു...''വീണ്ടും ചിരി

''മനസ്സിലായി!'' അപ്പുവും അറിയാതെ ചിരിച്ചു.

''ഞങ്ങൾ അപ്പുവിന്റെ വീട്ടിലേയ്ക്കു വരാൻ പോകുവാ!''

''എപ്പോ?''

''താമസിയാതെ! വരട്ടെ...''

''വന്നോളൂ... ഹാർട്ടി വെൽക്കം!''

''ഞങ്ങൾക്ക് ഒരു കാര്യം പറയാനുണ്ട്...'' അനു വീണ്ടും ചിരിക്കുന്നു.

''വീട്ടിൽ വന്ന് നേരിട്ടു പറയാം പോരേ?''

''പോരാ.'' അപ്പു പെട്ടെന്ന് തുറന്നു പറഞ്ഞു. ''ഒരു സൂചന ഇപ്പോൾ തരണം!''

''എങ്കിൽ... '' രണ്ടു നിമിഷത്തെ നിശ്ശൂബ്ദതയ്ക്കു ശേഷം അനുപറഞ്ഞു.

''ദാ, പിടിച്ചോ''

പെട്ടെന്ന് ഫോൺ കട്ടായി. അപ്പു പെട്ടെന്ന് ആ നമ്പരിൽ അങ്ങോട്ട് തിരിച്ചുവിളിച്ചു. ഒരു പ്രതികരണവുമില്ല. ബും... ബും... എന്ന ശബ്ദം മാത്രം. ചില നിമിഷങ്ങൾ കഴിഞ്ഞപ്പോൾ ഫോൺ സ്വിച്ച്ഡ് ഓഫ് എന്ന അറിയിപ്പു വന്നുകൊണ്ടിരുന്നു.

''അപ്പൂ...''മേനോൻ സാർ വിളിച്ചു.

''എന്താ സാർ?''

അവരിപ്പോൾ പാർട്ടി ഓഫീസിലെത്തിയിരുന്നു. ആഫീസിൽ സെക്രട്ടറി ഇരുന്ന് എന്തോ എഴുതുന്നുണ്ടായിരുന്നു.

''ലേഖനത്തിന്റെ പേര് മാർക്സിസത്തിന്റെ വികാസപരിണാമങ്ങൾ എന്നാണ്! ഒരു പത്തുമിനിട്ട് കഴിഞ്ഞ് നമുക്ക് തുടങ്ങാം!''

''ശരി സാർ.'' അപ്പുവിന് എന്തോ ഒരാശ്വാസം പെട്ടെന്നു തോന്നി. അവൻ പുറത്തേയ്ക്കു നടന്നു.

പെട്ടെന്ന് വീണ്ടും ഫോൺ ശബ്ദിച്ചു. വീണ്ടും അനുവിന്റെ നമ്പർ.

അപ്പു ആഫീസിനു വെളിയിലേയ്ക്ക് വേഗമിറങ്ങിപ്പോയി.

''ഹലോ... അനു...''

അവൾ വീണ്ടും ചിരിക്കുന്നു. ''ഫോൺ എന്തോ സ്റ്റക്ക് ആയിപ്പോയി അപ്പു.''

ഒരു നിമിഷം കഴിഞ്ഞ് അവൾ പറഞ്ഞു. ''വീട്ടിൽ എന്തിനാ വരുന്നതെന്ന് പറഞ്ഞേക്കാം. പറയട്ടേ...''

''പറയ്...'' അപ്പു അക്ഷമനായി

''പറയാം.''

പതിനാറ്

''അപ്പൂ...'' വളരെ വളരെ സ്നേഹത്തോടെ അനു വിളിച്ചു. പിന്നെ പതുക്കെ പറഞ്ഞു. ''എന്റെ മാര്യേജ് ആണ് അടുത്ത ആറാം തീയതി..''!

എന്റെ കല്യാണമാണ് അടുത്ത ആറാം തീയതി. എന്റെ കല്യാണമാണ്...

അപ്പു ഒന്നും മിണ്ടുന്നില്ല. അവൻ വിയർത്തു. വിയർപ്പിന് തണുപ്പായിരുന്നു.

''ഡെല്ലിയിലാണ് പയ്യൻ. പത്രത്തിലാണ് ജോലി. എനിക്കും അവിടെത്തന്നെ ജോലികിട്ടും.''

''ശരി...''

വിണ്ടും അനു എന്തൊക്കെയോ പറയുന്നു. എല്ലാത്തിനും അപ്പു ശരി, ശരി എന്ന് പറഞ്ഞുകൊണ്ടുനിന്നു. ശരി, ശരി, ശരി...

അവസാനം ബൈ പറഞ്ഞ് അനു ഫോൺ കട്ട് ചെയ്തു. ഒരു വല്ലാത്ത മുഖഭാവത്തോടെ അപ്പു ഉണ്ണിക്കൃഷ്ണൻ ഓഫീസിനകത്തേയ്ക്ക് കയറിച്ചെന്നപ്പോൾ മേനോൻസാർ അവനെ സൂക്ഷിച്ചുനോക്കി.

''എന്താ, അപ്പു, മുഖം വല്ലാതെ?'' അദ്ദേഹം പതുക്കെ തിരക്കി.

''പെട്ടെന്നൊരു തലവേദന സാറെ...''

''ങ്ങും!'' മേനോൻ സാർ അപ്പുവിനെ സൂക്ഷിച്ചുനോക്കി, അദ്ദേഹത്തിന്റെ കണ്ണുകൾ അവന്റെ മനസ്സിനെ തൊട്ടു! ''ഒരു കാര്യം ചെയ്യ്! ലേഖനം നമുക്ക് നാളെ എഴുതാം. ഇപ്പോൾ അപ്പു വിട്ടിലേയ്ക്ക് പൊയ്ക്കൊ. വിട്ടിൽചെന്ന് കിടന്നൊന്നുറങ്ങ്. അപ്പോൾ എല്ലാം ശരിയാകും!''

മേനോൻ സാർ പറഞ്ഞതു കേട്ടയുടൻ ''ശരി സാർ.'' എന്നു മാത്രം മറുപടി പറഞ്ഞിട്ട് അപ്പു ഉണ്ണിക്കൃഷ്ണൻ ഇറങ്ങി നടന്നു.

അപ്പുവിന്റെ മനസ്സിനാണ് തലവേദനയെന്ന് മേനോൻ സാർ സ്വയം പറഞ്ഞു. അവന്റെ കാര്യത്തിൽ ഇടപെടുവാൻ സമയമായിയെന്ന് അദ്ദേഹത്തിനു തോന്നി.

അപ്പു ഉണ്ണിക്കൃഷ്ണൻ വീട്ടിൽ ചെന്നു. കേശുവേട്ടനും യശോദിയും പറമ്പിലായിരുന്നു. പാവയ്ക്കാ പറിക്കുന്നു. വൈകുന്നേരം ചന്തയിൽ നിന്നും പാവയ്ക്കായും അച്ചിങ്ങാപ്പയറും വാങ്ങാൻ ആളു വരും. അപ്പുവിനെ കണ്ട് രണ്ടുപേരും കുടി തിരക്കി. ''എന്താ മക്കളേ...''

''ഒന്നുമില്ല!'' അവൻ പതുക്കെ പറഞ്ഞു. പിന്നെ അവൻ മാവിന്റെ ചുവട്ടിലേയ്ക്ക് നടന്നു, പിന്നെ മാവിൽ ചാരി ഇരുന്നു. കുറേ നേരം അവൻ ഒന്നും ചിന്തിക്കാതിരുന്നു. മനസ്സ് വല്ലാതാകുന്നതവനറിഞ്ഞു.

മനസ്സിൽ കാർമേഘങ്ങൾ അലയുന്നതവന് മനസ്സിലായി. ആ കാർമേഘം ഒന്നു പെയ്യുവാൻ, ഒന്നു വെറുതേ കരയുവാൻ അവൻ കൊതിച്ചു. പക്ഷേ, ...

അപ്പുവിന്റെ ചക്കരമാവ് നിസ്സംഗനായി നിന്നു. വലിയ മഠത്തിലെ തേന്മാവിനെ വെട്ടിവീഴ്ത്തിയ വിവരം കിളികൾ പറഞ്ഞു ചക്കരമാവ് അറിഞ്ഞിരുന്നു. തന്റെ സഹജീവികളെ എല്ലാം വെട്ടിക്കൊല്ലുകയാണ്. അറുത്തുമാറ്റുകയാണ്. മനുഷ്യർക്ക് മാമ്പഴവും തണലും കുയിലിന്റെ പഞ്ചമരാഗവും ഒന്നുവേണ്ടാ, തടി മതി... തടിമാത്രം...

തന്റേയും അന്ത്യം അടുത്തെന്ന് മാവ് അറിഞ്ഞു. തന്നിൽ ചാരിയിരിക്കുന്ന അപ്പുവിനെപ്പോലും ഇപ്പോൾ മാവിന് വിശ്വാസമില്ല. മനുഷ്യരെ മാവ് വിശ്വസിക്കുന്നില്ല. മനുഷ്യൻ വെട്ടി മുറിച്ച് വേദനിപ്പിച്ച് കൊല്ലുന്നതിനേക്കാൾ തന്നെത്താൻ മറിഞ്ഞു വീണിരുന്നെങ്കിലെന്ന് മാവ് ആഗ്രഹിച്ചുപോയി!

മാവിൽ ചാരിയിരുന്ന അപ്പു ഉണ്ണിക്കൃഷ്ണൻ പെട്ടെന്ന് തന്റെ മുന്നിൽ നിണ്ടുകിടക്കുന്ന കാടുപിടിച്ച താഴ്ന്ന ഭൂമിയിലേക്കു നോക്കി. ആറോ ഏഴോ ഏക്കർ വരുന്ന സ്ഥലം! ഒരിക്കൽ അത് വാങ്ങണമെന്ന ആഗ്രഹമായിരുന്നു, മനസ്സു നിറയെ! ഇപ്പോഴും മനസ്സിൽ ആ കൊതി വല്ലാതെയുണ്ട്. മണ്ണിട്ടു നികത്തി കൃഷിചെയ്യണം. മണ്ണിട്ടുനികത്താതെ നാലേക്കർ വയലാക്കിയെടുക്കണം.... പക്ഷേ...

ഭൂമിയ്ക്കപ്പുറത്ത് റോഡ് വന്നിരിക്കുന്നു ഇപ്പോൾ. സ്ഥലം വാങ്ങാൻ ആരെങ്കിലും എളുപ്പത്തിൽ ഒരുപക്ഷേ, വന്നുചേരും! റോഡ് സൗകര്യമില്ലാത്തതുകൊണ്ടാണ് ഇതുവരേയും ആരും വാങ്ങാതിരുന്നതും, ആൾ വരാതിരുന്നതും. അപ്പു ഉണ്ണിക്കൃഷ്ണന് അസ്വസ്ഥത വർദ്ധിച്ചു. അവൻ ചാടി എഴുന്നേറ്റു. എന്തു ചെയ്യണം? അവന്റെ മനസ്സ് പുകയുവാൻ തുടങ്ങി.

ആ സമയം മേനോൻ സാറിന് ഒരു ഫോൺ വന്നു. ഫോണിലെ സംസാരം തീർന്നപ്പോൾ അദ്ദേഹം കുറേനേരം ആലോചിച്ചിരുന്നു. ഒരു വല്ലാത്ത ചിന്താഭാരം അദ്ദേഹത്തിലേയ്ക്ക് പെട്ടെന്ന് കടന്നുവന്നു. പിന്നെ സാവധാനം എഴുന്നേറ്റ് അദ്ദേഹം ഓട്ടോറിക്ഷയിൽ കയറി യാത്രപോയി.

വലിയ മഠത്തിലെ വലിയ തിരുമേനിയുടെ മുമ്പിൽ ബഹുമാനത്തോടെ മേനോൻ സാറിരുന്നു. അദ്ദേഹത്തിന് തിരുമേനി പറയുന്നതുകേട്ട് ആദരവും അത്ഭുതവും ആഹ്ലാദവും വർദ്ധിക്കുകയാണ്.

''ഏഴ് ഏക്കർ വരുന്ന ആ സ്ഥലം ഞാൻ അപ്പുവിന് ദാനമായി നല്കുകയാണ് സാർ. നാളെ നമുക്ക് രജിസ്റ്റർ ചെയ്യണം.'' മുഖവുരയേതുമില്ലാതെ വലിയ തിരുമേനി പറഞ്ഞു.

പിന്നെ സ്നേഹം കലർന്ന ആവേശത്തോടെ വലിയതിരുമേനി നിർത്താതെ കുറച്ചുനേരം സംസാരിച്ചു.

''നോക്കൂ മേനോൻ സാറേ. അപ്പുവിനെ നമ്മൾ ആദരിച്ചില്ലേ, അന്നു ഞാൻ ഗ്രാമത്തിലെ നമ്മുടെ ജനങ്ങളെ സാക്ഷി നിർത്തി പറഞ്ഞത് അപ്പു എനിക്ക് മകനേപ്പോലാണെന്നാണ്. ഇപ്പോൾ എനിക്ക് അവൻ മകനേപ്പോലെയല്ലാ എനിക്ക് മകൻ തന്നെയാണ്. എന്റെ ഇളയ മകൻ മരിച്ചു. അവന്റെ സ്ഥാനം ഞാനവന് നല്കുന്നു. അതുകൊണ്ടുതന്നെയാണ് ഞാനവന് ഇത്രയും സ്ഥലം ഇഷ്ടദാനമായി നല്കുന്നത്. എന്റെ മരിച്ചുപോയ മകൻ അപ്പുവിനെ ക്രൂരമായി അപമാനിക്കുകയും ചെയ്തു. അതിന്റെ പ്രായശ്ചിത്തവും കൂടിയാണ് ഈ ഭൂമിദാനം. അവൻ ഒരു പെൺകുട്ടിയുടെ മാനവും ജീവനും രക്ഷിച്ചു. പെൺകുട്ടികളുടെ മാനം രക്ഷിക്കുന്നവൻ ധീരനും സാഹസികനുമാണ്. അപ്പുവിന്റെ രക്തത്തിൽ ധീരന്റെ രക്തമുണ്ട്. അവനിൽ ഒരുത്തമ കർഷകന്റെ രക്തമുണ്ട്. അവ

നിൽ കമ്മ്യൂണിസ്റ്റിന്റെ രക്തവുമുണ്ട്. ഞാനും ഒരു കമ്മ്യൂണിസ്റ്റുകാരനാണ് മേനോൻ സാറേ.''

എല്ലാംകേട്ട് മേനോൻ സാർ സ്തംഭിച്ചിരുന്നു. അദ്ദേഹത്തിന്റെ മനസ്സ് ആഹ്ലാദത്തിന്റെ ആകാശത്തിൽ ഒഴുകിനടന്നു.

''സ്ഥലം മാത്രം പോരല്ലോ കൃഷി ചെയ്യുവാൻ പണവും വേണ്ടേ? നാളെ പത്തു ലക്ഷത്തിന്റെ ഒരു ഡി.ഡി.യും കൂടി ഞാനവനു നല്കും. മേനോൻ സാറിന്റെ സാന്നിദ്ധ്യത്തിൽ.''

എന്താണ് വലിയ തിരുമേനിയോട് മറുപടി പറയേണ്ടതെന്ന് മേനോൻ സാറിന് ഒരു രൂപവും കിട്ടുന്നില്ല. അദ്ദേഹം കണ്ട ലോകത്തിലെ ഏറ്റവും വലിയ മനുഷ്യനാണ് ഇപ്പോൾ വലിയ തിരുമേനി!

''എനിക്ക് ധാരാളം ധാരാളം സമ്പത്തുണ്ട് സാറെ. അതിലൊരംശം അർഹതപ്പെട്ട ഒരാൾക്ക് കൊടുത്തില്ലെങ്കിൽ പിന്നെന്ത് മനുഷ്യജീവിതം? പിന്നെന്തു കമ്മ്യൂണിസം!''

അങ്ങനെ പറഞ്ഞുകൊണ്ട് വലിയ തിരുമേനി എഴുന്നേറ്റു. കൂട്ടത്തിൽ മേനോൻസാറും.

മനുഷ്യസ്നേഹമാണ് ലോക കമ്മ്യൂണിസമെന്ന് മേനോൻ സാർ മനസ്സിൽ പറഞ്ഞു. തന്റെ മുമ്പിൽ നില്ക്കുന്ന വലിയ തിരുമേനി മഹാനായ കമ്മ്യൂണിസ്റ്റാണെന്ന് മേനോൻ സാർ തീർപ്പു കല്പിച്ചു. അദ്ദേഹം വർദ്ധിച്ച സ്നേഹാദരവോടെ വലിയ തിരുമേനിയുടെ കൈകൾ രണ്ടും എടുത്തുപിടിച്ച് തന്റെ കണ്ണുകളോട് ചേർത്തു.

''സ്വസ്ഥിഭവാ! സ്വസ്ഥിഭവാ..'' തിരുമേനി അങ്ങനെ പറഞ്ഞുകൊണ്ടു നിന്നു.

മേനോൻ സാർ യാത്ര പറഞ്ഞിറങ്ങിയപ്പോൾ വലിയ തിരുമേനി ശബ്ദമുയർത്തി ജപിച്ചു.

''ഓം നമോ ഭഗവതേ വാസുദേവായ
ശ്രീകൃഷ്ണായ പരമാത്മനേ നമ''

മേനോൻ സാറിന്റെ ഫോൺ വന്നപ്പോൾ അപ്പു ഉണ്ണിക്കൃഷ്ണൻ അസ്വസ്ഥനായി വീടിന്റെ പുറകിലത്തെ ഭുമിയിലേയ്ക്കും നോക്കി നില്ക്കുകയായിരുന്നു.

''താൻ എവിടാണ്?''

''ഞാൻ... ഞാൻ വീട്ടിലുണ്ട് സാർ.'' അപ്പു പറഞ്ഞു. അവന്റെ സ്വരം തണുത്തിരുന്നു.

''ഞാൻ പാർട്ടി ആഫീസിലുണ്ട്. പത്തു മിനിട്ടിനകം താൻ ഇവിടെ എത്തണം.'' മേനോൻ സാർ കല്പനപോലെ പറഞ്ഞു.

''ശരി സാർ.''

പത്തു മിനിട്ടിനുമുമ്പ് തന്നെ മേനോൻ സാറിന്റ മുമ്പിൽ അപ്പു എത്തിച്ചേർന്നു.

" ഇരിക്ക് " ആഹ്ലാദം പുറത്തു കാട്ടാതെ മേനോൻ സാർ പറഞ്ഞു. "ഞാൻ അപ്പുവിനെ ശ്രദ്ധിക്കുകയായിരുന്നു. കുറച്ചു മാസങ്ങളായി താനൊരുതരം വല്ലാത്ത മൂഡ് ഔട്ടിലാണെന്ന് ഞാൻ മനസ്സിലാക്കുന്നു. "എന്തുപറ്റി തനിക്ക്"

"ഒന്നുമില്ല സാർ."

അപ്പു ഇരിക്കുകയും എന്നാൽ പെട്ടെന്ന് എഴുന്നേല്ക്കുകയും ചെയ്തു. അവന്റെ മനസ്സ് നിലയില്ലാക്കയത്തിലേയ്ക്ക് താഴ്ന്നു പോകുന്നു. ഭീകരമായ ഒരു ചുഴിയിൽപ്പെട്ട് അവന്റെ മനസ്സ് നട്ടം തിരിയുന്നു.

" എന്താ?" മേനോൻ സാർ അവനെ സൂക്ഷിച്ചു നോക്കിത്തന്നെ ഇരുന്നു.

"സാർ." പെട്ടെന്നവൻ പറഞ്ഞു. "എനിക്ക് ചെറിയൊരു യാത്ര പോകണം."

" ഓ... പണ്ടുപോയതുപോലെയൊ?" മേനോൻ സാർ ചെറിയ ഒരു പുഞ്ചിരിയോടെ ചോദിച്ചു.

" അല്ലാ..."അപ്പു ഉണ്ണിക്കൃഷ്ണൻ പതുക്കെ പറഞ്ഞു. " ഒരു പത്തു ദിവസം കേരളത്തിനകത്ത്..."

"ശരി. പൊയ്ക്കോ. പക്ഷേ, നാളെ പതിനൊന്നു മണിയാകുമ്പോൾ താൻ എന്റെ കൂടെ ഒരു സ്ഥലംവരെ വരണം. എന്റെ ഒരു കാര്യത്തിനാ. താൻകൂടി ഉണ്ടെങ്കിലേ നടക്കൂ. എന്തു പറയുന്നു?"

"ശരി സാർ."

"അതു കഴിഞ്ഞ് തനിക്ക് പോകണമെങ്കിൽ പൊയ്ക്കോ." മേനോൻ സാർ പതുക്കെ ചിരിച്ചു. "എന്തു പറയുന്നു."

"ശരി സാർ."

മേനോൻ സാറും ഒന്നിച്ച് സബ്രജിസ്ട്രാർ ഓഫീസിൽ അപ്പു ഉണ്ണിക്ഷ്യഷണൻ പിറ്റേദിവസം ചെന്നു കയറിയപ്പോൾ അവൻ ഒരു നിമിഷം പോലും, ഒരു വലിയ സ്വപ്നത്തിന്റെ യാഥാർത്ഥ്യത്തിലേയ്ക്കാണ് ചെന്നു കയറുന്നതെന്ന് വെറുതേ പോലും ഓർത്തില്ല.

ഉച്ചയ്ക്ക്മുമ്പ് ഏഴ് ഏക്കറിന്റെ ഇഷ്ടദാന ആധാരവും പത്തുലക്ഷത്തിന്റെ ഡി.ഡി.യും കയ്യിൽ കിട്ടിയപ്പോൾ അപ്പു ഉണ്ണിക്കൃഷ്ണന്റെ മനസ്സ് ശാന്തമായിരുന്നു. നീലാകാശംപോലെ അവന്റെ മനസ്സ് സ്വച്ഛമായി, ഒരു മേഘശകലംപോലും ആ നീലാകാശത്തുണ്ടായിരുന്നില്ല.

പിന്നെ അവൻ ചെയ്തത് വലിയ തിരുമേനിയെ സാഷ്ടാംഗം നമസ്കരിക്കുകയാണ്. എന്റെ ദൈവമേ! എന്നവൻ അറിയാതെ വിളിച്ചുപോയി. ഏത്രയോ ആൾക്കാർ അവിടെ കൂടിയിരുന്നിട്ടും അവനതൊന്നും ശ്രദ്ധിച്ചതേയില്ല.

തിരുമേനിയുടെ പാദങ്ങളിൽ നെറ്റിമുട്ടിച്ചുകൊണ്ട് ഒറ്റവാക്ക് അവൻ മനസ്സിൽപറഞ്ഞു എന്നോട് ക്ഷമിക്കണേ ദൈവമേ!

ഭദ്രത്തമ്പുരാട്ടിയ്ക്ക് കുഞ്ഞ് പിറന്നു.

ആൺകുട്ടി!

വലിയ മഠത്തിന്റെ അവകാശി...

ഭദ്രത്തമ്പുരാട്ടിയ്ക്ക് കുഞ്ഞു ജനിച്ചത് വൈകുന്നേരം നാലുമണിക്കായിരുന്നു. പേരുകേട്ട പ്രൈവറ്റ് ഹോസ്പിറ്റലിൽ സുഖപ്രസവം.

പേരിടീൽ ചടങ്ങിന് വലിയ മഠത്തിലെ ആൾക്കാർമാത്രം ഒത്തുകൂടി

ദേവേന്ദ്രവർമ്മ മാവ് ഉണ്ടായിരുന്ന സ്ഥലത്തുനിന്നുകൊണ്ട് കൊമ്പ് വാദ്യം മുഴക്കി. ആ ശബ്ദം കേട്ട് വലിയ തിരുമേനി കണ്ണുകളടച്ചുനിന്നു, ജിവിതത്തിലേയ്ക്ക് ആഹ്ലാദത്തിന്റെ അലകൾ വന്നുചേരുന്നതായി വലിയ തിരുമേനിയ്ക്കു തോന്നി.

''കുഞ്ഞിന് എന്തു പേരിടണം മക്കളെ.'' പാട്ടി ചോദിച്ചു. ''നിന്റെ ഇഷ്ടമാണ് എല്ലാവരുടെയും ഇഷ്ടം.''

ഭദ്രയ്ക്ക് ഒരു സംശയവും ഉണ്ടായിരുന്നില്ല. പാട്ടി ചോദിച്ച ഉടൻ ഭദ്ര ഉത്തരം നല്കി,

''കുഞ്ഞിന് ജഗദീശ വർമ്മ എന്നു പേരിടണം അമ്മാ.''

ഒരു വർഷംകൊണ്ട് ആ ഏഴേക്കർ സ്വർഗഭുമിയായി മാറി. മൂന്നേക്കറിൽ നെല്ല് ബാക്കിയുള്ള സ്ഥലത്ത് പലതരം വാഴകൾ നൂറുകണക്കിന്, പലവിധ പച്ചക്കറികൾ, മരച്ചീനി അടക്കം ധാരാളം കിഴങ്ങുവർഗങ്ങൾ, ഏഴേക്കറിനുചുറ്റും പെട്ടെന്ന് കായ്ക്കുന്ന തെങ്ങിൽതൈകൾ...

കൃഷിയുടെ സ്വപ്നഭൂമിയായി, സ്വർഗ്ഗഭൂമിയായി ആ ഏഴേക്കർ ആൾക്കാർക്ക് അത്ഭുതവും ആശ്ചര്യവുമൊരുക്കി. ഐശ്വര്യത്തിന്റെ ഉദാഹരണമായി അതങ്ങനെ മന്ദഹാസത്തോടെ നീണ്ടു കിടന്നു.

ഓരോ വർഷവും കൃഷിയിൽ നിന്നുള്ള ആദായം കൂടിക്കൂടി വന്നു. നാട്ടുകാരിൽ പലരും കൃഷി ഭൂമിയിലെ ജോലിക്കാരായി.

കേശുവേട്ടനും യശോദിയും ജോലിക്കാരുടെ കൂട്ടത്തിൽ ജോലി ചെയ്തുകൊണ്ടേയിരുന്നു. അദ്ധ്വാനിക്കാതെ അവർക്കൊരു നിമിഷം ജീവിക്കാൻ പറ്റില്ലെന്ന് മണ്ണിനറിയാം. മണ്ണ് അവരെ എപ്പോഴും വിളിച്ചു കൊണ്ടിരുന്നു. കേശുവേട്ടാ വരു... യശോദി വരു.... നിങ്ങളുടെ വിയർപ്പിൻ തുള്ളികൾ എനിക്ക് തരു... മണ്ണ് എപ്പോഴും അവരോട് പറഞ്ഞുകൊണ്ടേയിരുന്നു.

''അപ്പുക്കുട്ടാ തൊപ്പിക്കാരാ എപ്പോ കല്യാണം?'' ഞങ്ങൾ കൊച്ചിലേ അപ്പു ഉണ്ണിക്കൃഷ്ണനോട് ചോദിക്കുമായിരുന്നു.

''ഇരുപത്തിനാലാമത്തെ വയസ്സിൽ കല്യാണം''

അന്നവൻ പറഞ്ഞതുപോലെ ഇരുപത്തിനാലു വയസ്സിൽതന്നെ കല്യാണം നടന്നു.

അതിനു മുമ്പ് മനോഹരമായ ഒരു വീട് അപ്പു ഉണ്ണിക്കൃഷ്ണൻ പണിതു. ആ വീടിനരികിൽ പഴയ വീട് നാമം ജപിച്ചുകൊണ്ടുനിന്നു. അത് ഒരിക്കലും അപ്പു ഉണ്ണിക്കൃഷ്ണൻ പൊളിക്കില്ല. ആ വീട്ടിൽതന്നെ കേശുവേട്ടനും യശോദിയും; ജീവിക്കും. അവർക്കിപ്പോൾ പ്രായമേറിയിരിക്കുന്നു. പുതിയ വീടിന്റെ ഉമ്മറത്ത് ഒരു വലിയ ഫോട്ടോയുണ്ടായിരുന്നു. ഒരു ചിത്രകാരൻ വരച്ച ഫോട്ടോയാണ്. വലിയ തിരുമേനിയുടെ ഛായാചിത്രമായിരുന്നു അത്.

ആ ചിത്രം വീടിന്റെ ഉമ്മറത്ത് തൂക്കിയ ദിവസം സന്ധ്യയ്ക്കുമുമ്പ് വലിയ മഠത്തിലെ വലിയ തിരുമേനി മരിച്ചു.

വരാന്തയിലൂടെ അങ്ങോട്ടും ഇങ്ങോട്ടും നടക്കുന്നതിനിടയിൽ ചെറിയ തളർച്ച തോന്നി അദ്ദേഹത്തിന്! ചാരുകസേരയിൽ അദ്ദേഹം സാവധാനം ഇരുന്നു. പിന്നെ ചാരിയിരുന്നു. ദീർഘമായി നിശ്വസിച്ചു. അതോടെ തീർന്നു.

അനായാസേന മരണം... ശാന്തവും ധന്യവുമായ അന്ത്യനിദ്ര! സ്വർണച്ചിറകടിച്ചാ വെളിച്ചം സ്വർഗത്തിലേയ്ക്ക് തിരിച്ചുപോയി.

ഭദ്ര കുഞ്ഞുമായി വെളിയിലിറങ്ങി. വലിയ തിരുമേനിയുടെ പാദത്തിൽ തൊട്ടുതൊഴുതിട്ട് കുഞ്ഞിനെ ആ പാദത്തിങ്കൽ കിടത്തിയിട്ട് അവർ വീണ്ടും മുറിക്കകത്തേയ്ക്കുപോയി. കുഞ്ഞിനെ പാട്ടി വാരിയെടുത്തു.

ജഗദീശവർമ്മ മരിച്ചതിനുശേഷം ആദ്യമായിട്ടാണ് ഭദ്ര മുറിക്കു വെളിയിലിറങ്ങിയത്! കുഞ്ഞിന്റെ പേരിടീൽ ചടങ്ങിനു പോലും അവർ മുറിയിൽനിന്നും വെളിയിലിറങ്ങിയില്ല.

ഇനിയും ഭദ്രത്തമ്പുരാട്ടി, നിങ്ങൾ മുറിയിൽനിന്നും എന്നാണ് പുറത്തിറങ്ങുന്നത്?

വലിയ മഠത്തിലേയ്ക്ക് നാട് മുഴുവനും ഒഴുകിയെത്തി. പക്ഷേ, അപ്പു ഉണ്ണിക്കൃഷ്ണൻ പോയില്ല. മേനോൻ സാർ നിർബന്ധിക്കുവാനും മുതിർന്നില്ല,

''എനിക്ക് തിരുമേനി മരിച്ചിട്ടില്ല സാർ.'' അവൻ മേനോൻ സാറിനോട് പറഞ്ഞു. ''അദ്ദേഹത്തിന്റെ ജീവനില്ലാത്ത ശരീരം എനിക്ക് കാണുവാൻ പറ്റില്ല സാർ.''

ശരി. മേനോൻ സാർ അതു കേട്ടതോടെ നിശ്ശബ്ദനായി.

വലിയതിരുമേനി മരിച്ച് രണ്ടുമാസം കഴിഞ്ഞപ്പോൾ അപ്പു ഉണ്ണിക്കൃഷ്ണന്റെ വിവാഹം നടന്നു.

മേനോൻ സാറാണ് ആലോചന കൊണ്ടുവന്നത്. അദ്ദേഹം അപ്പുവിനോട് പറഞ്ഞു. ''താനിനി വിവാഹം കഴിക്കണം'' ഒരു നിമിഷം അവനെ

സൂക്ഷിച്ചു നോക്കിനിന്നിട്ട് മേനോൻ സാർ ചോദിച്ചു. ''എന്തു പറയുന്നെടോ?''

''സാറിന്റെ ഇഷ്ടം.'' അവൻ പതുക്കെ പറഞ്ഞു. പുറകേ പതുക്കെ ചിരിക്കുകയും ചെയ്തു.

മേനോൻ സാർ കേശുവേട്ടനോടും യശോദിയോടും പറഞ്ഞു. അവരും നിറകണ്ണുകളോടെ സമ്മതിച്ചു. '' എല്ലാം സാർ തീരുമാനിക്കുമ്പോലെ.'' അപ്പുവിന്റെ ഏതു നല്ല കാര്യത്തിനും അവരുടെ കണ്ണുകൾ നിറയും

''അപ്പു! നാളെ പെണ്ണുകാണാൻ പോകണം.'' ഒരാഴ്ച കഴിഞ്ഞപ്പോൾ മേനോൻ സാർ പറഞ്ഞു. ''നമ്മുടെ ദിലീപ് കൂടെവരും. അയാൾക്ക് പെണ്ണിന്റെ വീടറിയാം.''

അതും അപ്പു സമ്മതിച്ചു. ദിലീപ് ബ്രാഞ്ച് സ്രെകട്ടറിയാണ്. അപ്പു ഉണ്ണിക്കൃഷ്ണന്റെ അല്ലെങ്കിൽ മേനോൻ സാറിന്റെ മുറിയിൽ കമ്പ്യൂട്ടർ പഠിപ്പിക്കുന്നത് ദിലീപാണ്. കൊച്ചു ചെറുപ്പക്കാരനുമാണ്.

പെണ്ണിന്റെ വീടെവിടെയെന്നോ പെണ്ണ് ഏതെന്നോ എന്നിട്ടും മേനോൻ സാറിനോട് അപ്പു ഉണ്ണിക്കൃഷ്ണൻ ചോദിച്ചില്ല. എല്ലാം മേനോൻ സാർ തീരുമാനിക്കുംപോലെ എന്നവൻ മനസ്സിൽ നിശ്ചയിച്ചു.

എങ്കിലും അപ്പു ഉണ്ണിക്കൃഷ്ണാ നീ ഏതു പെണ്ണിനെയാണ് കാണാൻ പോകുന്നത്? അദൃശ്യനായ ആരോ ഒരാൾ അവനോട് രഹസ്യമായി ചോദിച്ചു. അറിയില്ല എന്നവൻ മറുപടിയും പറഞ്ഞു. നാളെ അറിയാമല്ലോ എന്നവൻ പിന്നെ സമാധാനിക്കുകയും ചെയ്തു.

പതിനേഴ്

ദിലീപിന്റെ ബൈക്കിനു പുറകിലിരുന്ന് അപ്പു ഉണ്ണിക്കൃഷ്ണൻ പെണ്ണു കാണാനായി പുറപ്പെട്ടു. സ്വന്തം ഗ്രാമത്തിലാണ് പെണ്ണിന്റെ വീടെന്ന് ദിലീപിന്റെ ബൈക്ക് ഓടിക്കലിലൂടെ അവനു പെട്ടെന്ന് മനസ്സിലായി.

അവസാനം പെണ്ണിന്റെ വീട്ടുപടിക്കൽ അവരെത്തി. സ്വന്തം ഗ്രാമത്തിൽതന്നെയുള്ള ഈ വീട് താനിതുവരെ ശ്രദ്ധിച്ചിട്ടില്ലല്ലോ എന്നോർത്ത് അപ്പു ഉണ്ണിക്കൃഷ്ണന് അത്ഭുതം തോന്നി. ഒരു കൊച്ചുവീട്!

ആദ്യം കണ്ടത് പെണ്ണിന്റെ അമ്മയെ ആണ്. എവിടെയോ ആ മുഖം കണ്ട് പരിചയമുള്ളതായി അപ്പുവിന് തോന്നി.

അമ്മ ബഹുമാനത്തോടെ പറഞ്ഞു. ''ഇരിക്ക് മക്കളേ.''

അവരിരുന്നു. അപ്പോൾ ഒരു കൊച്ചു ചെറുപ്പക്കാരൻ അങ്ങോട്ടയ്ക്കു വന്നു. അവൻ അപ്പുവിനേയും ദിലീപിനേയും നോക്കി ചിരിച്ചു.

''അപ്പുവേട്ടാ'' ആഹ്ലാദത്തോടെയും ബഹുമാനത്തോടെയും അപ്പുവിനെ നോക്കി അവൻ വിളിച്ചു. ദിലീപൻ പുഞ്ചിരിച്ചുകൊണ്ടിരുന്നു.

''എന്നെ അറിയോ?'' അപ്പു ചിരിച്ചു.

''അപ്പുവേട്ടനെ അറിയാത്തവരാരാ ഉള്ളത്?'' അവൻ തിരിച്ചു ചോദിച്ചു. അവന്റെ തിളക്കമുള്ള കണ്ണുകളിലേയ്ക്ക് നോക്കി അപ്പു ഇരുന്നു.

ഇവനേയും പരിചയമുള്ളതായി തോന്നുന്നുവല്ലോ എന്ന് അപ്പു മനസ്സിലോർക്കുകയും ചെയ്തു.

അപ്പോഴാണ് അവൻ പറഞ്ഞത്. ''അപ്പുവേട്ടൻ എന്നെ കണ്ടിട്ടുണ്ട്.''

''എവിടെവച്ച്?''

അപ്പുവിനോട് അവൻ ആദ്യം പേരു പറഞ്ഞു. ''എന്റെ പേര് വിഷ്ണു.''

ആ പേരും കേട്ടിട്ടുള്ളതായി അപ്പുവിന് തോന്നി. പക്ഷേ, എവിടെ വെച്ചാണ്? ഏതു സമയത്താണ്?

''ആശുപത്രിയിൽവെച്ച്!'' വിഷ്ണു വീണ്ടും പറഞ്ഞു. ''മേനോൻ സാറിന്റെ ആട്ടോ തട്ടിയെന്നും പറഞ്ഞ് ഒരു ചെറുക്കൻ ഹോസ്പിറ്റലിൽ കിടന്നില്ലേ? ക്യാഷ്വാലിറ്റിയിൽ... അന്ന് അപ്പുവേട്ടൻ എന്നെ കാണുവാൻ വന്നിരുന്നു.''

ഓ! പെട്ടെന്ന് അപ്പുവിന് എല്ലാം ഓർമ്മവന്നു. ഇവൻ വിഷ്ണു.

വിഷ്ണു ഭഗവാനെന്ന് ഞാൻ വിളിച്ചിരുന്നു ഇവനെ. ഇവന്റെ അമ്മയും അന്നുണ്ടായിരുന്നു ഹോസ്പിറ്റലിൽ. പിന്നെ ചേച്ചിയും. ശോഭ.

മേനോൻ സാർ വിഷ്ണുവിന് അഞ്ഞുറുരൂപയും അന്ന് കൊടുത്തിരുന്നു, അവർ ആട്ടോയിൽ തിരിച്ചുപോയി. പോകുംവഴി രണ്ടോ മൂന്നോ പ്രാവശ്യം ശോഭ തിരിഞ്ഞുനോക്കി. കുറേ നാളുകൾ കഴിയുമ്പോൾ ഞാൻ മടങ്ങിവരും എന്ന് സൂചിപ്പിച്ചതാണോ അവൾ?

''വിഷ്ണുവിനെ പിന്നെ കണ്ടതേയില്ലല്ലോ?'' അപ്പു സ്നേഹത്തോടെ ചോദിച്ചു.

''പക്ഷേ, ഞാൻ കാണാറുണ്ട്.'' വിഷ്ണു ചിരിച്ചു.

''എന്നിട്ട് നീ വിളിക്കാത്തതെന്താ?''

''ഞാനും അപ്പോൾ ഓട്ടമായിരിക്കും. അപ്പുവേട്ടനും ഓട്ടമായിരിക്കും.''

വിഷ്ണു ദീർഘമായി നിശ്വസിച്ചു. ''രാവിലെ പത്രം കൊടുത്തുതീരുമ്പോൾ ഒമ്പതുമണിയാകും. പിന്നെ സ്കൂൾ. സ്കൂൾ വിട്ടുകഴിയുമ്പോൾ ഒമ്പതു മണിവരെ ഒരു കടയിൽ ജോലി ചെയ്യും. പിന്നെ വന്ന് പഠിക്കും. പതിനൊന്നുമണിയാകുമ്പോൾ ഒറ്റ ഉറക്കം.'' വിഷ്ണു ചിരിച്ചു. ''ഇതിനിടയിൽ എവിടെ സമയം കിട്ടാനാ?''

പാവം. അപ്പുവിന് അവനോടുള്ള സ്നേഹമേറി. ''നിന്റെ പഠിത്തം എവിടംവരെയായി?''

''പ്ലസ് ടൂ വരെ.''

അപ്പോൾ അകത്തുനിന്നും അമ്മ വന്നു, പുറകേ അവൾ. ശോഭ. കയ്യിൽ കാപ്പിയോ ചായയോ ഒന്നുമില്ല.

അപ്പുവും ശോഭയും മുഖാമുഖം കണ്ടു. അന്നത്തേക്കാൾ വളർ

ന്നിരിക്കുന്നു. അന്നത്തേക്കാൾ സൗന്ദര്യം കൂടിയിരിക്കുന്നു. പൊക്കം വെച്ചിരിക്കുന്നു. യുവതിയായിരിക്കുന്നു.

അപ്പു ഉണ്ണിക്കൃഷ്ണന് തൃപ്തിയായി. മുൻപിൽ ഒരു നിലവിളക്കു ജ്വലിച്ചുനില്ക്കുന്നതായി അവനനുഭവപ്പെട്ടു. മുൻപിൽ നിലാവ് വീണു കിടക്കുന്നതായും അവനു തോന്നി.

പത്തു മിനിട്ടു കഴിഞ്ഞപ്പോൾ അവർ തിരിച്ചുപോന്നു. പോരുംമുമ്പ് അപ്പു രഹസ്യമായി വിഷ്ണുവിനോട് പറഞ്ഞു. ''നീ എത്രവേണമെങ്കിലും പഠിച്ചോ. പറ്റുമെങ്കിൽ കൃഷിയിൽ ശാസ്ത്രമെടുക്കണം.''

ഒരാഴ്ചയ്ക്കകം അപ്പു ഉണ്ണിക്കൃഷ്ണന്റെ വിവാഹം നടന്നു. കുന്നുംപുറത്തമ്പലത്തിൽവെച്ചായിരുന്നു വിവാഹം. വളരെ ലളിതമായ ചടങ്ങുകൾമാത്രം. മേനോൻ സാർ എല്ലാം നടത്തി.

ശോഭ വളരെ വിലകുറഞ്ഞ സാരിയുടുത്തു! ഒരു മാലയും രണ്ടുവളയും അവൾ ധരിച്ചിരുന്നു.

ഗ്രാമത്തിലെ മിക്കവാറും എല്ലാവരും തന്നെ വിവാഹത്തിന് എത്തി. എല്ലാവർക്കും ഓരോ ചായ മാത്രം.

കല്യാണത്തിന് മുമ്പ് അപ്പു വലിയ തിരുമേനിയുടെ ചിത്രത്തിനു മുമ്പിൽ ദക്ഷിണവെച്ചു. ഇപ്പോൾ തിരുമേനിയുടെ ചിത്രത്തിനു മുമ്പിൽ ഒരു കെടാവിളക്ക് പ്രകാശിക്കുന്നുണ്ട്.

പിന്നെ അവൻ അച്ഛനും അമ്മയ്ക്കും ദക്ഷിണ നല്കി. അതിനുശേഷം മേനോൻസാറിനും.

വിവാഹത്തിന്റെ തലേന്ന് അപ്പു ചക്കരമാവിനോടും പറഞ്ഞു. ''നാളെ എന്റെ വിവാഹമാ ചക്കരേ''

''ശരി. സന്തോഷം നിനക്ക് നന്മവരട്ടേ.'' മാവ് അങ്ങനെ പറഞ്ഞിട്ട് അപ്പുവിനെ അനുഗ്രഹിച്ചു. മാവിനിപ്പോൾ സന്തോഷമില്ല. തന്റെ സഹജീവികളെയെല്ലാം മനുഷ്യർ വെട്ടിമുറിച്ച് നശിപ്പിക്കുന്നു. എന്റെ അപ്പു ഉള്ളതുകൊണ്ട് എന്നെ വെട്ടിമുറിക്കുന്നില്ല. മാവ് ദീർഘമായി നിശ്വസിച്ചു. പിന്നെ വീണ്ടും അപ്പുവിന് നന്മകൾ നേർന്നു. അപ്പുവിനെ ആ നന്മമരം അനുഗ്രഹിച്ചു.

അപ്പു ഉണ്ണിക്കൃഷ്ണൻ ഞങ്ങളെ വിവാഹക്കാര്യം ഫോണിൽ അറിയിച്ചിരുന്നു. പക്ഷേ, ഞങ്ങൾക്കാർക്കും പോകുവാൻ പറ്റിയില്ല. ഞങ്ങൾ നാലുകൂട്ടുകാർ. അപ്പുവുംകൂടി കൂടിയാൽ അഞ്ചുകൂട്ടുകാർ. ഞങ്ങളെ പാണ്ഡവരെന്നാണ് വിളിച്ചിരുന്നത്. ഇപ്പോൾ ഞങ്ങൾ അഞ്ചുപേരും അഞ്ചുസ്ഥലത്താണ്. ഇന്ത്യയുടെ പല ഭാഗങ്ങളിൽ. വിവാഹക്കാര്യം അപ്പു അറിയിച്ചപ്പോൾ ഞങ്ങൾ ഓരോരുത്തരും ഓരോരോ സ്ഥലങ്ങളിരുന്നുകൊണ്ട് അവനോട് ആഹ്ലാദത്തോടെ ഫോണിലൂടെ ചോദിച്ചു.

''അപ്പുക്കുട്ടാ തൊപ്പിക്കാരാ എപ്പോ കല്യാണം?''

''ഇരുപത്തിനാലാം വയസ്സിൽ കല്യാണം!'' അവൻ മറുപടിയും പറഞ്ഞു. അപ്പോളവൻ കൊച്ചുന്നാളിലേതുപോലെ ചിരിക്കുന്നുണ്ടായിരുന്നു.

ഇരുപത്തിനാല് വയസ്സ് തികയുന്ന സമയത്തുതന്നെ അവന്റെ വിവാഹം നടന്നു.

അപ്പു ഉണ്ണിക്കൃഷ്ണാ, ഞങ്ങളുടെ പ്രിയസുഹൃത്തേ നിനക്ക് ഞങ്ങളുടെ വിവാഹാശംസകൾ!

കടലിലൂടെ കാലം സ്പീഡ് ബോട്ടിൽ കയറി പാഞ്ഞുപൊയ്ക്കൊണ്ടിരുന്നു. വർഷങ്ങൾ പോവതറിയാതെ എല്ലാവരും ജീവിച്ചുപോന്നു. അഞ്ചുവർഷത്തിനുശേഷം ഞങ്ങൾ നാലുപേരും പട്ടണത്തിൽ ഒത്തുകൂടി. ഞങ്ങൾ തമ്മിൽ ഒന്നിച്ചു ചേർന്ന് അഞ്ച് മിനിട്ട് കഴിഞ്ഞപ്പോൾ അപ്പു ഉണ്ണിക്കൃഷ്ണനെ കേശവൻ വിളിച്ചു. അപ്പുവും കൂടി വന്നാൽ ഞങ്ങൾ കൊച്ചിലത്തേപ്പോലെ അഞ്ചുപേരാകും. പാണ്ഡവരാകും, അപ്പുവിന്റെ ഒരു വിവരവും വിവാഹശേഷം ഞങ്ങൾ അറിയുന്നുണ്ടായിരുന്നില്ല!

മൂന്നു തവണ വിളിച്ചിട്ടും അപ്പു ഫോണെടുത്തില്ല. ഫോൺ കട്ടാവുകയാണ് ചെയ്തത്.

പെട്ടെന്ന് അപ്പു ഇങ്ങോട്ടു വിളിച്ചു. കേശവൻ ഫോൺ സ്പീക്കറിലിടുകയും ചെയ്തു. ഞങ്ങൾ ഇൻഡ്യൻകോഫി ഹൗസിലിരുന്ന് കാപ്പി കുടിക്കുകയാണ്. കോഫിയും പഴംപൊരിയും.

''എടാ.'' അപ്പുവിന്റെ ആഹ്ലാദസ്വരം ഞങ്ങൾ കേട്ടു. ''നിങ്ങൾ എവിടാ?''

''ഞങ്ങൾ കോട്ടയത്ത് ഇൻഡ്യൻ കോഫി ഹൗസിൽ.''കേശവൻ പറഞ്ഞു. ''ഞങ്ങൾ നാലും ഉണ്ട്''

''അപ്പോ ഞാൻ കൂടി വന്നാൽ പഴയതുപോലെ നമ്മൾ പാണ്ഡവർ അല്ലേ?'' അപ്പുവിന്റെ സംസാരത്തിൽ ആഹ്ലാദത്തിന്റെ സൂര്യൻ ഉദിച്ചു നിന്നിരുന്നു.

''അതെ. കല്യാണത്തിനുശേഷം നിന്റെ ഒരു വിവരവും ഞങ്ങൾ അറിയുന്നില്ലല്ലോ.''

''നിങ്ങൾ എന്നെ ഒന്നു വിളിച്ചതുപോലുമില്ലല്ലോ? ഉവ്വോ? കല്യാണത്തിനു വിളിച്ചിട്ട് ഒരാളും വന്നതുമില്ല.'' അപ്പു പരിഭവിച്ചു.

''ഞങ്ങൾക്ക് തിരക്കായിരുന്നെടാ മോനേ.'' കേശവൻ ചിരിച്ചു.

''എനിക്ക് തിരക്കില്ലായിരുന്നെടാ മക്കളേ...''അപ്പുവും ചിരിച്ചു.

അവൻ പഴയതുപോലെതന്നെ. ഉരുളയ്ക്കുപ്പേരി. തെറിവാക്കിന് മുറിപ്പത്തല്

“നീ ഇപ്പോ എവിടാ?”

“പഞ്ചായത്താഫീസിൽ. ഞാനിപ്പോൾ പഞ്ചായത്ത് പ്രസിഡന്റാടാ പിള്ളേരെ.”

അതുകേട്ട് ഞങ്ങൾക്കുത്ഭുതമായി. അതുകേട്ടിട്ട് ഞങ്ങൾക്ക് അഭിമാനമായി.

“നിനക്കെത്ര മക്കളായി?”

“ഒൺ ലി വൺ. മോൻ. എന്റെ സൂര്യൻ.”

“മകന്റെ പേരെന്താ?”

“പറഞ്ഞില്ലേടാ... സൂര്യൻ. സൂര്യൻ ഉണ്ണിക്കൃഷ്ണൻ.”

“ഞങ്ങടെ കേശുവേട്ടനും യശോദിയുമോ?”

“സുഖമായിരിക്കുന്നു.” അപ്പു ആരോടോ എന്തോ ഇടയ്ക്ക് പറയുന്നതായി ഞങ്ങൾക്ക് തോന്നി. ചില നിമിഷങ്ങൾ കഴിഞ്ഞ് അപ്പു ചോദിച്ചു. “നിങ്ങൾ എപ്പോൾ ഇങ്ങോട്ടുവരും? വീട്ടിലേയ്ക്ക് വരണം.”

“വരാം. അര മണിക്കൂറിനകം എത്താം.”

“ശരി. ഞാൻ വീട്ടിലുണ്ടാകും.”

“ഓക്കേ!”

അരമണിക്കൂറിനകം ഞങ്ങൾ കേശവന്റെ കാറിൽ അപ്പു ഉണ്ണിക്കൃഷ്ണന്റെ വീട്ടിലേയ്ക്ക് പുറപ്പെട്ടു.

തുറന്നിട്ട ഗയിറ്റിനു മുമ്പിൽ അപ്പു ഞങ്ങളെ കാത്തുനില്ക്കുന്നുണ്ടായിരുന്നു. ഞങ്ങളെ കണ്ടവൻ വർദ്ധിച്ച ആഹ്ലാദത്തോടെ ഓരോരുത്തരെയായി കെട്ടിപ്പിടിച്ചു. പിന്നെ വിളിച്ചു. “വാടാ...”

അവന്റെ മനോഹരമായ വീട് ഞങ്ങൾ മുറ്റത്തു നിന്നുകൊണ്ട് നോക്കിക്കണ്ടു. അവന്റെ ഭാര്യയും മകനും ഞങ്ങൾക്കരികിലെത്തി. അപ്പുവിന്റെ തദ്സ്വരുപമായിരുന്നു കുഞ്ഞ്. സൂര്യൻ ഉണ്ണിക്കൃഷ്ണൻ.

“എടാ, ഇവളുടെ പേര് ശോഭ....”

അവൾ ഞങ്ങളെ നോക്കിചിരിച്ചു. “കയറി വരണം. വീട്ടിനകത്തേയ്ക്കു കയറാം.” അവൾ ഞങ്ങളെ ക്ഷണിച്ചു.

“വരട്ടേ. ആദ്യം ഞങ്ങളുടെ പഴയ വീട്ടിലേയ്ക്കു കയറട്ടേ!‘ ഞങ്ങൾ ഒന്നിച്ചു പറഞ്ഞു.

അപ്പുവിന്റെ മനോഹരമായ വീടിനു തൊട്ടടുത്ത് ഓലകെട്ടിയപുര എന്ന പഴയ വീട് ശുഭ്രതയോടെ നിന്നു. ആ വീട് ഞങ്ങളെ നോക്കി ചിരിക്കുന്നുണ്ടായിരുന്നു.

കൊച്ചുനാളിൽ ഈ വീട്ടിൽനിന്നും എന്തു ഭക്ഷണം ഞങ്ങൾ കഴിച്ചിട്ടുണ്ട്. ശീമച്ചേമ്പ് പുഴുങ്ങിയത്, മധുരക്കിഴങ്ങ് പുഴുങ്ങിയത്, അടയും

മാമ്പഴവും, പപ്പായപ്പഴം. തേൻവരിക്ക, അമൃതിന്റെ മധുരമുള്ള കരിക്ക്...

കേശുവേട്ടനും യശോദിയും ഇതെല്ലാം ഞങ്ങളെ നിർബന്ധിച്ച് കഴിപ്പിക്കുമായിരുന്നു. ഇന്നും അതിന്റെയൊന്നും രുചി ഞങ്ങളുടെ നാവിൽനിന്നും പോയിട്ടില്ല. ജീവിതത്തിൽനിന്നും മാഞ്ഞിട്ടില്ല.

''ഓലകെട്ടിയപുര'' പഴയതുപോലെതന്നെ വൃത്തിയായിട്ടു നിന്നു. ചാണകം മെഴുകിയ തിണ്ണ തിളങ്ങുന്നുണ്ടായിരുന്നു.

''അവരെവിടെ? കേശുവേട്ടനും യശോദിയും?''

''അകത്തോട്ടുവാടാ.'' അപ്പു ക്ഷണിച്ചു. ഞങ്ങൾ അകത്തേയ്ക്കു കയറിച്ചെന്നു.

അവിടെ ആരുമുണ്ടായിരുന്നില്ല.

''എവിടെ അവർ? കേശുവേട്ടനും യശോദിയും?'' ഞങ്ങൾ ഒന്നിച്ചു ചോദിച്ചു അപ്പുവിനോട്.

''നോക്ക്.'' അവൻ ഭിത്തിയിലേയ്ക്കു ചൂണ്ടിക്കാണിച്ചു. മനോഹരമായ കൈപ്പടയിൽ അവിടെ എഴുതിവെച്ചിരിക്കുന്നു.

''മകനേ! ഞങ്ങളുടെ ജീവിതം സഫലമായി! ഞങ്ങൾ പോകുന്നു. ഞങ്ങളെ തിരക്കരുത്. കാണില്ല. നിനക്കും നിന്റെ തലമുറയ്ക്കും നല്ലതുമാത്രമേ വരൂ! നീ എല്ലാവരേയും സ്നേഹിക്കണം. ആരേയും വേദനിപ്പിക്കരുത്. ഭൂമി അമ്മയാണ്. ദേവിയാണ്. ഭൂമി നിനക്ക് എല്ലാം തരും. എന്റെ മകന് ഞങ്ങളുടെ അനുഗ്രഹം എന്നുമുണ്ടാവും.....'' ഞങ്ങൾ അത് വായിച്ചിട്ട് അപ്പുവിനെ നോക്കി. അപ്പു വേദനയോടെ ചിരിച്ചു, അവന്റെ കണ്ണുകൾ നിറയുന്നുണ്ടായിരുന്നു.

''ഞങ്ങളുടെ രക്തത്തിലുള്ളതാണ് ഈ യാത്ര! യാത്രയും രാഷ്ട്രീയവും കൃഷിയും.'' അപ്പു പറഞ്ഞു. ''അച്ഛന്റെ അച്ഛൻ ഒരു സന്ധ്യയ്ക്ക് ഇറങ്ങിപ്പോയതാണ്. പിന്നെ തിരിച്ചുവന്നില്ല. ഞാനും കൊച്ചിലെ പോയതാണ്, പക്ഷേ, തിരിച്ചുവന്നു. ഇടയ്ക്ക് വീണ്ടും പോകണമെന്നു തോന്നിയതാണ്. എന്നാൽ പോയില്ല. ഇപ്പോൾ എന്റെ അച്ഛനും അമ്മയും പോയിരിക്കുന്നു. അവർ തിരിച്ചുവരില്ല. ഇതു ഞങ്ങളുടെ പാരമ്പര്യമാണ്''

അപ്പു ഭിത്തിയിലെ അക്ഷരങ്ങളിൽ കയ്യോടിച്ചു. ''ഞാൻ മാസാമാസം അക്ഷരങ്ങളുടെ മുകളിൽ ചായം അടിച്ച് പുതുക്കിക്കൊണ്ടിരിക്കും! ഈ അക്ഷരങ്ങൾ മായില്ല. ഞാനിവിടെ ഉള്ളകാലംവരെ.''

ഒരു നിമിഷം മൗനിയായി നിന്നിട്ട് അപ്പു വല്ലാത്തസ്വരത്തിൽ ഞങ്ങളോട് ചോദിച്ചു. ''പ്രായമാകുമ്പോൾ, ഒരുപക്ഷേ, അതിനുംമുമ്പ് ഞാനും പോകില്ലെന്നാരു കണ്ടു.''

അതിനൊരു വാക്കു മറുപടി പറയാതെ ഞങ്ങൾ വെളിയിലേക്കിറങ്ങി.. ഞങ്ങൾ വെള്ളതേച്ച കിണറിനരികിലേയ്ക്ക് നോക്കി. ഓർമവെച്ചകാലം തൊട്ട് എപ്പോൾ നോക്കിയാലും കിണറ്റുകരയിൽ ഒരു മുളകുചെടി പൂവും മുളകുമായി വളർന്നു നില്പുണ്ടാവും. ദാ, ഇപ്പോഴുമുണ്ട്. യൗവന യുക്തയായ ഒരു പച്ചമുളകുചെടി മാദകഭാവത്തോടെ വളർന്നുനില്ക്കുന്നു. മുളകു ചെടികളുടെ തലമുറ!

ഞങ്ങൾ പറമ്പിലേയ്ക്ക് നടന്നു. നടക്കുംവഴി ചോദിച്ചു. ‘‘നമ്മുടെ മേനോൻ സാറെവിടാ അപ്പു?’’

‘‘സാറിന് ഭയങ്കര തിരക്കാടാ. ഇപ്പോൾ പാർട്ടിയുടെ ജില്ലാ സെക്രട്ടറിയാണ് സാർ. എന്നാലും ദിവസവും ഞങ്ങൾ ഏതെങ്കിലും ഒരു നേരത്തു കാണും.’’ അപ്പുവിന്റെ സ്വരത്തിൽ അഭിമാനം നിറഞ്ഞു.

ഞങ്ങൾ പറമ്പിന്റെ അതിർത്തിയിൽ മാവിൻചുവട്ടിൽ ചെന്നുനിന്നു, അപ്പു ഒരിക്കൽ പറഞ്ഞിരുന്നതുപോലെ, കൺമുമ്പിൽ നീണ്ടു കിടക്കുന്ന ഭൂമിയിൽ കൃഷിയുടെ സ്വർഗം വന്നുചേർന്നിരിക്കുന്നു. പച്ചപ്പ്!

എവിടേയും പച്ചപ്പിന്റെ സമൃദ്ധി! അന്തരീക്ഷത്തിൽ സുഗന്ധം നിറഞ്ഞിരിക്കുന്നു. ഇളംകാറ്റ് വീശിക്കൊണ്ടേയിരിക്കുന്നു. സമ്പൂർണ ഹരിത സാക്ഷരത!

ഞങ്ങൾ ഇതുവരെ മദ്യം കുടിച്ചിട്ടില്ല, മദ്യം കുടിച്ചിട്ടില്ലാത്തതുകൊണ്ട് അതിന്റെ ലഹരിയും അറിഞ്ഞിട്ടില്ല. എന്നാൽ കൃഷിയുടെ ഈ മനോഹരതീരവും കണ്ടുകണ്ടങ്ങനെ നില്ക്കുമ്പോൾ ഞങ്ങൾ ലഹരി അറിയുന്നു, ലഹരിയിൽ ഞങ്ങൾ നീന്തിത്തുടിയ്ക്കുന്നു.

അപ്പോൾ കൃഷിഭൂമിയുടെ ഒരു വശത്ത് നിന്നുകൊണ്ട് ഒരു ചെറുപ്പക്കാരൻ ഞങ്ങളെ കൈപൊക്കി കാണിച്ചു. കുറേ അകലെ ആയതുകൊണ്ട് മുഖം വ്യക്തമല്ല. ആരാണെന്നറിയില്ല.

‘‘ആരാണ് അപ്പു അത്?’’ഞങ്ങൾ തിരക്കി.

‘‘എന്റെ അളിയൻ... അല്ലെങ്കിൽ അനിയൻ!’’ അപ്പു ചിരിച്ചു.

‘‘ആര്?’’ ഞങ്ങൾക്ക് മനസ്സിലായില്ല.

‘‘എടാ, എന്റെ ഭാര്യയുടെ ആങ്ങള! വിഷ്ണു...’’

അപ്പോഴേയ്ക്കും ശോഭയും മറ്റൊരു സ്ത്രീയും കൂടി ഞങ്ങളുടെ അരികിലേയ്ക്കു വന്നു, രണ്ടുപേരുടെ രണ്ടുകയ്യിലും പാത്രങ്ങളുണ്ടായിരുന്നു. അവിടത്തെ പറമ്പിൽ വിളഞ്ഞ തേനൂറുന്ന പഴവർഗങ്ങൾ.

‘‘ഇത് അമ്മയാണ്.’’ ശോഭ പറഞ്ഞു.

‘‘ഞങ്ങളുടെ അമ്മ.’’ അപ്പു ഏറ്റു പറഞ്ഞു.

ആ അമ്മ ചിരിച്ചു. പിൻനിലാവുപോലെയൊരു ചിരി!

തേൻ കിനിയുന്ന ആ പഴങ്ങളും കഴിച്ചുകൊണ്ടിരിക്കെ ഞങ്ങൾ അറിയാതെ കുട്ടിക്കാലം ഓർത്തുപോയി.

പണ്ട്,

ഈ കൃഷിയുടെ പുണ്യഭൂമി കാടുപിടിച്ചു കിടന്ന കാലം. വേനൽക്കാലമാണ്. ഞങ്ങൾ 'ചൊട്ടേം മണിയും' കളിക്കുന്നു.

എന്താ 'ബാവാച്ചാ' ഈ ചൊട്ടേം മണിയും? എന്റെ പേരക്കുട്ടികൾ ഇടയ്ക്ക് പഴയ ഞങ്ങളുടെ ബാല്യകാലത്തെ കളികളേപ്പറ്റിപറയുമ്പോൾ സംശയം ചോദിക്കും. ഞങ്ങളോട് എല്ലാവരോടും ചോദിക്കും.

''ഇന്നത്തെ ക്രിക്കറ്റാടാ മക്കളേ!'' ചിരിയോടെ ഞങ്ങൾ അവരുടെ സംശയം തീർത്തുകൊടുക്കും.

'ചൊട്ടയും മണിയും' ക്രിക്കറ്റിന്റെ പ്രാകൃതരൂപമാണ് എന്നൊന്നും ഞങ്ങൾ പറയില്ല. പറഞ്ഞാൽ അവർക്കത് മനസ്സിലാവുകയും ഇല്ല.

ചൊട്ടയും മണിയും കളിക്കുകയാണ് ഞങ്ങൾ. ചെറിയ കുഴിയുടെ അടുത്തുനിന്നുകൊണ്ട് ഞങ്ങളെറിയുന്ന 'മണി' നീളമുള്ള 'ചൊട്ട' കൊണ്ട് അടിച്ചുതെറിപ്പിക്കുകയാണ് അപ്പു. തെറിച്ചുവീണ മണിയുടെ അടുത്തുചെന്ന് കുഴിവരെ ചൊട്ടകൊണ്ട് അളക്കുമ്പോഴാണ് 'പണം'കിട്ടുന്നത്. കൂടുതൽ പണം കിട്ടുന്നവർ കളിയിൽ ജയിക്കുന്നു. അടിച്ചുവിടുന്ന മണി എതിർകളിക്കാരൻ പിടിക്കുകയാണെങ്കിൽ അടിക്കുന്ന ആൾ ഔട്ടാവുകയും ചെയ്യും. നിയമങ്ങൾ ഒത്തിരിയുള്ള കളിയിൽ അപ്പു ഒന്നാമനായിരുന്നു.

അപ്പു 'മണി' വീണു കിടക്കുന്ന സ്ഥലത്തുനിന്നും 'ചൊട്ട'കൊണ്ട് അളക്കുമ്പോൾ ശബ്ദമുയർത്തി അളവു പറയുന്നു. ഓരാ ചൊട്ടയ്ക്കും ഓരോരോ അളവാണ്.

ഏക്കു, ചാത്തി, മുറി, നായി, അയറ്റി, ആറാങ്കി, പണം ഒന്ന്, ഏക്കു, ചാത്തി, മുറി, നായി, അയറ്റി, ആറാങ്കി പണം രണ്ട്!

ഏക്കു, ചാത്തി, മുറി...

വർഷങ്ങൾ ഒത്തിരികഴിഞ്ഞു. എല്ലാവരും ഒത്തിരിയൊത്തിരിയകന്നു. അകന്നകന്ന് പരസ്പരം കാണാതെയായി. ഞങ്ങളെല്ലാവരും പ്രത്യേക ഭൂഖണ്ഡങ്ങൾ ഉണ്ടാക്കി മഞ്ഞുഗൃഹങ്ങൾ പണിത് അവിടെ വേനലിനെ പ്രതിരോധിച്ച് ഫാസ്റ്റ് ഫുഡിൽ ശരീരം സൂക്ഷിച്ചു.

ഞങ്ങൾ വൃദ്ധന്മാരാവുകയും തടിയന്മാരാവുകയും ചെയ്തു! എന്നാലും ഞങ്ങൾ പരസ്പരം എല്ലാവരേയും ഓർത്തു. പഴയകാലം ഓർത്തു. അക്കാലത്തെല്ലാം അപ്പുവിനെ തീർച്ചയായും ഓർക്കുകയും ചെയ്തു!

അപ്പുവിനെ ഓർക്കുമ്പോഴെല്ലാം ഞങ്ങളുടെ മനസ്സിൽ അപ്പു 'ചൊട്ട' കൊണ്ട് അളക്കുന്ന പണത്തിന്റെ അളവ് തെളിഞ്ഞുവന്നു. ആ അളവിന്റെ ശബ്ദം മനസ്സിലേയ്ക്കെത്തുകയും ചെയ്തു!

ഏക്കു, ചാത്തി, മുറി, നായി, അയറ്റി, പണം ഒന്ന്...

ഏക്കു, ചാത്തി, മുറി, നായി, അയറ്റി, പണം രണ്ട്...

പണം മുന്ന്...

പണം നാല്....

പണം, പണം

പണം!

www.ingramcontent.com/pod-product-compliance
Lightning Source LLC
LaVergne TN
LVHW100834051026
849519LV00006B/2292